# சுருதி பேதம்

ஆனந்த் ராகவ்

---

# சுருதி பேதம்

## நாடகங்கள்

கிழக்கு

சுருதி பேதம்: நாடகங்கள்
Shruti Bedam: Naadagangal



First Edition : May 2021
360 Pages
Printed in India.

ISBN 978-93-86737-39-7
Kizhakku 1055

Kizhakku Pathippagam
177/103, First Floor,
Ambal's Building, Lloyds Road,
Royapettah, Chennai 600 014.
Ph: +91-44-4200-9603
Email : support@nhm.in
Website : www.nhm.in

Author's Email: anandraghav@yahoo.com

Kizhakku Pathippagam is an imprint of New Horizon Media Private Limited

2005 இல் துவங்கி 2017 வரை நான் எழுதிய எட்டு நாடகங்கள் அடங்கிய தொகுப்பு இது. இதில் வரும் மூன்று சிறிய நாடகங்கள், ஆனந்த விகடன், கல்கி, வார்த்தை இதழ்களில், அதே தலைப்பில் பிரசுரமான என் சிறுகதைகளின் நாடக வடிவம்.

சென்னை சபாக்களுக்காகத் துவங்கி, எழுதும் போக்கை மாற்றிக்கொண்டு சதுரங்கம் நாடகத்தில் முடிந்த பயணம் இது. இந்த நாடகங்கள் அமெரிக்காவிலும், சென்னையிலும், பெங்களூரு விலும் மேடையேற்றம் கண்டவை. தூஸ்ரா ஆங்கிலத்திலும், கன்னடத்திலும் மேடையேற்றம் செய்யப்பட்டது.

நாடகங்களை மேடையேற்றிய ஷ்ரத்தா குழுவினருக் கும், அமெரிக்காவின் கிரியா கிரியேஷன்ஸ், ஸ்டேஜ் ஃபிரண்ட்ஸ், குழுவினர்களுக்கும், பெங்களூர் ப்ராசம் டிரஸ்ட் குழுவினர்க்கும், நாடகங்களைத் திறம்பட இயக்கிய தீபா ராமானுஜம், கிருஷ்ண மூர்த்தி, T.D சுந்தரராஜன், காத்தாடி ராமமூர்த்தி, சுவாமிநாதன், சதீஷ் சந்திரா அவர்களுக்கும் நடிகர் குழாமுக்கும், இசை, தொழில்நுட்பக் கலைஞர் களுக்கும், நிர்வாகிகளுக்கும், பிழை திருத்தி மெரு கேற்றிய நஞ்சுண்டன் அவர்களுக்கும் நன்றி.

இந்தப் புத்தகத்தை வெளியிடும் கிழக்குப் பதிப்பகத்திற்கு நன்றிகள் பல.

**- ஆனந்த் ராகவ்**

# உள்ளே

# அந்தரங்கம்

## கதாபாத்திரங்கள்

நிக்கில் - வயது 29

தீப்தி - வயது 27

அலுவலக கேன்டீன் பையன்

அலுவலர் சுரேஷ்

●

## அரங்க அமைப்பு

அலுவலக உயர் அதிகாரியின் அறை. பெரிய மேஜை. மேனேஜரின் நாற்காலி மேடையின் வலமிருந்து இடப்புறம் நோக்கி இருக்கிறது. மேஜைக்கு முன்னால் இரண்டு நாற்காலிகள். மேஜையில் கொஞ்சம் கோப்புகள் இறைந்துகிடக்கின்றன. மேஜையில் டேபிள் கேலண்டர், இன்டர்காம் தொலைபேசி. மேஜையை ஒட்டிய சிறிய டேபிளில் பூங்கொத்து. நிக்கிலும் தீப்தியும் நெருக்கமாய் நின்று சிரித்துக்கொண்டிருக்கிற புகைப்படம் உள்ளது. தண்ணீர் பாட்டில் வைத்து குடிக்கக் கண்ணாடி டம்ளர். பின்பக்கச் சுவரில் நிக்கில் அலுவலக நண்பர்களுடன் எடுத்துக்கொண்ட புகைப்படம். இன்னொன்றில் அவன் பரிசு வாங்குகிற மாதிரி புகைப்படம்.

# காட்சி

விளக்கு முதலில் அலுவலக செட்மேல் விழுகிறது. அதற்குப் பிறகு அங்கே காத்திருக்கும் தீப்தியின் மேல்.

தீப்தி அலுவலக உடை அணிந்திருக்கிறாள். நாகரிகமான தோற்றம். வெயில் கண்ணாடியைத் தலையில் சரித்துவைத்திருக்கிறாள். கையில் கார் சாவியைச் சுழற்றிக்கொண்டிருக்கிறாள்.

அவள் தோற்றத்திலும் உடல் மொழியிலும் புத்திசாலித்தனமான, விட்டுக்கொடுக்காத, தன் காரியத்தைச் சாதித்துக்கொள்ள என்ன வேண்டுமானாலும் செய்யக்கூடிய பிடிவாதம் தெரிகிறது.

தீப்தி கொஞ்சம் பதற்றத்தில் இருக்கிறார்போல தெரிகிறாள். கைக்கடிகாரத்தைப் பார்க்கிறாள். இரண்டுமுறை நடந்துவிட்டு மேஜையின் முன்பக்கமிருக்கும் சுழல் இருக்கையில் சுழன்றபடி எதிர்ப் பக்கத்திலிருந்து நுழையப்போகும் நிக்கிலுக்கு முதுகைக் காண்பித்தபடி உட்கார்ந்திருக்கிறாள்.

நிக்கில் எதிர்ப்பக்கத்திலிருந்து தன் அலுவலக அறைக்குள் நுழைகிறான். டையுடன் நல்ல மிடுக்கான உடை அணிந்திருக்கிறான். கையில் மடிக்கணினிப் பை.

நிக்கில் நுழையும்போது அவள் அவனைப் பார்ப்பதில்லை. அலுவலக அறைக்குள் நுழைந்த

வுடனே அவன் இருக்கைக்கு எதிர்ப்புறத்தில் தீப்தி உட்கார்ந்திருப்பதை அவன் எதிர்பார்ப்பதில்லை. அவளைச் சந்தேகத்துடன் பார்த்து அவள்தானா என்று ஆச்சரியத்தில் நின்று விடுகிறான்.

நிக்கில்: (பின்னாலிருந்து மெல்ல நடந்து வந்து பயமுறுத்துகிறான்.) ஹேய்...

தீப்தி: (திடுக்கிட்டு) ஐயோ... நிக்கில்... நான் பயந்தேபோனேன்.

நிக்கில்: (சிரிக்கிறான். கைக்கடிகாரத்தைப் பார்த்தபடி) காத்தால பதினொன்றை மணி! இங்க என்ன பண்ற? ஆபீஸ் போகலயா? உடம்பு ஏதாவது சரியில்லையா? (அவள் நெற்றியில் கைவைத்துப் பார்க்கிறான்.)

தீப்தி: அதெல்லாம் ஒண்ணும் இல்லை. (சிரிக்கிறாள்.)

நிக்கில்: வீட்லருந்து கிளம்பும்போது ஆபீஸ் வரப்போறேன்னு சொல்லவே இல்லையே? (நிக்கில் அவள் பதில் சொல்லும்போது, பையைப் பிரித்து லேப் டாப்பை எடுத்து அதை இயக்குகிறான்.)

தீப்தி: கிளம்பும்போது இங்க வர்ற ஐடியாவே இருக்கலை. க்ளையன்ட் மீட்டிங் இருந்தது. இங்கதான் மௌபரீஸ் ரோட் பக்கத்துல. வந்துகிட்டே இருக்கறப்ப. க்ளையன்ட் ஃபோன் பண்ணி கொஞ்சம் லேட்டாகும்னான். சரி அதுவரைக்கும் உன் ஆபீஸ்ல இருந்துட்டுப் போலாம்னு வந்தேன்.

நிக்கில்: தீப்தி, நான்கூட ஒரு க்ளையன்ட் மீட்டிங் முடிச்சுட்டுதான் வர்றேன். அதான் லேட் ஆயிடுச்சு.

நிக்கில்: (உட்கார்ந்து கணிப்பொறியை இயக்கிக் கொண்டே கேட்கிறான்) ஏதாவது குடிக்கிறியா?

அவள் தலையாட்டுகிறாள். அவன் இன்டர்காமைத் தட்டுகிறான்.

நிக்கில்: செல்வம், ரெண்டு காப்பி எடுத்தாப்பா.

தீப்தி அவனிடம் கண்ணால் உணர்த்துகிறாள்.

நிக்கில்: சாரி... சாரி... மறந்தே போனேன்! செல்வம் ஒரு காபி, ஒரு டீ. ப்ளாக் டீ இல்ல. மசாலா சாய்.

நிக்கில் அவளைப் பார்க்க அவள் ஆமோதிக்கிறாள்.

தீப்தி: (ஏதோ பேச்சைத் தொடங்குகிற பாவனையில்) ஹே... பக்கத்து பில்டிங்ல 'மஸ்துகலந்தர்' பாத்தேன். இங்க ஒரு ப்ரான்ச் இருக்குன்னு எனக்கு தெரியாது. என் ஃபேவரைட். கோல் கொப்பா, சேவ் பூரி கிடைக்கிற ரெஸ்டாரண்ட். நீ சாப்பிட்டுப் பாத்தியா?

நிக்கில்: அதெல்லாம் உன்னை மாதிரி டெல்லில வளர்ந்த ஆளுங்களுக்கு. எனக்கு பானி பூரியைப் பாத்தாலே வயத்தப் பிரட்டுது. ஒரு அண்டா நிறைய அழுக்குத் தண்ணி வச்சிக்கிட்டு கையால முக்கி முக்கி எடுத்துத் தர்றான். ஈரமான கையை துடைச்சிக்க ஒரு அழுக்குத் துணி. கண்றாவி.

தீப்தி: அதெல்லாம் கண்டுக்கக் கூடாது. அப்பிடிச் சாப்பிட்டாதான் உடம்புல எதிர்ப்புசக்தி வளரும். நீ கையேந்தி பவன்ல போய்த் திங்கறியே பஜ்ஜி போண்டா? அதையெல்லாம் எப்படிப் பண்றாங்க பாரு. ஷர்ட் போடாம வெறும் ஒடம்போட வேத்துக் கொட்டிகிட்டு ஒருத்தன். (வியர்வையை வழித்து இடுப்பில் துடைத்து அதன் பின் பஜ்ஜி பொறிப்பதை நடித்துக்காட்டுகிறாள். பிறகு எழுந்து ஆபீஸை நோட்டமிடுகிறாள்.) ஆபீஸ் நல்லாயிருக்கே! எவ்வள பேரு வேலை செய்யறாங்க?

நிக்கில்: (லேப்டாப்பில் கவனமாய்) 200 சொச்சம்.

தீப்தி: உள்ளயே கேன்டீன் இருக்கா?

நிக்கில்: யெப்.

தீப்தி: பரவால்லயே... (மிக இயல்பாய்ப் பேச முயல்கிறாள். அதன் பின்னே ஒரு நோக்கம் இருப்பதை மறைத்து) இன்னைக்கு புதன்கிழமை இல்லையா? இன்னைக்கு சமைக்கறது என் டர்ன்தானே? என்ன பண்ணணும்? சௌத் இண்டியன் ஆர் நார்த் இண்டியன்?

நிக்கில்: நீ சவுத் இண்டியன் டிஷ் பண்ணினாலும் அது டைனிங் டேபிளுக்கு வந்துசேரும்போது அது நார்த் இண்டியன் டிஷ் ஆயிடுது. நீ நார்த் இண்டியனே பண்ணும்மா.

தீப்தி: (முறைக்கிறாள்) ஏதோ போனாப்போவுதுன்னு சமைக்கறேன். கிண்டல் பண்ணுனா அதையும் நிறுத்திடுவேன்.

நிக்கில்: (கம்ப்யூட்டரிலேயே கவனமாய்) மீட்டிங் போயிட்டு வர்ற இரண்டு மணி நேரத்துக்குள்ள ஐம்பது மெயில் வருது. இ-மெயிலுக்கு பதில் போட்டே பாதி ஆபீஸ் நேரம் போயிறுது. டெக்னாலஜி நம்ம வேலையை சுலபமாக்கும்னு பாத்தா அதை மேனேஜ் பண்றதே பெரிய வேலையாயிடுது. இந்தக் கண்றாவிக்காகதான் செல்ஃபோன்ல இ-மெயில் கான்பிகர் பண்ணாம இருக்கேன். பிங்க் பிங்குன்னு மரங்கொத்தி மாதிரி. சனியன்...

தீப்தி: ஓ... ஆபீஸ் மெயிலா? (தயங்கியபடி கேட்கிறாள்.) பெர்சனல் மெயில் எப்ப செக் பண்ணுவே?

நிக்கில்: சாய்ந்தரமா செக் பண்ணுவேன். அதுலயும் பாதி ஸ்பாம். (இன்டர்காமை அழுத்தி) ஹே தீபக், சேல்ஸ் ரிப்போர்ட்ல ஆனுவல் மெயின்டனன்ஸ் கான்ட்ராக்ட் எல்லாம் சேக்காதீங்கன்னு சொன்னன்ல. அதைத்

தனியா காமிப்பா. (ஃபோனை வைக்கிறான்.) இவங்க டார்கெட் மீட் பண்ணதா காமிக்கணும்னு சும்மா மெயின்டனஸ் கான்ட்ராக்ட் எல்லாம் சேல்ஸ்ல போட வேண்டியது. (தனக்குள் சொல்லிக்கொள்கிறான்.)

தீப்தி: (அவன் வேலையில் மும்முரமாய் இருப்பதைப் பார்த்து இயல்பாக ஆனால் அழுத்தமாய் ஆரம்பிக்கிறாள்). பை த வே நிக்கில், நான் இன்னைக்குக் காலைல தப்பா உனக்கு ஒரு மெயில் அனுப்பிட்டேன்.

நிக்கில்: (கம்ப்யூட்டரிலிருந்து ஒரு கணம் கண் விலக்கி குழப்பத்தோடு அவளைப் பார்க்கிறான்.) புரியலை. தப்பா எனக்கு மெயில் அனுப்பினியா?!

தீப்தி: நிர்மலா இ-மெயில் ஐடிக்கு அனுப்பறதுக்கு பதில் நிக்கில்ங்கற ஐடிக்கு அனுப்பிட்டேன். என், ஐன்னு முதல் ரெண்டு எழுத்து டைப் பண்ணவுடனே அது ப்ராம்ட் பண்ணுன லிஸ்ட்லருந்து நிர்மலாக்கு பதிலா நிக்கில் க்ளிக் பண்ணிட்டேன். நான் கவனிக்கவே இல்லை. நிர்மலா மெயில் வரலைன்னு சொன்னா. சென்ட் பாக்ஸ்ல பார்த்தா நிர்மலாக்கு பதிலா நிக்கிலுக்கு போயிருக்கு. (சிரிக்கிறாள். செயற்கையான பயம் கலந்த சிரிப்பு.)

நிக்கில்: ‘ஹோ’ என்கிறான், இயல்பாகக் கண்களைச் சுழற்றிக்கொண்டு கைகளை அபரிமிதமாக ஆட்டி அபிநயம் செய்துகொண்டு பேசியவளை ஊடுருவிப் பார்த்தபடி.

தீப்தி: அந்த மெயில் வந்தா டெலீட் பண்ணிடு நிக்கி.

நிக்கில்: ஷ்யூர்... பண்ணிடறேன். (தலையாட்டுகிறவனின் கண்களில் சந்தேகம் தேங்கியிருக்கிறது.)

தீப்தி: (செயற்கையாகப் பேசுகிறாள்) இன்னும் கூப்பிடாம கழுத்தறுக்கறான் பாரு. முக்கிய மான க்ளையன்ட். பெரிய கான்ட்ராக்ட். மூணு மாசமா நெகோஷியேட் பண்ணி பிடிச்ச கான்ட்ராக்ட். பெரிய கொம்பன். அவன் சொல்ற நேரத்துக்குதான் போகணும். அவன் எங்க ஆபீஸுக்கு வரமாட்டான்.

நிக்கில்: காரியம் ஆணும்னா கஸ்டமர் காலைப் பிடிச்சிதான் ஆகணும். கஸ்டமரும் கடவுளும் ஒண்ணுதான்னு சொல்லுவாங்களே.

தீப்தி: அரை மணிநேர மீட்டிங்க்கு இந்த ட்ராஃபிக்ல ரெண்டு மணிநேரம் போகணும். பத்து கிலோ மீட்டர் போக ஒண்ணரை மணிநேரம் ஆகுது.

*நிக்கில் வேலை மும்முரத்திலிருக்கிறான்.*

*அறைக்குள் அந்த கேன்டீன் சிப்பந்தி நுழைகிறான். இருவருக்கும் கப்புகளை வைத்து விட்டு தீப்தியைப் பார்த்துப் புன்னகைக்கிறான்.*

சிப்பந்தி: குட்மார்னிங் மேடம். ஞான் தோமஸ். நான் எர்ணாகுளத்தானு. மேடம் ஆத்யமாயிட்டானு ஓபீஸ் வருன்னது. அது கொண்டு ஒரு ஸ்பெஷல் சாய் உண்டாக்கியது.

தீப்தி: புரியலைப்பா...

நிக்கில்: நீ முதல்முறையா ஆபீஸ் வந்திருக்கன்னு ஸ்பெஷல் டீ போட்டானாம்.

பிரதீப்: *(நிக்கிலிடம்)* சார், மேடம் காணான் நல்ல சுந்தரியாணு. புள்ளிகாரி ஃபோட்டோ காலும் காணான் நல்ல ஸ்திரியாணு. அவரு நிங்கள்க்கு நல்ல சேர்ச்சையாணு *(ஃபோட்டோல இருக்கறதைவிட நேர்ல பாக்க ரொம்ப அழகா இருக்காங்க சார். உங்களுக்கு நல்ல ஜோடி சார்.)*

தீப்தி: என்னயா சொல்றான்?

நிக்கில்: நீ ஃபோட்டோல பாக்கதான் நல்லா யிருக்கியாம். நேர்ல ரொம்ப சுமாரா இருக்கே அப்டிங்கறான். எனக்கு நீ ஒண்ணும் நல்ல மேட்ச் இல்லைங்கறான்.

தீப்தி: அப்பிடியா சொன்னான்? I thought he was complimenting me!!

பிரதீப்: (புரிந்துகொண்டு பாதி மலையாளம் பாதி இங்கிலீஷில் பேசுகிறான்.) மேடம்... நோ மேடம். சார் வீண் is telling lies. You are very beautiful madam. More beautiful than sir madam. சார்... எந்தணா சார் இது? கள்ளம் பறயுன்னது? அவர்க்கு விஷமம் ஆகும். (போகிறான்) எண்ட பேரு பறஞ்சுட்டு மேடத்திண்ட காலு வாருவா னல்ல. (போய்க்கொண்டே பேசுகிறான்.)

தீப்தி: ம்ம்ம்... நீ அழகா இருக்கன்னு ஒரு ஆளு எந்த பாஷையில சொன்னாலும் ஒரு பொண்ணுக்கு புரியும். தெரிஞ்சுக்கோ.

நிக்கில் சிரிக்கிறான்.

தீப்தி: இன்னொரு ஆம்பள தன் பொண்டாட்டிய அழகா இருக்கான்னு சொல்றதை உன்னால டைஜஸ்ட் பண்ண முடியலை பாரு. நீங்க மட்டும் மத்த பொம்பளங்களை சைட் அடிக்க லாம். ஆனா உன் பொண்டாட்டியை எவனும் பாக்கக் கூடாது... டிப்பிக்கல் மதராசி புத்தி.

நிக்கில் மறுபடியும் சிரிக்கிறான்.

தீப்தி: கேன்டீன்ல டீ சப்ளை பண்றவனைக்கூட கேரளாலருந்து ரிக்ரூட் பண்ணியிருக்கீங்க. Hight of professionalism போல. நல்லா காக்கா பிடிக்கிறான். Smart fellow.

நிக்கில்: கேன்டீன் பசங்க எல்லாம் ஸ்மார்ட்தான். முதலாளிங்கதான் முட்டாள்களா இருக்காங்க இந்த ஆபீஸ்ல.

தீப்தி: நீகூட பாதி முதலாளிதான? (சிரிக்கிறாள்.)

நிக்கில்: எனக்கு இன்னும் அரை மணில சேல்ஸ் ரெவ்யூ மீட்டிங் இருக்கு. உனக்கு நேரமாகலையா?

தீப்தி: யெஸ் கிளம்பணும். *(எழுந்திருக்கிறாள்.)* அந்த மெயில் உன் ஜிமெயில் ஐடிக்கு வந்திருக்கும். *(அவன் கம்ப்யூட்டரின் திரையைப் பார்த்தபடி சொல்கிறாள்.)*

நிக்கில்: எந்த மெயில்? ஓ, அந்த நிர்மலா மெயில். அதை நான் அப்புறம் டெலீட் பண்ணிக்கறேன். இப்ப ஆபீஸ் மெயில்ஸ் வந்து குவிஞ்சிருக்கு. ரிப்ளை பண்ணணும்... நீ கிளம்பு ஸ்வீட் ஹார்ட்.

*(நின்றுகொண்டிருப்பவள் போகாமல் மறுபடி உட்காருகிறாள். கேசத்தைப் பின்புறமாய் தள்ளிவிட்டுக்கொள்கிறாள். இருக்கையில் உட்கார்ந்து தன் கைப்பையை மேஜை மேல் வைத்துக்கொண்டு அவனைப் பார்க்கிறாள். நீண்டதொரு போராட்டத்தில் ஈடுபடப்போவது போல தன்னைத் தயார்செய்துகொள்கிறாள்.)*

*(அவள் செய்கையால் கோபமும் சந்தேகமும் வலுப்பெற 'என்ன வேண்டும்?' என்பதுபோல நிக்கில் அவளை ஊடுருவிப் பார்க்கிறான். கண்களால் வினவுகிறான்.)*

தீப்தி: நிக்கி டார்லிங். I will be very relieved if you delete the mail. *(சின்ன சிரிப்பு.)*

காப்பி கப்புகளை எடுத்துக்கொண்டு போக வருகிறான் கேன்டீன் பிரதீப். அவன் காப்பிக் கோப்பைகளைச் சேகரிக்கும்போது நிக்கிலின் குரல் ஒலிக்கிறது.

'இங்கிலீஷ்தான் எவ்வளவு சௌகர்யமான பாஷை. சங்கடமான விஷயங்களை எவ்வளவு சுலபமா சொல்ல முடியுது! இங்கிலீஷைவிட அந்தச் சிரிப்புதான் ரொம்ப நெருடலா இருக்கு. அவ சிரிப்புல நிறைய தினுசு இருக்கு. அவ

ஃப்ரெண்ட்ஸ்கிட்ட ஒரு சிரிப்பு. என் அப்பா அம்மாகிட்ட வேற சிரிப்பு. எங்கிட்ட வேற மாதிரி சிரிப்பு. இவள் ஏன் இவ்வளவு படபடப்பா இருக்கா? ஏன் இந்த அவஸ்தை? அந்த இமெயில்ல அப்படி என்ன எழுதியிருக்கா? அதுக்காகதான் இங்க வந்து தவமிருக்காளா? க்ளையன்ட் மீட்டிங் எல்லாம் பொய்.'

*(கேன்டீன் ஆள் போகிறான்.)*

*தீப்தி:* நிக்கில் ப்ளீஸ்...

*நிக்கில்:* நீ கிளம்பு. நான்தான் டெலீட் பண்றேன்னு சொல்றனே.

*தீப்தி:* அதை டெலீட் பண்ண ஒரு நிமிஷம் ஆகுமா டியர்?

*நிக்கில்:* ஆகாதுதான். ஆபீஸ் வேலையை விட்டுவிட்டு அதை முதல்ல செய்யவேண்டிய அவசியம் என்ன? அதில் நீ இவ்வளவு பிடிவாதமா இருக்கறதுதான் எனக்கு புரியலை தீப்பு. *(அவளுக்கு இணையான பொய்ச் சிரிப்புடன் சொல்கிறான்.)*

*தீப்தி:* பிடிவாதமா? நான் உனக்கு ஞாபகப் படுத்தறேன். அதுக்கு ஏன் இப்படிக் கத்தற?

*நிக்கில்:* கத்தறனா? நான் எங்க கத்தினேன்?

*தீப்தி:* Yes. கத்துன.

*நிக்கில்:* கத்தியிருந்தா சாரி... *(நிதானமாகப் பேசுகிறான்)* நான் என்ன கேக்கறேன்னா... அதுக்கு அப்படி என்ன அவசரம்? ஆபீஸ் வேலைக்கு நடுவில?

*தீப்தி:* நான் யாருக்கோ எழுதினதை நீ படிச்சா எனக்கு சங்கடமாய் இருக்காதா நிக்கீ?

*நிக்கில்:* கமான் தீப்தி. நான் அதை படிக்கப்போறேன்னு நீ முடிவுபண்ணிட்டியா?

தீப்தி: உன்னோட பர்சனல் விஷயங்கள்ல நான் தலை யிடறேனா? உன் மெயில் ஐடி பாஸ்வோர்ட் என்ன? நீ யாருக்கு மெயில் அனுப்பற இதெல்லாம் நான் கேட்கிறேனா நிக்கீ?

நிக்கில்: நானும் உன்னோட பர்சனல் விஷயத்துல தலையிடறேனா? ஆனா இதையெல்லாம் உன்னோட ஷேர் பண்ணிக்கறதுல எனக்கு எந்தத் தயக்கமும் இல்லை தீப்பும்மா.

தீப்தி: அதேபோல நான் என்னோட அந்தரங்கமான விஷயங்கள் அத்தனையும் உன்னிடம் மட்டும் தான் ஷேர் பண்ணிக்கணும்னு எதிர்பார்க் கிறாயா டார்லிங்?

நிக்கில்: அப்படி எதிர்பாக்கறதுகூட தப்பா தீப்தி?

(இருக்கையிலிருந்து எழுந்து அவளைச் சுற்றி நடக்கிறான்.)

நிக்கில்: நான் வளர்ந்த சூழல் அது மாதிரி. கணவன் மனைவி ரெண்டு பேருக்கு நடுவில எந்த ரகசியமும் இருக்கக் கூடாதுன்னு வாழ்ந்த குடும்பம் எங்களுது. சொல்லப்போனா எங்க அம்மாவுக்கு ஐடெண்டிட்டியே கிடையாது. எங்கம்மாவோட பேங்க் அக்கவுண்டைக்கூட பிரபாவதின்னு எங்க அம்மா கையெழுத்தைப் போட்டு எங்கப்பாவே ஆப்பரேட் பண்ணுவாரு. வீட்டுப் பத்திரம், ஃபிக்ஸட் டெபாசிட் ரிசீப்ட் எல்லாம் எங்க அப்பாதான் வச்சிக்குவாரு. அம்மா ஒரு கேள்வியும் கேக்கமாட்டாங்க. 'எனக்குன்னு தனியா என்னடா? உங்கப்பாகிட்ட இருந்தா என்ன எங்கிட்ட இருந்தா என்ன?'ன்னு சொல்லுவாங்க.

தீப்தி: உங்கம்மா மாதிரி அப்பாவியா அடையாளம் இல்லாமதான் உன் பொண்டாட்டியும் இருக்கணும்னு எதிர்பார்க்கற இல்லயா?

நிக்கில்: கமான், நீ ட்விஸ்ட் பண்ணிப் பேசற.

தீப்தி: கல்யாணம் ஆகி உன்னோட எல்லாத்தையும் பகிர்ந்துகிட்டாலும் எனக்குன்னு சில ரகசியங்கள் இருக்கலாம் இல்லையா நிக்?

நிக்கில்: (பளிச்சென்று ஆனால் பேச்சில் கொஞ்சமும் கோப உணர்வு தலையிடக் கூடாது என்று ஜாக்கிரதையுடன் இருக்கையில் நன்றாகச் சாய்ந்துகொண்டு நிதானமாகக் கேட்கிறான்) லைக் வாட் தீப்தி?

தீப்தி: லைக்... (அவள் கொஞ்சம்போல தடுமாறுகிறாள்.) லைக்... எனக்கும் என் தங்கைக்கும் சில ரகசியங்கள் இருக்கலாம். எனக்கும் என் க்ளோஸ் ஃப்ரெண்ட்ஸ்களுக்கும். ப்யூர்லி கேர்ள்ஸ் டாக். எங்க ஹஸ்பண்ட்ஸ் பத்தி, பழைய ஃப்ரெண்ட்ஸ் பத்தி, பழைய சம்பவங்கள் பத்தி. நாங்க டிஸ்கஸ் பண்ற சில விஷயங்கள் உனக்கு தெரியவேண்டிய அவசியமில்லை இல்லையா, ஹனி?

நிக்கில்: அவசியமில்லைதான். ஆனா தெரியவே கூடாதுங்கறதுலயும் நியாயம் இல்லை. நிர்மலாவுக்கு நீ என்ன எழுதியிருக்கேன்னு நான் தெரிஞ்சிகிட்டா என்ன ஆயிடும்?

தீப்தி: ஏன் தெரிஞ்சிக்கணும்? உனக்கு சம்பந்தமில்லாததை ஏன் தெரிஞ்சிக்கணும்? நான் பொறந்ததுலந்து உன்னை கல்யாணம் பண்ணிகிட்ட வரைக்கும் என் வாழ்க்கைல என்ன நடந்தது, தினமும் என்ன நடக்குதுன்னு எல்லாத்தையும் நான் ஒப்பிச்சாதான் நான் நல்ல வொய்ஃபா?

நிக்கில்: புருஷன் பொண்டாட்டி உறவுக்குன்னு பிரத்யேகமா எந்த sanctityயும் இல்லைங்கற?

தீப்தி: ஹோ ப்ளீஸ்... தமிழ் சினிமா டயலாக்கெல்லாம் பேசாத நிக்கி... (அவனை நெருங்கி

அழுத்தமாகச் சொல்கிறாள்.) எனக்கு தனிப் பட்ட முறையில அந்தரங்கமான விஷயங்கள் இருக்கும் என்பதை நீ acknowledge பண்ணணும். அது உன்னைப் பத்தி இருந்தாலும் அதைப் பத்தி கவலைப்படாத பெருந்தன்மை உனக்கு இருக்கணும்.

நிக்கில்: இது இங்கிலீஷ் சினிமா டயலாக் மாதிரி இருக்கு.

(அவள் பதில் சொல்வதற்கு முன்னால் அறைக்குள்ளே ஆபீஸ் ஸ்டாஃப் ஒருவர் வந்து நிற்க, நிக்கில் 'வா சுரேஷ்' என்கிறான்.)

நிக்கில்: உக்காரு சுரேஷ்.

சுரேஷ் கொஞ்சமான வெட்கத்துடன் அவனிடம் அன்றைய அலுவல் பற்றிப் பேசுகிறான். தீப்தி தீவிர யோசனையில் இருக்கிறாள்.

சுரேஷ்: நீங்க சொன்னா மாதிரி ஆனுவல் மெயின்டனன்ஸ் கான்ட்ராக்ட் எல்லாம் தனியா க்ளாசிஃபை பண்ணி போட்டாச்சு சார். இந்த ஸ்டேட்மெண்ட்டை கொஞ்சம் பாத்து அப்ரூவ் பண்ணீங்கன்னா பிரசன்டேஷனுக்கு அனுப்பிடுவோம்.

நிக்கிலின் மனத்துக்குள் நினைவுகள் ஓடுகின்றன. கல்யாணமாகி நாலு மாசத்துல மணிக்கணக்கா பேசினபோது உணராத அவளது இன்னொரு பரிமாணம் இந்தப் பத்து நிமிஷத்தில் தெரிஞ்சதுபோல இருக்கு. அவ பிடிவாதத்தோட எல்லையைத் தொட்டுப் பாத்துடணும்போல இருக்கு.

நிக்கில்: சரியா இருக்கு சுரேஷ். பத்து நிமிஷம் குடு. வந்துடறேன். தீப்தி, நீ சுரேஷை மீட் பண்ணதில்லை இல்லையா? சுரேஷ் ஃபைனான்ஸ் மேனேஜர். சுரேஷ், திஸ் இஸ் தீப்தி. மை வொய்ஃப்.

சுரேஷ்: நைஸ் நோயிங் யூ மேம்.

தீப்தி: நைஸ் மீட்டிங் யூ சுரேஷ்.

சுரேஷ் வெளியேறுகிறான்.

நிக்கில்: (உணர்ச்சிபூர்வமாய் அவளை மிரட்டும் தொனியில்) தீப், உன் ப்ரைவசியை நான் மதிக்கணும்னு நீ எதிர்பார்க்கிறார்போல என்மேல் நம்பிக்கை வச்சி நீ நடந்துக்கணும்னு நானும் எதிர்பார்க்கலாம் இல்லையா? டெலீட் செய்றேன்னு சொன்னப் பறமும் போகாம உன் கண் முன்னாலேயே அதைச் செய்யணும்னு எதிர்பார்க்கறது என்மேல் நம்பிக்கை இல்லாததால்தானே?

தீப்தி: அது உன்மேல் நம்பிக்கை இல்லாமல் இல்லை ஹனி. என் நிம்மதிக்காக.

நிக்கில்: அதுல அப்படி என்னதான் எழுதியிருந்த... (அவள் கண்களைப் பார்க்காமல் வேறு என்னவோ செய்துகொண்டு கேட்கிறான். ஆர்வத்தைக் கட்டுப்படுத்தி மிக இயல்பாகக் கேட்பது போன்ற தோரணையைக் கொண்டு வர முயன்று தோற்றுப்போகிறான்.)

தீப்தி: ப்ளீஸ் நிக்... (விட்டுக்கொடுக்காமல் மௌனமாய் இருக்கிறாள்.)

நிக்கில்: (ஒரு படி இறங்கி வந்து) சரி... யாரைப் பத்தின்னு சொல்லு.

தீப்தி: (அவன் மனமிறங்கிவிட்டதை உணர்ந்து) இல்லை நிக்கி. அது யாரைப் பத்தி வேணுன்னாலும் இருக்கட்டும். அதை விவாதிக்கச் சொல்லி என்னை கட்டாயப் படுத்தாதே.

நிக்கில்: கட்டாயப்படுத்தல கண்ணு... நிர்மலாவுக்கு நீ எழுதினதை நான் யதேச்சையாப் பாத்தா என்ன ஆகப்போறது? அதுக்கு நீ ஏன் இவ்வளவு

டென்ஷன் ஆகற? உன்னைப் பாத்தா சிரிப்பா வருது எனக்கு.

(கொஞ்சம்போல் சிரிக்கிறான். எழுந்து வந்து அவள் பக்கத்தில் உட்கார்ந்துகொண்டு அவளைச் சமாதானப்படுத்துகிற மாதிரி அவள் தோளில் தட்டி ஆசுவாசப்படுத்துகிறான். திரும்பி வந்து பாட்டிலில் இருந்து டம்ளரில் தண்ணீர் சரித்துக் குடிக்கிறான்.)

நிக்கிலின் குரல்... 'வேறு யாரைப் பற்றியோ இருந்தால் என்னை படிக்க வேண்டாம் என்று இவ்வளவு பிடிவாதமாய் இருப்பாயா? என்னைப் பற்றிதான் இல்லையா? என்ன எழுதின? நீ படிக்கிற ஆல்டஸ் ஹக்ஸிலியும் ருஷ்டியையும் நான் படிக்கிறதில்லைன்னு எழுதினாயா? என்னைவிட நீ அதிகம் சம்பாதிக் கறதையா? படுக்கையில் நான் உன்னை சந்தோஷப்படுத்தலைன்னா? நிர்மலாவுக்கா நிர்மல் குமாருக்கா? நிர்லேக். நீலகண்டன்...?'

தீப்தி: நான் விவாதம் பண்ண விரும்பலை நிக்கி. அது உனக்கு எழுதினது இல்லை. அதனால அதைப் பத்தி நீ தெரிந்துகொள்ள வேண்டிய அவசியமில்லை.

நிக்கில்: (எழுந்து அவளை நெருங்கி வந்து மென்மை யான குரலில்) Fine ... உன் ப்ரைவசியைக் காப்பாத்தறது நம் காதலைவிட முக்கிய மானதா?

தீப்தி: (காதல் என்கிற வார்த்தைப் பிரயோகத்தில் அவள் முகம் பிரகாசமாகிறது. அவன் தோற்றுப்போனதை உணர்ந்த வேகத்தில் கைகளை நீட்டி மேஜைமேலிருந்த அவன் கைகளைப் பற்றிக்கொள்கிறாள். கைகளைக் கோர்த்துக்கொண்டு அவனை ஆழ்ந்து பார்க்கிறாள்.) நீ என்ன நினைக்கறேன்னு எனக்கு தெரியும். சத்தியமா உன்னைப் பத்தி

அதுல ஒண்ணும் எழுதலை. Trust me. உனக்கு தெரியும் நான் உன்னை எவ்வளவு லவ் பண்றேன்னு. நான் உங்கிட்டருந்து எதிர் பார்க்கறது எதிர்பார்ப்புகள் இல்லாத, கண்டிஷன்ஸ் போடாத காதல். I need my space. நான் வளர்ந்த விதம் அப்படி நிக்கி.

சுரேஷ் தொலைபேசியில் கூப்பிடுகிறான்.

*நிக்கில்:* வந்துட்டேன் சுரேஷ். *(மறுபடி தன் இருக்கைக்கு வருகிறான்.)*

*நிக்கிலின் குரல்... 'எல்லாருக்கும் அவசரம். ஆபீசுக்கு, மனைவிக்கு, அவளை முழுசா தெரிஞ்சிக்க ஆசைப்படற எனக்கு. இதுக்கு மேல என்ன செய்யறது? நாகரிகம் கருதி தோல்வியை ஒப்புக்கணுமா? அவள் அந்தரங்கத்தைத் தெரிஞ்சிக்கற நியாயமான காட்டுமிராண்டி மனப்பான்மையைக் கட்டுப் படுத்தி நடத்தையில் உயர்ந்தவனா நாசூக்கான ஆளா முகச்சாயம் பூசித்தான் ஆகணுமா?'*

*தீப்தி:* *(கெஞ்சலாய்)* ப்ளீஸ் டா... அந்த மெயிலை டெலீட் பண்ணிடு.

*நிக்கில்:* தீப்தி... அதைப் பத்தி விவாதிக்க வேண்டும்னு சொல்லலை. நமக்குள் ரகசியங்கள் வேண்டாம்னுதான் சொன்னேன். ஓ.கே. எனக்கு எந்த ப்ராப்ளமும் இல்லை. *(கம்ப்யூட்டர் முன்னால் உட்காருகிறான்.)* நீ எனக்கு தப்பா அனுப்பின மெயிலைப் பாக்காம டெலீட் பண்ணணும். அவ்வளதான? எனக்கு அது எழுதப்படல அதனால் நான் அதைப் படிக்க வேண்டிய அவசியமும் இல்லை. இதை வச்சி நாம ரெண்டு பேரும் இவ்வளவு ஆர்க்யூ பண்ணணுமா... சில்லி. *(திடீரென்று ஒரு யோசனை தோன்றியவனாய்)* இதை நீயே டெலீட் பண்ணு. வா.

*தீப்தி:* இல்ல நிக்கி. நீயே டெலீட் பண்ணிடு.

நிக்கில்: நோ ப்ராப்ளம். நீயே பண்ணு (எழுந்து அவளை வற்புறுத்தித் தன் இருக்கையில் உட்கார வைக்கிறான்.) ஜிமெயிலுக்கு போ. (அவள் அதற்கு முன் ஜிமெயிலில் நுழைந் திருப்பதைப் பார்த்துவிட்டு) ஓ, ஜிமெயில்ல தான் இருக்கியா? என் இமெயிலுக்கு போ. nikki1985@gmail.com.

தீப்தி: (கணிப்பொறியை அவன் பக்கம் திருப்பி) உன் பாஸ்வோர்ட் கீ இன் பண்ணு.

நிக்கில்: நான் சொல்றேன் நீயே அடி.

தீப்தி: இல்ல நிக்கி, உன் பாஸ்வோர்டை எங்கிட்ட சொல்ல வேண்டிய அவசியம் இல்லை.

நிக்கில்: வொய் நாட்? தெரிஞ்சிகிட்டா என்ன? என் இன்பாக்ஸ்க்கு போய் என் மெயில்ஸ் எல்லாம் நீ பாக்கப்போறியா என்ன? பாத்தாலும் எனக்கொண்ணும் இல்லை. எனக்கு எந்த ரகசியமும் இல்லை. (அவளைச் சீண்டுகிற மாதிரி புன்னகைக்கிறான்.) பாஸ்வோர்ட் iim2008 - நான் பாஸ் பண்ண வருஷம். (அவள் அருகில் வந்து) என் பழைய கேர்ள் ஃப்ரெண்ட் பேரு ஏதாவது இருக்கும்னு எதிர்பார்த்தியா? (சிரிக்கிறான்.)

தீப்தி மௌனமாக விசைகளை அழுத்துகிறாள். மின் அஞ்சல் உயிர்பெற்று வரிசைப்படுத்த அதன் நடுவில் அவள் பெயர் பளிச்சென்று ஒளிர்கிறது.

நிக்கில்: (வர்ணணை சொல்கிறவன்போல பேசுகிறான்) தேர் யு ஆர். இன்னைக்குதான் அனுப்பின. அதோ தீப்தி உங்கிட்டருந்து வந்த மெயில். கிளிக் பண்ணு. டெலீட் பண்ணு. பண்ணியாச்சா? குட். இப்ப நிம்மதியா? (அவளிடமிருந்து லேப் டாப்பை உடனே மெல்ல இழுக்கிறான்.)

தீப்தி: ஒரு நிமிஷம்... (என்கிறாள் அமைதியாய்.) கார்பேஜ் பின்னை எம்ட்டி பண்ணிடறேன்.

நிக்கில்: ஆமா... மறந்தேபோயிட்டேன். (அவளிடம் மறுபடி லேப் டாப்பைத் தள்ளுகிறான்.)

தீப்தி அமைதியாய் இயங்குகிறாள்.

நிக்கில்: Empty garbage bin. Yes. It is empty... So it is done. நீ ஆபீஸுக்கு நிம்மதியா போலாம். நானும் என் வேலையை பாக்கலாம். எல்லாரும் காத்துகிட்டு இருக்காங்க. (மிகுந்த கோபத்தை யும் இயலாமையையும் மறைத்து செயற்கை யான சந்தோஷத்தில் பேசுகிறான்.)

தீப்தி: என்மேல் கோவமாய் இருக்க இல்லையா? எனக்கு புரியுது.

நிக்கில்: நாட் அட் ஆல். நீ சொன்ன மாதிரி அது எனக்கு எழுதப்படலை, அதைப் பத்தி தெரிஞ்சிக்க வேண்டிய உரிமை எனக்கு இல்லை. (தோல்வி தந்த பெருந்தன்மையுடன் மிகுந்த பாசாங்குடன் சொல்கிறான்.)

தீப்தி: நிர்மலாவுக்கு கொஞ்சம் ப்ராப்ளம்ஸ். விவாகரத்து பத்தி யோசிச்சிக்கிட்டு இருக்கா. அதைப் பத்தி நாங்க எழுதிகிட்ட மெயில் உன் ஐடிக்கு போனது தெரிஞ்சாலே அவ அப்செட் ஆயிடுவா இல்லையா? அதுதான்... நான்...

(சுரத்தற்ற வார்த்தைகளில் பேச ஆரம்பித்த வளைப் பாதியில் இடைமறிக்கிறான்.)

நிக்கில்: எனக்கு தெரியவேண்டிய அவசிய மில்லைன்னு சொன்னேனே?

தீப்தி: (கைப்பையை எடுத்து மாட்டிக்கொள்கிறாள்.) சரி நான் போறேன். லேட் ஆயிடுச்சு. ஹே... காலேஜ் ரோட்ல புதுசா தாய் ரெஸ்டாரண்ட் ஒண்ணு ஓப்பன் பண்ணியிருக்காங்க. இன்னைக்கு ஈவினிங் போனா என்ன?

நிக்கில்: (இடது கையை வயிற்றுக்குக் குறுக்கே மடக்கிக் குனிந்து தொப்பியைக் கழற்றி அவளை வணங்குவதுபோல அபிநயித்து மிடுக்காகச் சொல்கிறான்) உத்தரவு மேடம். என் எஜமானி சொல்லி நான் ஏதாவது செய்யாமல் இருந்திருக்கேனா?

தீப்தி: (அவனைச் செல்லமாகக் கன்னத்தில் தட்டி) போடா ராஸ்கல். (சொல்லிவிட்டு உதட்டைக் குவித்துக் காற்றில் முத்தமிட்டுத் திரும்பி விரைகிறாள்.)

மேடையின் ஒரு பக்கமாய் வருகிறாள்.

மேடையில் நிக்கில் மட்டும் இருக்க அவன்மேல் ஸ்பாட் விளக்கு விழுகிறது.

நிக்கில்: (இன்டர்காமை அழுத்தி) வின்சென்ட்... சின்ன சந்தேகம். ஒரு மெயிலை தப்பா டெலீட் பண்ணிட்டேன். ட்ராஷ் கேனையும் எம்ப்ட்டி பண்ணிட்டேன். அந்த மெயிலை ரிட்ரீவ் பண்ண முடியுமா?

மேடையின் இன்னொரு பக்கம் விளக்கு வெளிச்சம் விழுகிறது. தீப்தி நிற்கிறாள். செல்ஃபோனை அழுத்திப் பேசுகிறாள்.

தீப்தி: ஹலோ மூர்த்தி... ஒரு சின்ன சந்தேகம். ஒரு மெயிலை தப்பா டெலீட் பண்ணிட்டேன். ட்ராஷ் கேனையும் எம்ப்ட்டி பண்ணிட்டேன். அந்த மெயிலை ரிட்ரீவ் பண்ண முடியாதில்லையா?

(விளக்கு அணைகிறது.)

**திரை**

●

# இரண்டாம் மரணம்

## கதாபாத்திரங்கள்

சுந்தரம்

மனைவி சவிதா

நண்பர்கள் இருவர்

டாக்டர் , நர்ஸ்

அலுவலக அதிகாரி நம்பிராஜன்

●

## அரங்க அமைப்பு

மேடை அமைப்பு மூன்று பிரிவுகளாய் இருக்கிறது.

மேடையின் நடுவில், மூன்று பக்கங்களிலும் திரை போட்டு நடுவில் திறந்திருக்கும் ஐசியு பகுதி. அதன் நடுவில் மருத்துவமனைக் கட்டில். முழுவதும் வெள்ளைநிறப் படுதாவால் மூடி முகம் மட்டும் தெரியும்படி அதில் வயதான ஒருவர் படுத்திருக்கிறார். தலைக்குப் பின்னால் இருக்கும் சிறிய மேஜையில் மருந்து பாட்டில்களும் இதர மருத்துவமனைப் பொருட்களும் உள்ளன. ஒரு டிரிப் பாட்டில். படுத்துக் கொண்டிருப்பவருக்கு மேலே பார்வையாளர்களுக்கு நான்றாகத் தெரிகிற மாதிரி, இருதயத் துடிப்பு காட்டும், பெரிய பல்ஸ் மானிட்டர். அதில் அலை அலையாய் அவர் இருதயத் துடிப்பு பச்சைநிறத்தில் திரையில் பிரதானமாகத் தெரிகிறது. ஐசியு பகுதிக்கு முன்னால் வரிசையாக மூன்று நாற்காலிகள் போடப் பட்டிருக்கின்றன.

மேஜையின் வலது புறம். ஆடம்பரமில்லாத ஒரு வீட்டின் வரவேற்பறையைப் பிரதிபலிக்கும் செட்.

மேடையின் இடது புறம் ஒரு டேபிள், சேர் போட்ட இடம். இது மருத்துவமனையின் டாக்டர் அறையாகவும் அலுவலகத்தில் அதிகாரி நம்பிராஜன் அறையாகவும் உபயோகப்படுத்தத் தோதாக மேஜையின் மேலுள்ள பொருட்கள் மாற்றி அமைக்கப்படும்.

# காட்சி – 1

மெல்லிய நீல விளக்கு ஐசியு பகுதியில் படுக்கையின் மேல் விழுகிறது. நர்ஸும் நோயாளியைப் பரிசோதிக்கிற டாக்டரும் தெரிகிறார்கள். டாக்டர் ஏதோ சொல்ல நர்ஸ் தலையை அசைத்துக் கொண்டிருக்கிறார்.

வெளிச்சம் இன்னும் பரவுகிறது. ஐசியு அறைக்கு முன்புறம் இருக்கும் வரிசையான நாற்காலிகள் ஒன்றில் சுந்தரம் காத்திருப்பது தெரிகிறது. கொஞ்சம் படபடப்பாக இருக்கிறான்.

நர்ஸ் ஐசியு பகுதியிலிருந்து வெளியே வரும்போது சுந்தரம் அவளைப் பார்த்ததும் எழுந்திருக்கிறான். அவள் ஒன்றும் சொல்லாமல் விரைகிறாள்.

மேடையில் இடப்பக்கத்திலிருந்து இரண்டு நண்பர்கள் வருகிறார்கள். ராஜகோபாலன், சாமிநாதன்.

*ராஜகோபால்:* என்னப்பா, அப்பாவுக்கு என்ன ஆச்சு திடீர்னு?

*சுந்தரம்:* நேத்துகூட நல்லாதான் இருந்தாரு. காத்தால எழுந்தப்ப அவர் ரூம் மூடியே இருந்தது. ஆறு மணிக்கே எழுந்து வாக்கிங் போறவராச் சேன்னு உள்ள போனோம். அப்பா தரையில விழுந்துகிடந்தாரு. கட்டில்லருந்து சரிஞ்சி விழுந்தாப் போல, வேட்டியெல்லாம் கலைஞ்சிருந்தது. அவருக்கு

நினைவே இல்ல. அப்பிடியே உக்காந்த நிலையிலயே பாத்ரூம் போயிருந்தாரு. கை காலெல்லாம் தளர்ந்து போயிருந்தது. ‘அப்பா அப்பா’ன்னு கூப்ட்டா ரொம்ப கஷ்டப் பட்டுதான் பதில் சொன்னாரு. *(பேச முடியாமல் தடுமாறுகிறான்.)*

*சாமிநாதன்:* *(அவன் தோள்மேல் கைபோட்டு ஆசுவாசப் படுத்துகிறார்.)* அவருக்கு High BP இருந்ததுல்ல? போன வருஷம் கிட்னி ப்ராப்ளம்னு பத்து நாள் ஆஸ்பத்திரில இருந்தாரே?

*(சுந்தரம் ஆமாம் என்பதாகத் தலையாட்டுகிறான்.)*

*சுந்தரம்:* மூச்சுவிடவே சிரமப்பட்டாரு. டேபிள்மேல நெஞ்சு வலிக்கு சாப்படற மாத்திரை இருந்தது. யாரோ ஆம்புலன்ஸ் வரவழைச்சாங்க. அக்கம் பக்கத்துல எல்லாரும் கைபிடிச்சி ஏத்தி விட்டாங்க.

*ராஜகோபாலன்:* இப்ப என்ன சொல்றாங்க?

*சுந்தரம்:* ஸ்கேன் எடுத்திருக்காங்க. டாக்டர் வந்தாதான் தெரியும். நாக்கு குழறிடிச்சு. பேசக்கூட முடியலப்பா. என்னமோ சொல்ல வராரு ஆனா முடியலை. வழி நெடுக என்னை வெறிச்சுப் பார்த்தபடியே வந்தாரு. பயந்துட்டாருபோல. என் கையை கெட்டியா பிடிச்சிகிட்டே இருந்தாரு. *(கண் கலங்குகிறான்.)*

*சாமிநாதன்:* கண் கலங்காதப்பா. நீதான் தைர்யமா இருக்கணும். ஒண்ணும் பெரிசா இருக்காது. உடம்பு தேறிடுவாரு. பயப்படாத.

*(டாக்டர் வருகிறார். அவர்களுக்குள் சுந்தரம் யார் என்பதுபோல தேடுகிறார். சுந்தரம் அவர் அருகில் செல்கிறான்.)*

*டாக்டர்:* நான் டாக்டர் சூர்யா. உங்க அப்பா Brain Hemorrhageஆல பாதிக்கப்பட்டிருக்காரு. ரத்த அழுத்தம் ரொம்ப அதிகமா இருந்ததால அவர் மூளைல ரத்தக் குழாய்கள் வெடிச்சிருக்கு.

கொஞ்சம் இன்டர்னல் ப்ளீடிங் இருக்கு. அந்த ரத்தக் கசிவால மூளையில இருக்கற தசைகள் மேல அழுத்தம் அதிகமாகி மூளையோட செயல்பாடு பாதிக்கப்பட்டிருக்கு. இதை Intra cranial hemorrhageன்னு சொல்லுவோம். கொஞ்சம் கிரிட்டிக்கல் கண்டிஷன்தான்.

சுந்தரம்: சரியாயிடறதுக்கு வாய்ப்பு இருக்கா டாக்டர்?

டாக்டர்: முதல்ல அவரோட ப்ளட் ப்ரஷரை கன்ட்ரோல் பண்ணணும். ஏற்கெனவே ஒரு கிட்னி ப்ராப்ளம் இருக்கற நோயாளி. கொஞ்சம் சிக்கலான கேஸ்தான் மிஸ்டர் சுந்தரம். ஐசியூல வச்சி அப்சர்வ் பண்றோம். மெடிகேஷனுக்கு எப்படி ரெஸ்பாண்ட் பண்றார் பாப்பம். அவர் உடம்பு கண்டிஷன், மெடிகல் ஹிஸ்ட்ரி எல்லாம் வச்சி பாத்தா ரிகவரி கொஞ்சம் மெல்லதான் இருக்கும். நாலஞ்சு நாள் போனாதான் சொல்ல முடியும். சிஸ்டர்... அவருக்கு அட்மிஷன் ஃபார்மாலிட்டீஸ் சொல்லிடுங்க. அவர்கிட்ட DIL லிஸ்ட்ல கையெழுத்து வாங்கிடுங்க. க்ளோஸ் மானிடரிங் இருக்கணும். வைட்டல்ஸ் ஏதாவது ட்ராப் ஆனா எனக்கு உடனே இன்ஃபார்ம் பண்ணுங்க. Let us hope for the best மிஸ்டர் சுந்தரம்.

(சுந்தரம் அவரை வணங்கிவிட்டு அவர் போவதையே பார்த்துக்கொண்டிருக்கிறான். நண்பர்கள் டாக்டருக்கு வழிவிட்டு நிற்கிறார்கள்.)

நர்ஸ்: (படிவங்களைத் தருகிறாள்.) இந்த ஃபார்ம் எல்லாம் ஃபில் அப் பண்ணி கௌன்டர்ல குடுத்துடுங்க. அட்வான்ஸ் இருபத்து அஞ்சாயிரம் கட்டிருங்க சார். மூணு நாளைக்கு ஒரு தரம் பில் அப்டேட் பண்ணிருவம். அப்பப்ப பே பண்ணிடுங்க. காஷ் குடுத்தா நல்லது. கிரெடிட் கார்டுக்கு ஒண்ணரை பர்சென்ட் சர்வீஸ் சார்ஜஸ் போடுவம்.

ராஜகோபாலன்: என் கிரெடிட் கார்ட் யூஸ் பண்ணிக்கப்பா.

சுந்தரம்: பரவால்லப்பா.

ராஜகோபாலன்: கட் ஆஃப் டேட் தாண்டிருச்சி அதனாலதான் சொல்றேன். அடுத்த மாசம் பத்தாம் தேதி பணம் கட்டினா போதும்.

நர்ஸ்: அட்டெண்டர்னு யாராவது ஒருத்தர் தாங்க இருக்கணும். மெடிசின்ஸ் குடுத்துட்டு ரீ ஆர்டர் ஃபார்ம் உங்ககிட்ட தருவாங்க. ஃபார்மஸில வாங்கிக் குடுத்துருங்க. *(போகிறாள்.)*

சாமிநாதன்: சாப்பாட்டுக்கு நீ என்ன பண்ணப்போற? உன் வொய்ஃப் ஊர்ல இல்லையே... மதுரை போயிருக்காங்கல்ல? நாலு நாள் கழிச்சில்ல வருவாங்கன்ன.

சுந்தரம்: இங்க கேன்டீன் இருக்குப்பா.

சாமிநாதன்: எதுக்குப்பா கேன்டீன்ல? நான் வரும்போது எடுத்துகிட்டு வரேன்.

சுந்தரம்: வேண்டாம்பா... உங்களுக்கு என்னாத்துக்கு வீண் சிரமம்?

சாமிநாதன்: என்னப்பா சிரமம்? ஃப்ரெண்டா இதுகூட பண்ணமாட்டனாப்பா?

ராஜகோபாலன்: நான் சங்கர், ஃபிரான்ஸிஸ்கிட்ட சொல்லி யிருக்கேன். உங்கூட இருப்பாங்க. நான் சாய்ந்தரமா வரேன். உன்னை தனியாவிட்டா நீ கவலைப்பட்டுக்கிட்டு உக்காந்திருப்ப. பேச்சுத் துணைக்கு ஆச்சு.

*ராஜகோபாலன் போக எத்தனிக்கும்போது எதிரிலிருந்து இன்னொருவர் வருகிறார். அவர் சுந்தரத்தின் அலுவலக அதிகாரி நம்பிராஜன்.*

சுந்தரம்: சார், குட்மார்னிங். உங்களுக்கு ஃபோன் பண்ணணும்னு இருந்தேன்.

நம்பிராஜன்: குமார் ஃபோன் பண்ணி சொன்னாம்பா. அதான் ஆபீஸ் போறதுக்கு முன்னால பாத்துட்டுப் போலாம்னு வந்தேன். பயப்படாத. கடவுள் இருக்கார். எல்லாம் சரியாயிடும்.

சுந்தரம்: தேங்க்ஸ் சார்.

நம்பிராஜன்: அவசரமில்லை. ரெண்டு நாள் போட்டும். முடிஞ்சா ரெண்டு மணிநேரம் ஆபீஸ் வந்து உன் ஃபைல்ஸ் எது எங்க இருக்கு, என்னா பெண்டிங் வேலைன்னு கொஞ்சம் சொல்லிட்டுப் போயிட்டா எனக்கு கொஞ்சம் சௌகர்யமா இருக்கும்.

சுந்தரம்: வரேன் சார்.

நம்பிராஜன்: டெஸ்பாட்ச் ஷெட்யூல்லாம் ஷேர் ஃபோல்டர்ல தான இருக்கு? பாஸ்வேர்ட் ப்ரொட்டக்டட் ஒண்ணும் இல்லையே?

சுந்தரம்: இல்ல சார். எல்லாம் என் டெஸ்க்டாப்லதான் இருக்கு.

நம்பிராஜன்: நான் சமாளிச்சுக்கறேன். நீ ஆபீஸ் பத்தி கவலைப்படாத. நாங்க பாத்துக்கறோம். ஏதாவது ஹெல்ப் வேணுன்னா கேளு. அப்பாவை பாத்துக்க... லேட்டாயிருச்சு, வரட்டா?

சுந்தரம்: சரி சார்.

நண்பர்கள்: வாப்பா... பணம் கட்டிட்டு வந்துடலாம்.

(அவனை அழைத்துச் செல்கிறார்கள். அவர்கள் பேச்சு சன்னமாய்க் கேட்கிறது...

‘ரொம்ப தேங்க்ஸ் பா. நீங்கல்லாம் இல்லைன்னா நான் ரொம்ப திண்டாடியிருப்பேன்.’

‘அட பரவால்லப்பா. இதுக்கெல்லாம் தேங்க்ஸ் சொல்லிகிட்டு.’

மேடையின் முன் பகுதியில் வெளிச்சம் மங்குகிறது.

ஐசியு பகுதி மட்டும் சன்னமான நீல ஒளியால் நிறைகிறது. கொஞ்சம்போல அந்த நோயாளியின் உருவமும் இருதயத் துடிப்பு காட்டும் இயந்திரமும் மட்டும் தெரிகின்றன.

இருதயம் அடிக்கும் லப் டப் லப் டப் ஒலி பெரிதாய்க் கேட்கிறது.)

சுந்தரத்தின் குரல் மட்டும் ஒலிக்கிறது.

அந்த மருத்துவமனையில் மனம் படபடக்க கவலையோடு காத்திருக்கும் எங்கள் மனச்சுமை தொடங்கியது. நாளாக ஆக அப்பாவின் நிலைமை கவலைக்கிடமாக மாறியது. உடம்பு முழுக்கப் பொத்தல் போட்டு ஒவ்வொரு திசையிலும் ஒரு குழாய் நீண்டிருந்தது. அந்த வார இறுதியில், அவர் இயக்கங்கள் அத்தனையும் செயலற்றுப் போய், இருதயம் மட்டும் துடித்துக் கொண்டிருக்க, திரையில் மட்டும் அவர் உயிரின் அடையாளம் தெரிந்தது. கூப்பிட்டால் கேட்காமல், உலுக்கினால் உணராமல், அயர்ந்த நித்திரையில் உறைந்துபோனார் அப்பா.

(இருட்டு கவிகிறது.)

## காட்சி – 2

ஐசியுவின் மேல் சன்னமாய் வெளிச்சம். அதைத் தொடர்ந்து மேடையின் இடப்புறம் டாக்டர் அறையில் வெளிச்சம் விழுகிறது. அவர் தன் இருக்கையில் உட்கார்ந்து என்னமோ எழுதிக் கொண்டிருக்கிறார். பக்கவாட்டில் இருக்கும் நாற்காலிகளில் சுந்தரமும் அவர் மனைவியும் அமர்ந்திருக்கிறார்கள். டாக்டர் கையெழுத்திட்டு முடித்து பேனாவைச் சட்டைப் பையில் வைத்துவிட்டு நிமிர்ந்து பார்க்கிறார்.)

டாக்டர்: நீங்க அவருக்கு ஒரே சன்னா? கூடப் பொறந்தவங்க யாரும் இல்லையா?

சுந்தரம்: நான் ஒரே பையன்தான் டாக்டர். ஏன் கேக்கறீங்க?

டாக்டர்: நான் சொல்றதை கொஞ்சம் நிதானமா, கவனமாக் கேட்டுக்கங்க. ப்ரெயின் ஹெமரேஜ்னால அவர் மூளைக்கு போக வேண்டிய ஆக்ஸிஜன் அளவு சரியாப் போகாம அவர் மூளையோட செயல்பாடுகள் கொஞ்சம் முடங்கிப்போயிருச்சு. மூளையில இருக்கற ரத்தக் கசிவை சரிபண்ற ஆபரேஷன் கொஞ்சம் சிக்கலானது. அதுக்கு பேஷன்ட்டோட உடல் நலம் நல்லா இருக்கணும். உங்க அப்பாவுக்கு உடம்பு கொஞ்சம்கூட தேறலை. மூணாவது நாள் நிமோனியா காய்ச்சல் வந்தது. அதுவும் தீவிரமான நிமோனியா. அதுக்காக கொஞ்சம் ஸ்ட்ராங்கா மெடிகேஷன் பண்ண வேண்டியிருந்தது. மருந்துகளோட வீரியம் தாங்காம கிட்னி இன்னும் மோசமாயிருச்சு. டயாலிஸிஸ் பண்ண வேண்டிய கட்டாயம். டயாலிஸிஸ் பண்ணா அந்த ஸ்ட்ரெய்னைத் தாங்க முடியலன்னா கார்டியாக் அரெஸ்ட் வர வாய்ப்புகள் இருந்தது. வேற வழியில்ல. உங்ககிட்ட பர்மிஷன் வாங்கிகிட்டு செஞ்சோம். நாங்க பயந்த மாதிரியே கார்டியாக் அரெஸ்ட் வந்தது. அதிர்ஷ்டவசமா ரிவைவ் பண்ணிட்டோம். இப்ப... அவருக்கு Multiple organ failure. ஒவ்வொரு பாகமா நின்னுடுச்சு. எங்களால முடிஞ்சதைச் செஞ்சோம். இனி மேற்கொண்டு எதுவும் செய்யவும் முடியாது. செய்யறதில பிரயோஜனமும் இல்லை. இருதயம் மட்டும் இன்னும் அடிச்சிக்கிட்டு இருக்கு, அவ்வளவுதான். அதுகூட வென்டிலேட்டர் சப்போர்ட்ல இருக்கறதால.

சவிதா: வென்டிலேட்டர்ங்கறது?

டாக்டர்: அவர் மூச்சுவிட சப்போர்ட் பண்ற கருவின்னு வச்சிக்கங்களேன். மெஷினை நிறுத்தினா

அவர் மூச்சுவிடறதும் நின்னுபோயிரும். நான் சொல்றது உங்களுக்கு புரியுதுன்னு நம்பறேன். அதனால உங்க உறவுக்காரங்க எல்லாரு கிட்டயும் தகவல் சொல்லிடுங்க. யார் யாரு வந்து பாக்கணுமோ வந்து பாத்துரட்டும்.

சுந்தரம்: எல்லாரும் வந்து பாக்கட்டும்னா? அவரு இறந்துபோயிட்டாருன்னு சொல்றீங்களா?

டாக்டர்: மருத்துவரீதியா அவர் இறந்துபோயிட்டாரு சார். ஒரு ஆளு இயங்கறதுக்குக் காரணம், மூளைதான். அவர் மூளை வேலை செய்யறது நின்னுபோச்சு. காது கேக்காது, கண்ணு தெரியாது. தொட்டா உணர முடியாது. ஒரு கத்தி வச்சி அவரை குத்தினீங்கன்னா வலி தெரியாது. புரியுதுங்களா? அமெரிக்கா மாதிரி இடங்கள்ல எல்லாம் ஒரு ஆள் இறந்து போயிட்டாரா இல்லையான்னு அவர் மூளை இயங்கறதை வச்சிதான் தீர்மானிக்கறாங்க. மூளை இயங்கறது நின்னு போச்சுன்னா அவர் இறந்துபோனதா முடிவுபண்ணி லைஃப் சப்போர்ட் சிஸ்டம்ஸ் எடுத்துடறதுக்குக்கூட அங்க அனுமதி இருக்கு. ஆனா அந்த முடிவை எடுக்க வேண்டியது நீங்க. உங்க சம்மதம் இல்லாம அப்படி செய்ய முடியாது.

சுந்தரம்: இது கோமாவா?

டாக்டர்: கோமா இல்ல சார். கோமாங்கறது நினைவு இழக்கற தற்காலிக நிலை. கோமால இருக்கறவங்க இன்னைக்கு இல்லன்னா ஒரு வாரமோ ஒரு மாசமோ கழிச்சி மீண்டுவர வாய்ப்பு இருக்கு. இவர் அப்பிடி இல்ல. He is clinically dead. நீங்க ஒரு வாரம் இல்லை ஒரு மாசம் இல்லை ஒரு வருஷம் காத்திருந்தாலும் அவரு திரும்பி வரப்போறதில்லை. அதனால நீங்க எல்லாரும் கலந்து பேசிட்டு ஒரு முடிவுக்கு வாங்க.

சுந்தரம்: முடிவுன்னா?

டாக்டர்: நீங்க சொன்னீங்கன்னா நாங்க வென்டிலேட்டரை நிறுத்திடுவோம்.

சுந்தரம்: நிறுத்திடுவோம்னா? மிஷினை நிறுத்தி அவரை கொன்னுடச் சொல்றீங்களா?

சுந்தரம் அவரிடமிருந்து எழுந்துபோய் அப்பா அருகில் நின்று பார்க்கிறான்.

சுந்தரம்: அப்பா... அப்பா... கொஞ்சம் கண்ணைத் திறந்து பாருங்க. நான் பேசறது கேக்குதா?

டாக்டர்: மிஸ்டர் சுந்தரம், நான் சொல்றேன் இல்லையா? நீங்க பேசறது அவருக்கு கேக்காது.

சுந்தரம்: கார்ல தூக்கிகிட்டு வரும்போது என்னமோ சொல்ல வந்தாரு. வழி நெடுக என் கையைப் பிடிச்சிகிட்டுருந்தாரு. பயந்துட்டாரா? என்ன சொல்லவந்தாரு சவிதா? கடைசியா அவர்கிட்ட என்ன பேசினேன்னுகூட ஞாபகம் இல்லை. மூக்குக் கண்ணாடி ஃபிரேம் வளைஞ்சு போச்சு, மாத்தணும்னு ரெண்டு தடவை சொன்னாரு. ஆபீஸ் வேலைல கூட்டிப்போக மறந்துட்டது. சுஜாதா புஸ்தகம் கேட்டாரோ?

டாக்டர்: மிஸ்டர் சுந்தரம். நான் ஒரு டாக்டரா இல்லாம ஒரு ஃப்ரெண்டா சொல்றேன். இனிமே செய்ய ஒண்ணும் இல்லை. இன்னைலருந்து நாங்க ட்ரீட்மெண்ட்கூட பார்க்கப் போறதில்லை. வெறுமன ஐசியுல வச்சி மானிடர் பண்ணப்போறம். இது சிட்டில இருக்கற காஸ்ட்லியான ஹாஸ்பிட்டல்ல ஒண்ணு. நிறைய செலவாகும். நீங்க தைர்யமா முடிவு எடுக்கணும்.

சுந்தரம்: அசந்து தூங்கறா மாதிரி இருக்கு. கன்னத்துல தொட்டா வெதுவெதுப்பா இருக்கு. முகம் என்ன அமைதியா இருக்கு பாருங்க. செத்துப்

போனவர் மாதிரியா இருக்கு? எனக்கு மனசு ஒப்பலை. இருதயம் அடிச்சிகிட்டு இருக்கற வரு வாயிலருந்து ட்யூபைப் புடுங்க என்னால முடியாது.

டாக்டர்: இப்ப ஒண்ணும் அவசரம் இல்லை. உணர்ச்சி வசப்பட வேணாம். அவசரமில்லை. யோசிச்சிட்டு நிதானமா சொல்லுங்க. உங்க வொய்ஃப் கிட்ட பேசுங்க. உறவுக்காரங்ககிட்ட பேசுங்க. உங்க நிலைமைல நான் இருந்தாலும் எனக்குக் கூட முடிவெடுக்கறது கஷ்டம்தான். ஆனா நீங்க ப்ராக்டிகலாவும் யோசிக்கணுமில்லையா?

(சுந்தரத்தைத் தோளில் தட்டிக்கொடுத்து விட்டு டாக்டர் போகிறார். சுந்தரம் அப்பாவைப் பார்த்தபடி நின்றுகொண்டிருக்க, சவிதா அருகில் வந்து அவனைத் தேற்றுகிறாள்.)

விளக்கு அணைகிறது.

இசைக்குப் பிறகு சுந்தரத்தின் குரல் ஒலிக்கிறது.

இரண்டாம் வாரம். சவ்லான் வாசனை. ஐசியு அறையின் ஏசிக் குளிர். இயந்திரத் திரைகளின் பச்சைவர்ணத் துடிப்பு. ஐம்பது ரூபாய்க் கவனிப்பில் ஐசியுவில் டாக்டருக்குத் தெரியாமல் இரண்டு நிமிடம் அனுமதிக்கும் நர்ஸ் பொன்னம்மா. எல்லாம் பழகிப்போய் ஆஸ்பத்திரி மரத்துப்போய்விட்டது. மருந்துகள் நிறுத்தப்பட்டு வெறும் அட்ரினலின் உந்துதலில் இருதயம் மட்டும் இன்னும் சீராக அடித்துக்கொண்டிருக்க, நான் அவ்வப்போது அவர் காதருகில் குனிந்து ‘அப்பா...’ என்று அழைத்துக்கொண்டிருந்தது தெரியாமல், அப்பா மௌனமாய் அடங்கிப்போனார். நான் இன்னும் நம்பிக்கையோடு காத்திருந்தேன்.

## காட்சி – 3

ஐசியுவின் மேல் வெளிச்சம். பிறகு சுந்தரத்தின் வீடு தெரிகிறது. சுந்தரம் வீட்டிற்குள் நுழைகிறான்.

சவிதா: (சோபாவில் சரிந்து தூங்கிக்கொண்டிருந்தவள் எழுந்திருக்கிறாள்) என்ன இவ்வளவு நேரம் கழிச்சி வரீங்க?

சுந்தரம்: இன்னைக்கு அவருக்கு பிறந்தநாளு. மறந்துட்டியா?

சவிதா: ஞாபகம் இருக்கு. (இறந்துபோனவருக்கு பிறந்தநாளா என்பதுபோல இழுக்கிறாள்.)

சுந்தரம்: ஆஸ்பத்திரி வார்ட்லயே கேக் வாங்கி வெட்டி நர்ஸ் எல்லாருக்கும் கொடுத்து, சின்னதா செலிப்ரேட் பண்ணோம்.

சவிதா: (அவனை ஆழ்ந்து பார்த்தபடி) இன்சூரன்ஸ் விசாரிச்சீங்களா?

சுந்தரம்: கிடைக்கல... எழுபது வயசுக்கு மேல இருக்கறவங்களுக்கு இன்சூரன்ஸ் கிடைக்காதாம். அதுவும் இப்ப சீக்கா விழுந்தப்பறம் வாய்ப்பே இல்லைங்கறாங்க. மொதல்லயே பண்ணியிருக்கணும்.

சவிதா: இந்த ஆஸ்பத்திரி கொஞ்சம் காஸ்ட்லி வேற. கிரெடிட் கார்ட் தயவுல இத்தனை நாள் ஓட்டியாச்சு. பிஎஃப்ல கைவச்சாச்சு. குழந்தை பேர்ல இருந்த ஃபிக்ஸ்ட் டெபாசிட்டை ஏற்கனவே உடைச்சாச்சு. அங்கே இங்கேன்னு அஞ்சு பத்துன்னு கடன். ஏதாவது கவர்ன்மெண்ட் ஆஸ்பத்திரிக்கு டிரான்ஸ்ஃபர் பண்ண முடியுமா பாருங்களேன்.

சுந்தரம்: கவர்ன்மெண்ட் ஹாஸ்பிட்டலா? சேச்சே... அங்கல்லாம் சரியா கவனிக்கவேமாட்டாங்க.

சவிதா: பின்ன பணத்துக்கு என்ன பண்ணப்போறீங்க?

சுந்த்ரம்: சிட்லப்பாக்கத்துல அரை கிரவுண்டு நிலம் இருக்குல்ல? அதை விக்க முடியுமா பாக்கலாம்.

சவிதா : குருவி சேக்கறா மாதிரி சேத்து வாங்கின நிலம்ங்க அது. (மேஜை மேலிருக்கும் அவன் பையை எடுத்துக்கொண்டு சமையலறைக்குள் போகிறாள்.)

சுந்தரம் சரிந்து சோபாவில் உட்காருகிறான். ஒரு பாட்டு ஒலிக்கிறது.

'எங்கிருந்தோ வந்தான்
இடைச்சாதி நான் என்றான்
இன்றிவனை யான் பெறவே
என்ன தவம் செய்துவிட்டேன்.
கண்ணன்... எங்கிருந்தோ வந்தான்...'

சோபாவில் சரிந்து உட்கார்ந்திருந்தவன் மெல்ல எழுந்து பாட்டு வரும் திசையைப் பார்க்கிறான்.

சவிதா: பக்கத்து வீட்ல டீவி...

சுந்தரம்: அப்பாவுக்கு புடிச்ச பாட்டு. இந்தப் பாட்டு கேக்கும்போது அவர் ஞாபகம் மனசை நிறைக்குது. அவரு வீட்டுக்குள்ள இருக்கறா மாதிரிதான் தோணுது. (எழுந்து மேடையின் விளிம்பில் இருக்கும் அவர் அறையைப் பார்த்தபடி பேசுகிறான்.) அவர் ரூம்ல வழக்கம் போல ஈசி சேர்ல உக்கார்ந்துகிட்டு புஸ்தகம் படிச்சுகிட்டிருக்கா மாதிரி உணர்வு. வீடு முழுக்க அவர் தடயம்தான் தெரியுது. டேபிள்மேல அவரு கடைசியாகக் கேட்ட கீரன் ராமாயண கேசட். புஸ்தக அலமாரில பாலகுமாரன் புஸ்தகம். நைலான் கயித்துல தொங்கற அவர் வேட்டி, அவரைப் பாத்து கிட்டிருக்கற அம்மாவோட ஃபோட்டோ. மருந்து பேர் எல்லாம் எழுதிவச்சி வரிசையா

அடுக்கிவச்சிருக்கற மருந்துப் பெட்டி. எல்லாம் அவரு திரும்பி வரக் காத்து கிட்டிருக்குங்கற மாதிரி...

சவிதா: அவரு திரும்பி வரப் போறதில்லைங்க...

சுந்தரம்: கொஞ்சம் குடிக்க தண்ணி எடுத்தா.

*(சவிதா உள்ளே போகிறாள்.)*

சுந்தரம்: அவரை ஆஸ்பத்திரில விட்டுட்டு இங்க வந்து தூங்கறதுகூட உறுத்தலா இருக்கு. அவரு அங்க தனியா இருப்பாருன்னு நினைச்சாலே கஷ்டமா இருக்கு.

*(சவிதா தண்ணீருடன் திரும்பி வருகிறாள்.)*

சவிதா: சாப்டறீங்களா?

சுந்தரம்: இல்ல... கேன்டீன்ல எதோ சாப்ட்டேன். குழந்தைங்க தூங்கியாச்சா? *(அமருகிறான்.)*

சவிதா: இப்பதான் அடி வாங்கிகிட்டு அழுதுகிட்டே தூங்குச்சுங்க ரெண்டும். ரகளை தாங்கல. ஆஸ்பத்திரிக்கு போய்ப் பாக்கணும்னு அடம். நீங்க காத்தால போயிட்டு ராத்திரி பன்னண்டு மணிக்கு வரீங்க. என்னால தனியா சமாளிக்க முடியலைங்க.

சுந்தரம்: அப்பா வீட்டுல இல்ல. அதுங்களால அவரை விட்டுட்டு இருக்க முடியலை. சொல்லத் தெரியல பாவம்..!

*(சவிதா அவன் அருகில் வந்து நிற்கிறாள்.)*

சவிதா: யோசிச்சீங்களா? இன்னும் எத்தனை நாளைக்குதான் காத்திருக்கப் போறீங்க? ரெண்டு வாரம் ஆயிடுச்சு. இதுவரைக்கும் ஐசியு, டயாலிஸிஸ், வென்டிலேட்டர், ஸ்பெஷலிஸ்ட் சார்ஜஸ்ன்னு நிறைய செலவாயிடுச்சு. கையில இருந்த சேவிங்க்ஸ் எல்லாம் துடைச்செடுத்தாச்சு.

சுந்தரம்: மாமாகிட்ட பேசியிருக்கேன். உதவி பண்றன்னு சொல்லியிருக்காரு. பணம் ஒரு பொருட்டில்ல சவிதா. சம்பாதிச்சிக்கலாம்.

சவிதா: எப்படி? இத்தனை நாளு லட்ச லட்சமா சம்பாரிச்ச மாதிரியா? இல்ல உங்க அப்பாதான் சொத்துபத்து வச்சிட்டுப் போயிருக்காரா? சொந்தமா வீடுகூட இல்ல. ரெண்டு பொட்டைப் புள்ளைங்களை வேற பெத்துப்போட்டாச்சு. போன வருஷம் ஆஸ்பத்திரில பத்து நாள் கிடந்ததுக்கே ஒரு லட்சம் ஆயிடுச்சு. இப்ப இன்னும்... நாளைக்கு அவரு இறந்து போயிட்டா, அதுக்கு வேற செலவு பண்ணணும்.

சுந்தரம்: சவிதா... ப்ளீஸ்... அவரு உயிரோட இருக்கும் போதே இப்படி பேசாத. இந்த முப்பத்தெட்டு வருஷமா என்னை அடிச்சதில்லை, கோவிச்சிக் கிட்டதில்லை. கஷ்டம்னா என்னன்னே தெரியாம என்னை வளர்த்தாரு. இப்ப அவரு மூச்சு விட்டுட்டு இருக்கறப்ப அவர் வாயிலந்து ட்யூபைப் பிடுங்கி அவரை நான் எப்படி சாகடிப்பேன்?

சவிதா: நீங்க சாகடிக்கலைங்க.

சுந்தரம்: நீ அவரை சீக்காளியா, சாகக்கிடக்கற ஆளா மட்டும் பாக்கற. எனக்கு அப்படி இல்ல...

சவிதா: அதுக்குன்னு இன்னும் ரெண்டு வாரம் இப்பிடி இழுத்துகிட்டுக் கிடந்தா இன்னும் செலவு பண்ணிட்டு என்னையும் என் புள்ளைங் களையும் தெருவில நிக்கவக்கப்போறீங்களா? வீட்டுச் செலவுக்கு எண்ணி எண்ணி செலவு பண்ணிக்கிட்டு, செத்துப்போன ஆளு வாயில குழாயைச் சொருகிக் காத்து அடிக்கிறதுக்கு ஆயிரமாயிரமா செலவு பண்றதுல எதுனா அர்த்தம் இருக்கா சொல்லுங்க. என்னால முடியலைங்க. எதை நினைச்சு கவலைப் படறதுன்னு தெரியல...

சுந்தரம்: நானே மனசு பாரத்துல கிடக்கறேன். நீயும் இப்படி பேசினா என்ன பண்றது?

சவிதா: எனக்கு அவரு மேல அக்கறை இல்லாம சொல்லலை. ஒரு வருஷம் இல்ல ரெண்டு வருஷம் இல்ல. பத்து வருஷமா அவரு சீக்காளி. காலைல கஞ்சி, மத்தியானம் சாப்பாடு, சாயந்தரம் டிபன். வீட்டுல மத்தவங்களுக்கு ஒரு சாப்பாடு, உப்பில்லாம அவருக்கு ஒரு சாப்பாடு. மாசாமாசம் அவரைக் கூட்டிகிட்டு ஆஸ்பத்திரி செக்கப், அவருக்கு வேளா வேளைக்கு மருந்து மாத்திரைன்னு ஓயாம பாத்துகிட்டன்ல? எனக்கு அக்கறையில்லையா?

சுந்தரம்: பின்ன ஏன் இப்படி பேசற?

சவிதா: எதார்த்தத்தை யோசிச்சுப் பாருங்க. அவசரம் ஆபத்துன்னா உதவறதுக்கு உங்களுக்கு கூடப் பொறந்தவங்க யாரும் இல்லை. நம்ம குழந்தைங்களை நாமதான் பாத்துக்கணும் இல்லையா? நம்ம நிலைமைல இந்த மாதிரி செலவைத் தாங்க முடியாதுங்க. நாளைக்கே நமக்குன்னு ஒண்ணு வந்தா யாருகிட்டப் போய் நிக்கறது? சொல்லுங்க.

சுந்தரம்: அதுக்காக இருதயம் அடிச்சிகிட்டு இருக்கற வரை மிஷினை நிறுத்தி கொல்லச் சொல்றியா?

சவிதா: அவரு உயிரோட இல்லீங்க. டாக்டர் சொன்னாருல்ல, இனிமே அவரு எழுந்து வரப்போறதில்லைன்னு. மூளை செத்துப் போச்சு, கிட்னி வேலை செய்யலை. ஒவ்வொரு பாகமா நின்னுபோயிருச்சு.

சுந்தரம்: செத்துப்போயிருந்தா இருதயம் மட்டும் ஏன் அடிச்சிகிட்டு இருக்கு? அவரு இன்னும் போராடறாருன்னுதான அர்த்தம். உள் மனசுல அவருக்கு வாழற ஆசை இருக்கு. அவரு திரும்பி வந்துடுவாருன்னு நான் வச்சிருக்கற

நம்பிக்கை அவரை வாழ வச்சிகிட்டு இருக்குதோ என்னவோ?

சவிதா அவனை மௌனமாய்ப் பார்க்கிறாள். அந்தப் பார்வையில் அவனை வியக்கிற மாதிரி தோன்றி, கூடவே அவனிடம் பேசிப் பிரயோஜனமில்லை என்பதுபோல விரக்தி தொனிக்கிறது. மெல்ல எழுந்து இனி அவனிடம் அது பற்றிப் பேசுவதில்லை என்பதுபோல கண்களைத் துடைத்துக்கொண்டு தீர்மானமாய் எழுந்து வெளியேறுகிறாள்.

இருள் கவிகிறது.

## காட்சி – 4

இந்தக் காட்சியில் சுந்தரத்தின் குரல் மட்டும் ஒலிக்க மற்ற நடிகர்கள் மேடையில் மௌனமாய் நடிக்கிறார்கள்.

சுந்தரம் படுக்கைக்கு முன்னால் மேடையில் நடுநாயகமாய் நின்றுகொண்டிருக்கிறான்.

மூன்றாவது வாரம்.

‘அப்பா அப்படியேதான் இருக்கிறார். அவரைச் சுற்றி இருந்தவர்கள்தான் கொஞ்சம் கொஞ்சமாய் மாறிப்போயிருக் கிறார்கள்.’

வீட்டுப் பக்கம் வெளிச்சம் விழுகிறது. சவிதா தலைவாரிக்கொண்டு, பையிலிருந்து எதையோ எடுத்துவைத்துக்கொண்டிருக்கிறாள்.

‘எங்களுக்கிடையே நடந்த வாக்குவாதத்திற்குப் பிறகு சவிதா அப்பாவைப் பற்றி பேசுவதை நிறுத்திவிட்டாள். என் தேவை களுக்கு இயங்குகிற இயந்திரம் மாதிரி அவள் மௌனமாய்ச் செயல்பட ஆரம்பித்தாள். அதன் பிறகு மருத்துவமனைக்குப் போவதையும் நிறுத்திக்கொண்டாள்.’

வெளிச்சம் அணைந்து அலுவலகத்தின் மேல் விழுகிறது. (அலுவலக மேஜையில் நம்பிராஜன் தனக்கு முன்னால் இருக்கும் யாரிடமோ பேசுகிறார்.) ‘அலுவலக வேலையாய் ஹைதராபாத்

போக வேண்டியிருந்த பயணத்திலிருந்து நான் விலகிக்கொள்ள எனக்கு மாற்றாக லோகநாதன் போனான். ஐந்தரை மணிக்கு நான் வீட்டுக்குக் கிளம்புவதில் நம்பிராஜன் முணுமுணுக்க ஆரம்பித்தார்.'

அவர்மேல் விளக்கு அணைந்து மேடையின் நடுப்பகுதியில் விழுகிறது.

*(ராஜகோபாலனும் சாமிநாதனும் சேரில் உட்கார்ந்துகொண்டிருக் கிறார்கள். ஒருவர் புத்தகம் படித்துக்கொண்டிருக்கிறார். இன்னொருவர் சேரிலேயே அமர்ந்து தூங்குகிறார்.)*

'மருத்துவரீதியான ஆச்சரியங்கள், தத்துவம், எல்லாம் பேசிக் களைத்து நண்பர்கள் சினிமா, அரசியல் என்று விவாதிக்க ஆரம்பித்தார்கள். ராஜகோபாலனும் சாமிநாதனும் வாரப் பத்திரிகைகள் கொண்டுவந்து படித்துக்கொண்டிருந்தார்கள். இதர நண்பர்கள் மருத்துவமனைக்கு வருவதை நிறுத்தி வீட்டுக்கு வந்து விசாரித்துக்கொண்டார்கள். ஐசியு நோயாளிகள் சிலர் இறந்தும் சிலர் குணமாகியும் போய் ஐசியுவின் வரவேற்பு அறையில் கவலை தோய்ந்த புதிய முகங்கள் வந்துசேர்ந்திருக்கின்றன.'

வீட்டின் மேல் வெளிச்சம் விழுகிறது.

சவிதா அப்பாவின் டைரியை ஆராய்ந்து அவர் நண்பர்கள், உறவினர்களின் பட்டியல் தயார்செய்து எல்லோருக்கும் தகவல் சொல்ல ஆயத்தமாய் இருக்கிறாள்.

மேடை முழுவதும் வெளிச்சம். எல்லோரும் அவரவர் இடங்களி லிருந்து எழுந்து வந்து சுந்தரத்தைச் சூழ்ந்து நின்றுகொண்டு அவனை உற்றுப் பார்க்கிறார்கள்.

'அப்பா உடம்புக்கு எப்பிடியிருக்கு?' என்று கேட்டுக் கொண்டிருந்தவர்கள் எல்லோரும் 'என்ன முடிவு பண்ணி இருக்கீங்க?' எனக் கேட்க ஆரம்பிக்கிறார்கள்.

## காட்சி – 5

**ஆ**பீஸ் பக்கம் வெளிச்சம்.

நம்பிராஜன்: *(தொலைபேசிப் பேச்சை அவசரமாய் முடித்துக்கொண்டு, கரிசனத்துடன்)* உக்காருப்பா. அப்பாவுக்கு…?

சுந்தரம்: அப்படியேதான் இருக்கு.

நம்பிராஜன்: ப்ரெயின் டெட்ன்னு டாக்டர் சொல்லிட்டாராமே?

சுந்தரம்: ஆமா... எதுக்கு கூப்ட்டீங்க?

நம்பிராஜன்: எம்டி கன்னாபின்னான்னு கத்தறாரு சுந்தரம். ப்ளான் பண்ணபடி நீ ஏன் ஹைதராபாதும் கொச்சினும் போகலைன்னு கேக்கறாரு. உன் நிலைமையைச் சொல்லிட்டம்பா. உனக்கு பதிலா லோகநாதனை அனுப்பினேன். அவன் சொதப்பிக்கிட்டு இருக்கான். மார்ச் டு ஜூலை சம்மர் டைம்தான் நம்ம வியாபாரத்துக்கு பீக் சீசன். ஒரு நாளைக்கு ஒரு டீலருக்கு பத்து கன்டெயினராவது மூவ் பண்ணியாகணும். அதுல பாதிகூட டிஸ்பாட்ச் ஆகமாட்டேங்குது. ஃபாக்டரில ஸ்டாக் ஏறிக்கிட்டு இருக்கு. டிரான்ஸ்போர்ட் கம்பெனிங்கல்லாம் லாரியை அனுப்பிட்டு காத்துக்கிட்டு இருக்காங்க. ப்ரொடக்ஷனுக்கும் டிஸ்பாட்சுக்கும் சுத்தமா கோஆர்டினேஷன் இல்லை.

சுந்தரம்: நான் என்ன பண்ணணும் சார்?

நம்பிராஜன்: ப்ரொடக்ஷன் ப்ளானிங் முதக்கொண்டு டிஸ்பாட்ச் ஷெட்யூல் வரைக்கும் நீதான் பண்ணியிருக்க. வேற யாரையாவது அனுப்பினா அவன் எப்பிடிப்பா சமாளிப்பான்? நீ ஹைதராபாத் கிளம்பிப் போ. வேற வழி இல்ல. பெனல்டி கிளாஸ் இருக்கப்பா டீலர் அக்ரீமெண்ட்ல. டிஸ்பாட்ச் சரியில்லன்னா லட்சக்கணக்குல லாஸ் ஆயிடும்ப்பா.

சுந்தரம்: எப்படி சார்... நான் இந்த நிலைமைல? கொஞ்சம் சப்போர்ட் பண்ணுங்க சார்.

நம்பிராஜன்: அப்பிடி ஹைதராபாத் போக முடியாத பட்சத்துல சாயந்தரம் உக்காந்து டிஸ்பாட்ச் ஷெட்யூல் போட்டு லோகநாதனோட கொஞ்சம் கோஆர்டினேட் பண்ணி சரி பண்ணுப்பா. நீ

அஞ்சி மணிக்கு கிளம்பிப் போயிடற. சமயத்துல காலைல லேட்டா வர்ற. ஒரு வாரம் பத்து நாளுன்னா சரி சுந்தரம். நாலு வாரம் ஆகப்போவுது.

சுந்தரம்: என்ன சார், வேலையில இருக்கற எட்டு வருஷத்துல எவ்வளவு நாள் லீவு எடுத்திருப்பேன்? எவ்வளவு நாள் ராத்திரி பன்னண்டு மணிக்கு போயிருக்கேன்? எவ்வளவு சாட்டர்டே சண்டே வொர்க் பண்ணியிருக்கேன்...

நம்பிராஜன்: அதெல்லாம் சரி. இப்ப இருக்கற பிரச்சனையை தீர்க்கப் பாருப்பா. அவரு நினைவோட இருந்தாலாவது பரவால்ல. நீ போறதுகூட அவருக்கு தெரியாது.

சுந்தரம்: சார், அது என் பர்சனல் மேட்டர்.

நம்பிராஜன்: சாரி, உன் பர்சனல் மேட்டர்தான். இதுல நான் தலையிட விரும்பல. ஆனா இப்ப உன் பர்சனல் மேட்டர் கம்பெனி மேட்டரா மாறிகிட்டு இருக்கு. இன்னிக்கு போகட்டும். நல்லா யோசி. உன்னால முடியாதுன்னா எம்டிகிட்ட சொல்றதைத் தவிர எனக்கு வேற வழியில்ல.

கோபமாய்த் திரும்புகிறார்.

விளக்கு அணைந்து மருத்துவமனைப் பகுதியில் வெளிச்சம் விழுகிறது.

சுந்தரம் மருத்துவமனைக்கு வருகிறான். அங்கே ராஜகோபால் காத்துக்கொண்டிருக்கிறான்.

சுந்தரம்: என்னப்பா, பணம் புரட்ட முடிஞ்சுதா?

ராஜகோபால்: மன்னிச்சிக்க சுந்தரம். நீ கேட்டதுல பாதிதான் புரட்ட முடிஞ்சது. திடீர்னு அவசரச் செலவு வந்துட்டது. நாளைக்கு மீதியைப் புரட்டி எடுத்துகிட்டு வந்துடறேன்.

சுந்தரம்: நாளைக்கு சனிக்கிழமை ஆச்சேப்பா?

ராஜகோபால்: அடடா, ஆமா... மறந்தேபோச்சு. திங்கக்கிழமை எடுத்தாந்துர்ரம்பா. சாரிப்பா. இன்னைக்கு பில் கட்டணுமோ? இப்ப என்ன பண்றது?

சுந்தரம்: கிரெடிட் கார்ட் என்ஹான்ஸ்மெண்ட் கேட்டிருந்தேன். கேட்டுப் பாக்கறேன். (செல்ஃபோனை எடுத்துப் பேசுகிறான்.)

ராஜகோபால்: சாரிப்பா... (மெல்ல நகர்ந்து போகிறார்.)

சுந்தரம்: மேடம் நான் சுந்தரம். நேத்து உங்ககிட்ட பேசினேன். கிரெடிட் கார்ட் லிமிட் ஒரு லட்சம் அதிகமா கேட்டிருந்தேன் மேடம். ஐம்பதாயிரம் தான் அப்ரூவ் ஆயிருக்கா? மெடிகல் எமர்ஜென்சி மேடம். போன வருஷத்து ஆவரேஜ் பாத்தா என்ன அர்த்தம்? மேடம் ப்ளீஸ்...

(துண்டிக்கப்பட்ட அலைபேசியைப் பார்க்கிறான். நர்ஸ் வருகிறாள்.)

சுந்தரம்: மேடம், இன்னைக்கு பணம் கட்டவேண்டிய நாள். சாரி, இன்னைக்கு முழுசா பணம் புரட்ட முடியலை. பாதிதான் இருக்கு. திங்கக்கிழமை எப்படியும் கட்டிடுவேன்.

நர்ஸ்: மூணு நாளைக்கு ஒரு தரம் பில் க்ளியர் பண்ணணும்னு சொன்னேன். இல்லீங்களா? நேத்தே கட்டியிருக்கணும். ஒரு நாளு லேட்டா இன்னைக்கு அதுல பாதிப் பணம் கட்னீங்கன்னா நான் என்ன பண்றது சார்? நீங்க மேனேஜர்கிட்ட பேசுங்க ப்ளீஸ்... உங்க சார்பா ஒவ்வொரு தடவையும் நான் அவர்கிட்ட பேசிப் பேசி என்னைக் கோச்சிக்கறார் சார். நீங்க பண்ற டிலேக்கு நான் திட்டு வாங்கிக் கட்டிக்கணும்னு எனக்கென்ன தலையெழுத்தா? சொல்லுங்க.

(நர்ஸ் போகிறாள். போகும்போது முனகிக் கொண்டே போகிறாள். 'பேசாம கவர்ன்மெண்ட் ஆஸ்பத்திரிக்கு மாத்திருங்கன்னா அதுவும் செய்யமாட்டேங்கறாரு...')

சுந்தரத்தின் செல்ஃபோன் அலறுகிறது.

வீட்டின் மேல் விளக்கு. சவிதா ஒரு பையில் சாமான்கள் வைத்தபடி பேசுகிறாள்.

சவிதா: டெலிஃபோன் பில் கட்டினீங்களா?

சுந்தரம்: ஓ... மறந்துட்டேன் சவிதா.

சவிதா: கிரெடிட் கார்ட் பில் வந்திருக்கு. அதுக்கு பணம் கட்டலை. முப்பத்தாறு பர்சன்ட் பெனல்டி சார்ஜஸ் போட்டிருக்கான்.

சுந்தரம்: மறந்துட்டேன் சவிதா. ஆபீஸ்ல கொஞ்சம் வேலை ஜாஸ்தி. அங்கிருந்து நேரா ஹாஸ்பிட்டல் வந்துட்டேன். இன்னைக்கு வெள்ளிக்கிழமை பணம் கட்டணுமில்லை?

சவிதா: டெலிஃபோன் லைன் கட் பண்ணிட்டாங்க. ரெண்டு வாரமா ஓவர் ட்யூ. ப்ரியாவை சாவித்ரி மாமி வீட்ல விட்டுட்டுப் போறன். சாவி அவங்ககிட்ட இருக்கு. சீக்கிரமா வந்தீங்கன்னா வாங்கிக்குங்க.

சுந்தரம்: எங்க போற?

சவிதா: (மிகுந்த கோபத்துடன்) குட்டிக்கு காய்ச்சல். உடம்பு கொதிக்குது. காத்தாலயே சொன்னேன். ஞாபகம் இருக்குல்ல? அவளை டாக்டர்கிட்ட கூட்டிட்டுப் போகணும்னு தோண வேணாம். ஆபீஸ் போய் ஒரு ஃபோன் பண்ணி விசாரிச்சீங்களா? செத்துப்போனவரு பக்கத்துல உக்காந்துகிட்டு உசுரோட இருக்கறவங்களையும் சாவடிச்சிடுங்க. (கோபமாய் உரையாடலைத் துண்டிக்கிறாள்.)

சுந்தரம் அந்த வார்த்தைகளால் உடைந்து போகிறான். ஐசியு பகுதியின் முன்பக்க இருக்கையில் தளர்ந்து உட்காருகிறான். மேடையில் வெளிச்சம் அடங்கி அவன் மேலும் படுக்கையில் படுத்திருக்கும் வயோதிகர் மேலும் விழுகிறது. இருதயம் அடிக்கும் லப் டப் ஒலி பெரிதாகக் கேட்டு மெல்லப் பின்னணியில் ஒலிக்கிறது. சுந்தரம் நாற்காலியில்

தளர்ந்துபோய் உட்கார்ந்துகொள்கிறான். கொஞ்சம்போல் தலை கவிழ்ந்து அவன் உடல் அதிர்வது மட்டும் சற்று நேரம் தெரிகிறது. தலையை நிமிர்த்துகிறான். கண்கள் சிவந்திருக்கின்றன. துடைத்துக்கொள்கிறான். ஒரு முடிவுக்கு வந்தவன்போல பேசுகிறான்.

சுந்தரம்: முடியலைப்பா... எழுவது வருஷம் வாழ்ந்தாச்சு. மனசு நோகாம வச்சிகிட்டாச்சு. ரெண்டு பேத்திங்களும் 'தாத்தா... தாத்தா'ன்னு சுத்திச் சுத்தி வர சந்தோஷமா காலம் தள்ளியாச்சு. போறும். வாழ்ந்த காலத்துல இருந்த மதிப்பெல்லாம் தொலைஞ்சிபோய் எல்லாரும் நீங்க சாகறதுக்கு காத்திருக்கற நிலமையில இப்பிடிச் சீக்காளியா இழுத்துகிட்டுக் கிடக்க வேணாம். போயிடுங்கப்பா. உறவுங்க எல்லாம் மறந்து போய் சாகக்கிடக்கற உடம்பாப் போனப்பறம் ஏன் வாழணும்? வேண்டாம். அரிச்சிப் போன உடம்போட மன்னாடிக்கிட்டு ஏன் இருக்கணும்? போயிடுங்கப்பா. நான்... நான் வென்டிலேட்டரை எடுத்துடச் சொல்லிடறேம்ப்பா. (கண்களைத் துடைத்துக் கொண்டே எழுகிறான்.) சிஸ்டர்... சிஸ்டர்... டாக்டரை கூப்பிடுங்க. நான் முடிவு பண்ணிட்டேன். வென்டிலேட்டரை நிறுத்திடுங்க சிஸ்டர். எதாவது ஃபார்ம்ல கையெழுத்து போடணும்னா எடுத்துட்டு வாங்க.

(அதுவரை கேட்டுக்கொண்டிருந்த லப் டப் லப் டப் இருதய ஒலி நின்று, அலை அலையாய் ஓடும் பச்சைக்கோடு அடங்கி நீண்டு, ரத்த அழுத்தமானி பச்சையாய் இரண்டு மௌன நீள் கோடுகளாய் நீள்கிறது. அந்த பீப் ஒலி காதை அடைக்கும் அளவுக்கு மிகுந்து ஒலிக்கிறது. சுந்தரம் அவர் படுக்கையின் காலடியில் மெல்லச் சரிந்து மௌனமாய் அழுகிறான்.)

**திரை**

●

# மடி நெருப்பு

## கதாபாத்திரங்கள்

சிவசுப்ரமணியன் (சிவா)

மாசிலாமணி (மாசி)

சதாசிவம் (சதா)

ரியல் எஸ்டேட் ஏஜெண்ட்

மகன்: பிரகாஷ்

போலீஸ் இன்ஸ்பெக்டர்

நோட்டீஸ் வினியோகிக்கும் சிப்பந்தி

●

## அரங்க அமைப்பு

ஒரு வீட்டின் சிக்கனமான செட். சோபா செட், மத்தியில் சிறிய மேஜை, ஓரத்தில் டீவி. சற்றுத் தள்ளி இன்னொரு டேபிள். அதன் மேல் கணிப்பொறி. காலைநேர ஓசைகள் கேட்கின்றன. மங்கலான மஞ்சள் வெளிச்சம். பின்னணியில் ஆசுவாசம் தரும் இசை.

# காட்சி

**மே**டையில் வெளிச்சம் விழும்போது சிவசங்கரன் சோபாவில் உட்கார்ந்து செய்தித்தாள் படித்துக் கொண்டிருக்கிறார்.

வாசல் கதவு தடதடவெனத் தட்டப்படும் சப்தம். தொடர்ந்து அழைப்பு மணி ஓசை கேட்கிறது. கதவுச் சத்தம் அந்தக் காலையின் அமைதியைக் கலைப்பது போல ஒலிக்கிறது.

*சிவா:* யாரது? வரேன் இருங்க. *(எழுந்து போய் கதவைத் திறக்க முற்படும் முன் இன்னொரு தடவை கதவு தட்டும் சப்தம் கேட்கிறது.)* வரேம்ப்பா. கதவை ஒடைச்சிடாத... இரு.

கதவு திறந்தவுடன் சதாசிவம் பதைபதைப்புடன் வருகிறார்.

*சதா:* சிவா சிவா... *(சிவசங்கரனைக் கட்டிக்கொண்டு அழுகிறார். பேச வரவில்லை.)*

*சிவா:* என்னடா ஆச்சு?

*சதா:* *(பேச மிகுந்த நேரம் எடுத்துக்கொள்கிறார்.)*

நெஞ்சை அடைக்குது. கொஞ்சம் தண்ணி வேணும்.

(சிவா ஓடிப்போய் பாட்டில் தண்ணீர் எடுத்துவந்து கொடுக்க, சதா தன் மேலெல்லாம் தண்ணீர் கொட்டுகிற மாதிரி கைநடுங்க தண்ணீர் குடிக்கிறார்.)

சிவா: என்ன ஆச்சு? உடம்பு சரியில்லையா? நெஞ்சு வலிக்குதா?

சதா: இல்லை.

சிவா: கமலத்துக்கு எதாவது உடம்பு சரியில்லையா?

சதா: (இல்லை என்று தலையாட்டுகிறார்.) மாசியும் அவர் வொய்ஃபும்... (தலையை ஒரு கையால் தாங்கிக்கொண்டு வெளியே கைகாட்டுகிறார்.)

சிவா: மாசிக்கும் அவர் வொய்ஃபுக்கும் என்ன? சொல்லேண்டா.

(சதா அவருக்குப் பதில் சொல்லாமல் இன்னும் பேச்சு வராமல் அழுகிறார்.)

(ஆம்புலன்ஸ் சப்தம் கேட்கிறது.) சிவா வெளியே ஓடுகிறார்.

மேடையின் மூலையில் வெளிச்சம் விழுகிறது. இரண்டு நாற்காலிகள். அதில் வயதானவரும் இன்னொரு நாற்காலியில் அவர் மனைவியும் கட்டிப்போடப்பட்டிருக் கிறார்கள். பின்னால் முகமூடி அணிந்த ஒருவன் முதலில் அந்தக் கிழவரைக் கட்டையால் தலையில் அடிக்கிறான். அவர் தலை சாய்ந்ததும் அந்தப் பெண்மணியின் கழுத்தில் நைலான் கயிற்றைச் சுற்றி இறுக்கி அவர் துடிக்கத் துடிக்கக் கொல்கிறான்.

ஓசைகள் கேட்கின்றன. ஆம்புலன்ஸ் அலறல், கூடவே இன்ஸ்பெக்டரின் குரல்.

இன்ஸ்பெக்டர்: தள்ளுங்க சார். வழிவிடுங்க. பாடியை எடுத்து கிட்டுப் போகணும் சார். குறுக்க நிக்காதீங்க ப்ளீஸ்... யாருய்யா அது? அதுக்குள்ள டீவி வந்தாச்சா? போலீஸுக்கு முன்னால உங்களுக்கு தகவல் வந்திருதுய்யா! ஹலோ, தள்ளிப்போய் ஷூட் பண்ணுங்க ப்ளீஸ். யாருப்பா கம்ப்ளெயிண்ட் குடுத்தது? சார், இப்பிடி வாங்க சார்.

(ஓசைகள் தொடர்ந்து மெல்லக் குறையும் போது, அதிர்ச்சியில் உறைந்த சிவா மெதுவாக உள்ளே வருகிறார்.)

சிவா: சதா என்னடா இது? மாசியையும் பரிமளாவை யும் கொலைபண்ணி போட்டிருக்காங்க. வீடு முழுக்க ரத்தம். பாக்க சகிக்கலைடா. ரத்தம் தோஞ்ச துணில மூட்டைகட்டி குப்பை யாட்டம் எடுத்துட்டுப்போறது நம்ம மாசியை யும் பரிமளாவையுமா? என்னால நம்ப முடியலையேடா... நேத்துகூட பாத்து எவ்வளவு நேரம் பேசிக்கிட்டிருந்தோம்.

சதா: நேத்து ராத்திரி நடந்திருக்கு. ரெண்டு வீடு தள்ளி நம்ம பக்கத்திலேயே நம்ம ஃப்ரெண்டை கொலைபண்ணியிருக்காங்க. நமக்கு ஒண்ணுமே தெரியலையேடா? இன்னைக்குக் காலைல வீட்டு வேலைசெய்யற அம்மா வந்து பாத்து அலறினப்பறம்தான் தெரியும்.

சிவா: மாசியை கட்டையால பின்னந்தலையில அடிச்சிருக்காங்க. (பதைபதைப்பு) அந்தம்மா என்ன பாவம் பண்ணிச்சு? அவங்களை ஏன் (அழுகை) வாய்விட்டு முன்னாடி அவங்க கேக்கறதுக்கு சரின்னு சொல்லக்கூட அவங்களுக்கு வாய்ப்பு தரலை. தளர்ந்துபோன எழுவது வயசு ஆளை இவ்வளவு கொடூரமாக் கொலைபண்ண எப்படிடா மனசு வருது இந்தக் கிராதகங்களுக்கு? என்ன வேதனைல செத்தாங்களோ... (அழுகிறார்.)

சதா: (அவரைத் தேற்றுகிறார்.) இவங்கள்ளாம் மனுஷங்களே இல்லடா.

சிவா: அவர் பசங்களுக்கு தகவல் சொல்லியாச்சா?

சதா: பாலா ஃபோன் போட்டு சொல்லிக் கிட்டிருக்காரு. அஸ்ஸாம்ல ஒருத்தன், ஆஸ்திரேலியாவுல ஒருத்தன்னு இருக்காங்கள்ல. எல்லாரையும் எழுப்பி சொல்லிகிட்டிருக்காரு.

சிவா: ரெண்டு நாளைக்கு முன்னாலதான் சம்மர்ல மெல்பர்ன் போறதப் பத்தி சொல்லிக் கிட்டிருந்தாங்க. பேரப்பசங்களைப் பத்தி பெருமையாப் பேசிக்கிட்டு, அவங்களை பாக்கப்போறோம்னு எவ்வளவு ஆசையா இருந்தாங்க? இப்பிடியா சாகணும்? கட்டிப் போட்டுட்டு வேணுங்கறதை எடுத்துக்கிட்டுப் போறதுதான? கேவலம் பணம் நகைக்காக வீட்ல இருக்கறவங்களைக் கொல்லணுமா? போலீஸுக்கு யாரு மேலயாவது சந்தேகம் இருக்காமா?

சதா: என்ன வழக்கம்போல வீட்டு வேலை செய்யறவங்களைக் கூப்புட்டு அடிச்சு ஒதைச்சு விசாரிப்பாங்க. பாவப்பட்டவங்கமேலதான பழி விழும்.

சிவா: நகை பணம் எதுவும் திருட்டு போயிருக்காமா?

சதா: பீரோவை உடைச்சி ஏதோ எடுத்துருக்காங்க. நகை கொஞ்சம் பணம் கொஞ்சம். (யோசித்த படி எழுந்து மெல்ல நடந்து மேடையின் வலது பக்கம் நடந்து போய் நிற்கிறார்.) இது திருட்டுக் கேஸு இல்லை சிவா. எல்லாரும் அப்படி நினைக்கணும்னு திருட்டு நடந்தா மாதிரி ஜோடனை பண்ணியிருக்காங்க. இதுக்கு காரணம் வேற...

சிவா: திருட்டுக் கேஸு இல்லையா? வேற என்ன காரணம் இருக்க முடியும்?

சதா: இங்க வா. ஜன்னல் வழியாப் பாரு. காரணம் புரியும். (சிவா போய்ப் பார்க்கிறார்.)

சிவா: எங்க காரணம்?

சதா: தெரியலை? நல்லாப் பாரு. நம்ம வீட்டைச் சுத்தி நாலாபக்கமும் காரணம் குவிஞ்சி கிடக்கு பாரு.

(என்ன காரணம் என்கிறார்போல சிவா அவரைப் பார்க்கிறார்.)

சதா: அங்க பாரு. ஆதர்ஷ் ரெசிடன்சி. பத்து ப்ளாக். ஒவ்வொரு ப்ளாக்லயும் இருநூறு வீடு, லக்ஷுரி அபார்ட்மென்ட். காம்ப்ளெக்ஸ். நாப்பது ஏக்கர். அந்தண்ட பாரு. சிக்மா மால். எட்டு மாடி ஷாப்பிங் காம்ப்ளெக்ஸ். அதுல எட்டு தியேட்டர். நாலு ரெஸ்டாரண்ட். Bowling Alley. அந்தப் பக்கம் பாரு. பார்க் என்க்ளேவ். முப்பது ஏக்கர் நிலத்துல இருபது மாடி சாஃப்ட்வேர் பார்க். பின்னால பெரிய சூப்பர் ஸ்பெஷாலிட்டி ஆஸ்பிட்டல். இருபது மாடி, முப்பது மாடி, நாப்பது மாடிக் கட்டடங்கள். இடம் போதலை சிவா.

சிவா: ஆமாண்டா சிட்டி பெரிசாயிட்டிருக்கு. அமெரிக்கன் கம்பெனிகளுக்கும் யூரோப்பியன் கம்பெனிகளுக்கும் சாஃப்ட்வேர் ப்ரோக்ராம் எழுதற வியாபாரத்துக்கு ஊரு பூரா ஆபீஸ் வேண்டியிருக்கு. உள்ளூர்க்காரங்க போதாம மும்பை, கல்கத்தா, ராஜஸ்தான், பிகார்னு வேலைசெய்ய கொண்டுவந்த ஆளுங்களைத் தங்கவைக்க லட்சம் லட்சமா வீடுகள் வேண்டியிருக்கு. ஒரு லட்ச ரூபா வித்த ஃப்ளாட் இப்ப ஒரு கோடி ரூபா விக்குது.

சதா: இந்தப் பத்தாக்குறைக்கு நடுவில நாம அறுபதுக்கு நாப்பதுன்னு ஃப்ளாட் வாங்கி நடுவில சின்னதா வீடு கட்டி, சுத்துமுத்தும்

தோட்டம்னு வச்சிகிட்டு இருக்கறது தப்பில்லையா?

சிவா: என்ன சொல்ல வர்ற நீ?

சதா: அவங்களைக் கொன்னது யாருன்னு எனக்கு சந்தேகம் இருக்கு. அந்த ஆளு ரெண்டு பேரோட கார்ல இங்க ரெண்டு நாளுக்கு முன்னால வந்திருந்தான். இந்த இடத்தைச் சுத்தி வந்தாங்க. அவந்தான் இதைச் செஞ்சிருக்கணும்.

சிவா : யாரு?

சதா: அவந்தான். இங்க ஒரு நாளு உன்னை என்னை மாசியை எல்லாரையும் பாத்துப் பேசினானே... எஸ்.கே. ரியல்டர்ஸ்னு ஒரு கம்பெனிலந்து வந்தானே? தாடியும் மீசையுமா கைல தோல்பை வச்சிக்கிட்டு. ஞாபகமில்லை?

சிவா யோசிக்கிறார்.

விளக்கு அணைகிறது.

விளக்கு வெளிச்சம் மறுபடி மேடைமேல் விழுகிறது.

இப்போது சோபாவில் சிவாவும் சதாவும் உட்கார்ந்திருக்கிறார்கள். எதிரும் புதிருமாய் இருக்கும் ஒற்றை சோபாக்கள் ஒன்றில் சுவாரசியம் இல்லாமல் மாசியும் இன்னொன்றில் தாடி மீசை வைத்த பருமனான அந்த ரியல் எஸ்டேட் ஏஜெண்டும் உட்கார்ந்திருக்கிறார் கள். காலடியில் தோல் பை.

மாசி: (கையிலிருக்கிற ஏஜெண்டின் விசிட்டிங் கார்டைக் கொஞ்சம் கோபத்தோடு மேஜைமேல் எறிகிறார்.) சார், இதைப் பத்தி நாம ஏற்கெனவே பேசியாச்சு. நாங்க வீட்டை விக்கறதா இல்லை.

தாடிக்காரர்: இருங்க சார். நான் சொல்றதை முழுசாக் கேளுங்க. உங்க வீட்டுக்கு அன்னண்டை

இருக்கு பாத்தீங்களா... காடும் செடியுமா ஒரு ஐம்பது ஏக்கர் நிலம். அது எங்களுது.

சிவா: உங்களுதா? அது கவர்ன்மெண்ட் நிலமில்லையா?

சதா: கவர்ன்மெண்ட் அவங்களுது. அதனால நிலமும் அவங்களுதுதான?

தாடிக்காரர்: இது எங்க அண்ணன் ஜிகேபிக்கு சொந்தமான இடம்.

மாசி: அது யாரு ஜிகேபி?

சிவா: மினிஸ்டர் ஜி.கே. பிரகாஷ் இருக்காருல்ல, அவரைதான் அண்ணன்னு சொல்றாரு.

தாடிக்காரர்: அவருன்னா அவர் பேர்ல இல்லீங்க. அவர் வலது கை ஒருத்தருது. எஸ்.கே. ரியல்டர்ஸ்னு ஒரு கம்பெனி இருக்குல்ல? அதுக்கு சொந்தமானதுங்க. சென்னை, மதுரை, திருச்சி, சேலம்னு இருபத்தஞ்சி ப்ராஜெக்ட் போயிட்டிருக்குங்க.

சிவா: சரி அதுக்கு என்ன இப்ப?

தாடிக்காரர்: (பையிலிருந்து எடுத்து ப்ளானைப் பிரிக்கிறார்.) பாத்தீங்களா, இந்த இடத்துல ஒரு மல்டி ஸ்டோரி லக்ஷுரி அபார்ட்மென்ட் காம்ப்ளெக்ஸ் கட்டணும்னு ப்ளானுங்க. ப்ளான் எல்லாம் ரெடி. ஸ்விம்மிங் பூலு, ஜிம், க்ளப் ஹவுஸ், பார்க்கு, எல்லா வசதிகளோட. இதுதான் வரப்போற காம்ப்ளெக்ஸ். இருபது மாடி, ஆறு ப்ளாக்.

இதுக்கு எம்எம்டிஏ ரூல்ஸ்படி நாப்பது அடி அப்ரோச் ரோடு வேணும். உங்க வீடு இருக்கற வரிசை பாத்தீங்களா மெயின் ரோடுக்குப் பக்கத்துல நல்ல அருமையான இடத்துல இருக்கு. நீங்க இருக்கற இந்த வீடுகளும் கிடைச்சா, இந்த ப்ளானை கொஞ்சம்

பெரிசாக்கி அப்ரோச் ரோடெல்லாம் அமர்க்களமாப் போட்டா நல்ல ஹாட் ப்ராப்பர்ட்டியா ஆயிடும்.

மாசி: அதுக்கு நாங்க எங்க வீட்டை விக்கணும்? அதை வாங்கி இடிச்சி நீங்க ரோடு போடுவீங்க, அபார்ட்மென்ட் கட்டுவீங்க அதான?

தாடிக்காரர்: முதல்ல நான் சொல்ற டீலை கேளுங்க. இப்ப இந்த வீடு என்னா 1600 சதுர அடி இருக்குமா? கட்டி இருபது முப்பது வருஷத்துக்கு மேல ஆச்சுபோல.

சிவா: (அப்பாவித்தனமாக) 35 வருஷமாச்சு.

தாடிக்காரர்: பாருங்க, காரையெல்லாம் பேந்துகிடக்குது. எங்ககிட்ட வித்தீங்கன்னா நாங்க கட்ற அபார்ட்மென்ட்ஸ் ரெண்டு அப்பார்ட்மெண்ட் உங்களுக்கு எக்ஸ்சேன்ஞ் ஆஃபர்ல ஃப்ரீயா தருவோம். அதுமட்டுமில்லீங்க, கைல ஐம்பது லட்சம் கேஷ். சந்தோஷமா ஃபிக்ஸட் டெபாசிட்ல போட்டு வச்சி வட்டி வாங்கிட்டு கவலயில்லாம இருக்கலாம். யோசிச்சிப் பாருங்க. வீடு ரெண்டு கோடி மூணு கோடி பெறும்னு சொத்துக் கணக்கு சொல்லிக்கறதுல என்ன பிரயோஜனம்? அதை இப்படி அபார்ட்மென்ட் ஆக்கினா வீட்டுக்கு வீடும் ஆச்சு கைல நிறைய காசும் ஆச்சு.

சதா: ரெண்டு அபார்ட்மென்ட் ப்ளஸ் கேஷ் 50 லட்சமா? (ஆர்வமுடன் கேட்கிறார்.)

தாடிக்காரர்: உங்க பசங்கல்லாம் ஃபாரினுக்குப் போய் செட்டில் ஆயிட்டாங்க. வயசான காலத்துல இப்படி பெரிய வீட்டை மெயின்டெயின் பண்றதும் கஷ்டம். அடக்கமா ரெண்டு பெட் ரூம் இருந்தா உங்களுக்கும் சுளுவு. பக்கத்துல ஜேப்பி நகர்லயே இது மாதிரி நிறைய அபார்ட்மென்ட் வந்திருச்சுங்க. கட்டி முடிக்கறவரைக்கும் வேற இடத்துல நீங்க

தங்கற வாடகைகூட கம்பெனி பாத்துக்கும்ங்க.

சதா: பரவால்லயே...!

மாசி: என்னடா பரவால்ல? இந்த ஃப்ளாட் ஒவ்வொண்ணும் இன்னிக்கு எவ்வளவு போவுது... அதுக்கு ரெண்டு வீடும் 50 லட்சம் கேஷும் ஒண்ணும் பெரிசில்ல.

தாடிக்காரர்: அப்படி சொல்றீங்களா? நான் தோராயமா ஐம்பது லட்சம்னு சொன்னேன். வேணும்னா இன்னும் பத்து இருபது லட்சம் பேசி வாங்கலாம்ங்க.

மாசி: பாத்தியா... பத்து இருபது லட்சம் என்னமோ பத்து ரூபா மாதிரி எடுத்துக் குடுக்கறாரு பாரு.

தாடிக்காரர்: இன்னொரு விஷயம் கவனிங்க. நீங்க இருக்கறது தனிவீடு. இருக்கப்போறது சகல வசதிகளோட பெரிய அபார்ட்மென்ட் காம்ப்ளெக்ஸ். 24 அவரு செக்யூரிட்டி, உள்ளயே மளிகைக் கடை, காய்கறிக் கடை, ஒரு கோயிலுகூட வரும். ஆன் கால் டாக்டர் கூட இருப்பாங்க. இந்த மாதிரி எந்த வசதியும் தனிவீட்ல கிடைக்காது. பவர் பேக்கப்கூட இருக்கும். கரன்ட் கட்டுங்கற பேச்சே இல்லை.

சிவா: பசங்களைக் கேக்கணும். என்ன சொல்ற சதா?

சதா: நல்ல டீலாதான் தோணுது...

தாடிக்காரர்: நீங்க மூணு பேரும் ஒத்துக்கிட்டீங்கன்னா இந்த வரிசையில இருக்கறவங்க உங்க ஃப்ரெண்ட்ஸ்தான் அவங்க எல்லாம் சம்மதிச்சிருவாங்க.

சதா: மூணு பேரு என்னய்யா மூணு பேரு? நான் ஒண்ணும் சரின்னு சொல்லலியே. நான் என் வீட்டை விக்கறதா இல்லை. ஹவுசிங் போர்ட் அலாட்மென்ட்ல ஏதோ குருட்டு அதிர்ஷ்டத்துல கிடைச்ச வீடு. அப்ப நம்ம

சம்பளம் எவ்வளவு? ஆயிரம் ரூபா இருக்குமா? சொஸைட்டி கடன், எல்ஐசி பாலிசி, நகையை வித்துப் பணம் புரட்டி, அங்க இங்க கடனை வாங்கி ரிட்டயர்ட் ஆனப்பறம் ஃப்ரெண்ட்ஸ் எல்லாரும் ஒண்ணா இருக்கணும்னு ஒரே மாதிரி ப்ளான் போட்டு கட்டின வீடு. இன்ஜினியரும் இல்லை மேஸ்திரியும் இல்லை. நாமதான எல்லாம் பக்கத்துல நின்னு பாத்துப் பாத்து கட்டின வீடு.

(பழைய நினைவுகளில் மூழ்கிவிடுகிறார்கள்.)

சிவா: செங்கல் லாரி வந்து இறக்கி விட்டுட்டுப் போனப்பறம் ஆயிரம் செங்கலை அப்படி ப்ளாக் ப்ளாக்கா அடுக்கி வச்சிட்டுப் போவாங்கல்ல... நம்பிக்கை இல்லாம இவன் ஒவ்வொரு ப்ளாக்கா எண்ணுவான் ஞாபகம் இருக்கா? (சிரிக்கிறார்.)

சதா: என்னைச் சொல்றியா? மணல் லாரி அன்லோட் பண்ணப்பறம் தொடப்பத்தை எடுத்துப் பெருக்கி கடைசி மணல்துளிவரைக்கும் எடுத்துப்போட்டவன் இவன் சொல்றான் பாரு? (அவர்களுக்குள் சிரித்துக்கொள்கிறார்கள்.)

சிவா: சிமெண்ட் கலக்கும்போது மணல் ஜாஸ்தி போட்டுறக் கூடாதுன்னு சித்தாளு பக்கத்துல நின்னு மாசி உத்து கவனிப்பான்...

சதா: அடேய், சிமெண்ட் கலக்கறதைப் பாக்கறதுக்கு இல்லடா... சித்தாளைப் பாத்துக்கிட்டு நின்னுக்கிட்டிருந்தான்.

உரக்கச் சிரிக்கிறார்கள்.

மாசி: சீ... வயசுக்கு ஏத்தா மாதிரி பேசுங்கடா.

சிவா: காம்பௌண்ட் வால் சுவருக்கு சிவப்பா பெயிண்ட் அடிச்சி செங்கல் வச்சா மாதிரி வெள்ளைல கோடு போட்டு போலீஸ் ஸ்டேஷன் மாதிரி பண்ணான் ஞாபகம்

இருக்கா? எல்லா வீடும் ஒரே மாதிரி இருக்கணும்னு எல்லா வீட்டையும் போலீஸ் ஸ்டேஷன் ஆக்கிட்டான்.

சதா: அவன் ரொம்ப சமயோசிதமா செஞ்சது அது. அப்பல்லாம் அக்கம் பக்கத்துல வீடுகளே கிடையாது. பொட்டல் காடு. நம்ம வீட்டைப் பாத்தா போலீஸ் ஸ்டேஷன் மாதிரி இருக்கும். திருட்டு பயமே கிடையாது.

மாசி: அப்ப சிரிச்சீங்களேடா? இப்பப் பாரு அதுதான் ஃபேஷன். பெயிண்டுகூட அடிக்கறதில்லை. செங்கல் செங்கலா விட்டுர்றாங்க. காம்பௌண்ட் சுவர்ல மட்டும் இல்ல வீட்டுக்கு உள்ளயும் வெறும் செங்கல் சுவருதான் ஃபேஷன்.

சதா: இப்ப சிமெண்ட் விக்கற விலைல அவ்வளவுதாண்டா முடியும்.

மாசி: அதைப் பத்தி பேசிகிட்டிருந்தா நேரம் போறதே தெரியாது. என் பசங்க பொறந்தது இந்த வீட்லதான். எங்கம்மாவும் அப்பாவும் செத்துப்போனது இங்கதான். என் பேரப் பிள்ளைங்க பிறந்தது இங்கதான். வெறும் வீடில்லடா இது. ஆயுசு முழுக்கக் கிடைச்ச அனுபவங்களைப் போட்டு வச்சிருக்கற இடம்டா..! இதுக்கு பணத்தால மதிப்பு சொல்ல முடியுமா? மூணு கோடி என்ன முப்பது கோடி குடுத்தாலும் அந்த ஞாபகங் களுக்கு நடுவில வாழறதுக்கு ஈடாகுமாடா?

தாடிக்காரர்: ஞாபகம் என்னா சார்? ஞாபகம் வச்சிக்கறதுக்கு தான் ஃபோட்டோவும் வீடியோவும் வந்திருச்சே. நல்லா புது வீட்ல உக்காந்து பழைய ஞாபகங் களை எல்லாம் வீடியோல பாருங்க சார். அப்பிடியெல்லாம் சென்டிமென்ட் பாத்தா பைசா பிரயோஜனமில்லை.

மாசி: தனக்குதான் பைசா வேண்டாங்கறனே? அப்புறம் என்ன பேச்சு? நீங்க கிளம்புங்க.

தாடிக்காரர்: ப்ராக்டிகலா யோசிங்க சார். உங்களுக்கு என்ன இப்ப எழுவது வயசுக்குக் கிட்ட இருக்குமா? சொல்றேன்னு தப்பா நினைச்சிக்காதிங்க. இன்னும் அஞ்சு வருஷம் ஆறு வருஷம், அப்பறம் உங்களுக்குப் பெறகு உங்க பசங்கதான? அவங்க ஃபாரின்ல இருந்து வந்து இந்த மாதிரி வீட்லயா இருப்பாங்க. இடிச்சிட்டு மாடர்னா நல்ல வீடா கட்டமாட்டாங்களா? அப்ப மட்டும் ஞாபகத்தை என்ன பண்ணுவீங்க?

மாசி: (எழுந்து வருகிறார்.) என்னய்யா சொல்ற நீ? அஞ்சு வருஷம் ஆறு வருஷமா? நான் எப்ப சாவேன்னு எனக்கு தேதி குறிக்கறியா?

தாடிக்காரர்: தப்பா எடுத்துக்காதீங்க சார். நீங்க நல்லா நூறு வயசு வாழணும். நான் யதார்த்தமா சொன்னேன்.

மாசி: யதார்த்தமா? நான் கொஞ்ச நாள்ல செத்துப் போயிருவேன்னு சொல்றது யதார்த்தமா? நான் செத்துப்போனா என் பொண்டாட்டி இருக்காளே, அவ என்ன பண்ணுவா?

சதா: அவளையும் யதார்த்தமா சாவடிச்சிடுவாரு.

தாடிக்காரர்: சாரு தேவையில்லாம டென்ஷன் ஆவறாரு.

மாசி: சிவா... இவனை எதுக்கு வீட்டுக்குள்ள உக்காரவச்சி பேசிகிட்டு இருக்க? வெளிய போகச் சொல்லு. எனக்கு வீடு விக்க இஷ்டமில்லை. நான் உசுரோட இருக்கற வரைக்கும் என் வீட்டை விக்க முடியாது. போய்ச் சொல்லு உங்க ஜிகேபி அண்ணன் கிட்ட. ஏண்டா... மணல் கான்ட்ராக்ட் எடுத்து ஆத்து மணல்லாம் சுரண்டிச் சுரண்டி எடுத்து சம்பாரிச்சது போதாதா? ஊர்ல இருக்கற நிலமெல்லாம் வளைச்சிப் போட்டு கட்டடமாக் கட்டி கோடி கோடியா கொள்ளயடிச்சு அடுத்த ஜென்மம்வரைக்கும் சொத்து சேக்கணுமா? என்னடா செய்வீங்க? தட்டுல போட்டு தினமும் திம்பீங்களா?

தாடிக்காரர்: வேணாம். அண்ணனை அனாவசியமா மரியாதைக் குறைவா பேசாதீங்க.

மாசி: ஆமா... அண்ணன்... என் குடும்பத்துக்கு படியளக்கறாரு பாரு. அண்ணன். ஊரை வித்து உலைல போட்டுட்டுப் போற அயோக்கி யனுங்கல்லாம் இப்ப அண்ணனாயிட்டாங்க.

சிவா: டே மாசி, சும்மாயிருடா.

தாடிக்காரர்: சார் வேணாம். (எழுந்து மாசியை நோக்கி மிரட்டலாய் நடக்கிறார்.) வயசானவராச் சேன்னு பாக்கறேன். மரியாதை குடுத்துப் பேசுங்க.

மாசி: உனக்கென்னடா மரியாதை. (அவரும் விடாமல் தாடிக்காரரை நெருங்கிப் பேசுகிறார்.) அவன் தூக்கிப் போடற எலும்புத் துண்டை நக்கிச் சாப்பிடற நாயி நீ. உனக்கென்னடா மரியாதை?

தாடிக்காரர்: (வெகுண்டு) யாருகிட்ட பேசறோம்னு தெரிஞ்சு பேசுங்க. விளைவு மோசமாயிருக்கும்.

மாசி: மிரட்றயாடா? என்னடா செய்வ? என்னா செய்வங்கறேன். ஒரு மசுரும் புடுங்க முடியாது, போ.

(சதாவும் சிவாவும் கலவரப்பட்டுப்போய் இருவரையும் சமாதானம் செய்கிறார்கள்.)

சதா: முடியாதுன்னா சரி. அதுக்கு அவருகிட்ட சண்டைபோட வேண்டாமே மாசி.

மாசி: பின்ன என்ன பேச்சு பேசறான் பாத்தில்ல? இவனையெல்லாம் ஏண்டா வீட்ல உக்காரவைச்சு பேசிகிட்டு இருக்கீங்க?

சிவா: சார்... சார்... நீங்க தப்பா நினைச்சிக்க வேண்டாம். அவரு சுபாவம் அது மாதிரி. கொஞ்சம் முன்கோபம், விட்ருங்க. உங்க கார்டுதான் எங்கிட்ட இருக்கே. நாங்க

விக்கறதா இருந்தா நானே ஃபோன்போட்டு சொல்றேன்.

(தாடிக்காரர் முறைத்துக்கொண்டே துண்டை உதறித் தோளில் போட்டுக்கொண்டு வெளியேறுகிறார். நின்று ஒருமுறை திரும்பிப் பார்த்து மாசியை வெறுப்பு உமிழும் கண்களோடு முறைக்கிறார்.)

மாசி: என்னடா முறைக்கற? போ... ஒரு கிலோ மீட்டர் போனா சுடுகாடு இருக்கு. அதை வளைச்சிப்போட்டு தோண்டி எடுத்து வூடு கட்டுங்க.

(தாடிக்காரர் மீண்டும் அவரை நோக்கி முன்னேற, சதாவும் சிவாவும் அவரிடம் மன்றாடுகிறார்கள். தாடிக்காரர் கோபத்தை அடக்கியபடி வெளியேறுகிறார்.)

சதா: மாசி... என்னடா இது? விக்க முடியாதுன்னு சொல்லிட்டல்ல? அதுக்கு மேல மரியாதைக் குறைவா ஏண்டா பேசற? இவன் மாதிரி ரௌடிங்களோடல்லாம் நம்மளால சண்டைபோட முடியுமாடா?

மாசி: பின்ன என்னடா? காய்கறி வாங்கறா மாதிரியில்ல வீட்டை விலை பேசறாங்க? சிட்டி சத்தத்துலருந்து விடுபட்டு தோட்டம் சுத்தி இருக்கணும்னுதான ஒண்ணா வாங்கினோம்? ஆசை ஆசையாய்ப் பாத்து கட்டுனோம். அதுல என் அடையாளம் போய் இன்னும் இருபது பேர் நடுவுல நெருக்கிகிட்டு இருக்கறதுல எனக்கு இஷ்டம் இல்லடா.

( விளக்கு மெல்ல அணைகிறது. விளக்கு வெளிச்சம் வரும்போது சதாவும் சிவாவும் பழைய இடத்தில் இருக்கிறார்கள்.)

சிவா: என்னடா சொல்ற நீ? அவங்கதாங்கறியா?

சதா: அவனேதான். நாந்தான் சொல்றனே, அவன் இங்க ரெண்டு ஆளுங்களோட வந்தான். நான் மாடி ரூம்லருந்து பாத்தேன். நான் பார்த்ததை அவங்க கவனிக்கலை.

சிவா: அவங்க எதுக்கு மாசியை கொல்லணும்?

சதா: வீடு விவகாரம்தான். வேற என்ன? வீட்டை விக்க நான் ஆர்வமா இருந்தேன். நீயும் பசங்ககிட்ட கேக்கணும்னே. மாசிதான் முடியாதுன்னு பிடிவாதமா இருந்தான். என்னோடது முதல் வீடு. உன்னோடது மூணாவது வீடு. நடுவில மாசி. அவன் முடியாதுன்னு சொன்னா ஒண்ணுமே பண்ண முடியாதே?

சிவா: இப்ப அவனைக் கொன்னுட்டா மட்டும் வீடு அவங்களுக்கு கிடைச்சிடுமா?

சதா: அவரு பிள்ளை ஆஸ்திரேலியால இருக்கான். ஆஸ்திரேலியன் சிட்டிசன். வெள்ளைக்காரியைக் கல்யாணம் பண்ணிகிட்டிருக்கான். இனிமே இங்க திரும்பி வரப்போறதில்லை. இப்ப என்ன பண்ணுவான்? யாராவது ரியல் எஸ்டேட் கம்பெனியைப் பிடிச்சி வீட்டை விக்க ஏற்பாடு பண்ணுவான். யாரு வாங்கினாலும் வீடு அவங்க கைக்கு வந்துரும். சிவா இவங்க எல்லாரும் பெரிய மாஃபியா.

சிவா: பசங்களை வெளிநாட்டு சுபிட்சத்துக்கு தாரைவார்த்துக் கொடுத்துட்டு தனியா இருக்கற நம்ம மாதிரி வயசானவங்கதான் இவங்க டார்கெட். புறநகர் பகுதியில இது நாலாவது கொலை. தனியா இருக்கவே பயமாயிருக்குடா. காசு, பணம், வீடு எல்லாம் நாசமாப் போகட்டும். கடைசி காலத்துல கழுத்தறுபட்டு சாக வேண்டாம்.

(பேசிக்கொண்டிருக்கும்போதே முறுக்கு மீசையுடன் இன்ஸ்பெக்டர் வந்து நிற்கிறார்.)

இன்ஸ்பெக்டர்: சார்... இங்க சிவசங்கரன்னு?

சிவா: நாந்தான்.

இன்ஸ்பெக்டர்: நான் இன்ஸ்பெக்டர் பாண்டியன். உங்க பக்கத்து வீட்ல மர்டர் ஆயிருக்குல்ல, அதைப் பத்தி உங்ககிட்ட பேசணும்.

இன்ஸ்பெக்டர்: நீங்க?

சதா: சதாசிவம். பக்கத்து வீடு...

இன்ஸ்பெக்டர்: ஓ... நீங்கதானா? உங்க வீட்டுக்குதான் முதல்ல போனேன். நீங்க இங்க இருக்கறதா சொன்னாங்க. இறந்துபோன மாசிலாமணி, நீங்க எல்லாரும் ரொம்ப வருஷமா ஃப்ரெண்ட்ஸ்போல?

சிவா: ஆமா சார். ஒரே ஆபீஸ்ல முப்பது நாப்பது வருஷமா வேலைபாத்தோம். உக்காருங்க.

இன்ஸ்பெக்டர்: இருக்கட்டும். நான் சும்மா விசாரிக்க வந்தேன். உங்களுக்கு யார் மேலயாவது சந்தேகம் இருக்கா? அவருக்கு யார் கூடயாவது ஏதாவது பிரச்சினை இருந்ததா?

சிவா: (யோசிக்கிறார். சதாவைப் பார்க்கிறார். சதா ஒன்றும் தெரியாதவர்போல முகத்தை வைத்துக்கொண்டு வேறு பக்கம் பார்க்கிறார்.)

இன்ஸ்பெக்டர்: பயப்படாம சொல்லுங்க.

சிவா: சந்தேகம்னா அந்த தாடிக்காரன்... (சதாவிடம்) தாடிக்காரன் பத்தி சொல்லேண்டா.

இன்ஸ்பெக்டர்: யாரு? எந்த தாடிக்காரன்?

சதா: (சமாளித்தபடி) அது ஒண்ணும் இல்லை சார். இங்க ரெண்டு நாளைக்கு முன்னால தாடி மீசையோட ஒரு ஆள் இந்தத் தெருவில கொசு மருந்து அடிச்சிகிட்டுப் போனான். அவனைச் சொல்றான். இவனுக்கு யாராவது தாடி மீசை

வச்சிருந்தாலே அவங்களைக் கண்டா பயம். (சிவாவிடம்) மடையா, யாராவது தாடி மீசையோட வந்தா அவங்களை சந்தேகப் படறதா? பாரு, சார்கூட ஒரு வாரம் ஷேவ் பண்ணலன்னா மீசையும் தாடியுமா கொலைகாரன் மாதிரிதான் இருப்பாரு. அதுக்குன்னு இவரை சந்தேகப்பட முடியுமா?

இன்ஸ்பெக்டர்: அவரு ஏதோ சொல்ல வந்தா மாதிரி இருந்தது.

சதா: நாந்தான் சொல்றனே சார். எங்களுக்கு யார் மேலயும் சந்தேகம் இல்லை. இது ஏதோ திருட்டுக் கேஸு. நான் பலதடவை மாசிகிட்ட சொல்லியிருக்கேன். கழுத்துல சங்கிலி, கையில மோதிரம்னு போட்டுகிட்டு அலையாத, ஆபத்துன்னு. கேட்டாதான?

இன்ஸ்பெக்டர்: ம்ம்ம்... அப்ப யாருமேலயும் சந்தேகம் இல்லை?

சதா: எனக்கு இல்ல சார். நீயும் சொல்லேண்டா.

சிவா: அவனுக்கு இல்ல சார். சாரி, எனக்கும் இல்ல சார்.

இன்ஸ்பெக்டர்: ஓகே. வேற ஏதாவது விவரம் வேணும்னா அப்பறமா வர்றேன். பயப்பட வேணாம். ஒரு வாரத்துல கண்டுபிடிச்சிடுவோம். இங்க நைட் டைம் பெட்ரோலிங் போடச் சொல்லி யிருக்கேன். இது என்னோட செல் நம்பர். வரேன்.

சதா: (பின்னாலேயே வழியனுப்பப் போகிறார்.) வாங்க சார். (போகிறவரைப் பார்த்துக் கொண்டே) ஆளு செத்துப்போனப்பறம் பெட்ரோலிங் டீசலிங் எல்லாம் பண்ணுங்க... (சிவாவிடம் திரும்ப வருகிறார்.) ஏண்டா உனக்கு அறிவிருக்காடா? அவருகிட்ட போய் தாடிக்காரன் கதையை ஆரம்பிக்கறயே? நாம உசுரோட இருக்கறது பிடிக்கலையா?

சிவா: அவரு போலீஸ்காரரு. நம்ம சந்தேகத்தை சொன்னாதான விசாரிப்பாரு?

சதா: சிவா, இவங்கல்லாம் ஒரே கும்பல். இது ஒரு நாடகம். அந்த மினிஸ்டர் இருக்காரே ஜிகேபி அவர்தான் டைரக்டர். தாடிக்காரனுக்கு ஒரு வேஷம். மீசைக்காரனுக்கு இன்னொரு வேஷம்னு அலாட் பண்ணியிருக்காரு. நீ யாருகிட்ட பேசினாலும் விஷயம் டைரக்டருக்குப் போயிரும், அப்பறம் உன் ரோலை நாடகத்துலருந்து எடிட் பண்ணிருவாருடா.

சிவா: அப்ப எதிர்க்கட்சி எம்எல்ஏ யாருகிட்டயாவது போய் கம்ப்ளெயிண்ட் பண்ணா?

சதா: நீ ஏண்டா இப்பிடி இருக்க? எதிர்கட்சிக்காரங்க அவங்க ஜெயிச்ச இடத்துல இதேதான் செஞ்சிக்கிட்டு இருக்காங்க. கட்சி வித்தியாசம் இல்லாம எல்லாப் பயலுகளும் இதைத்தான செய்யறாங்க. அஞ்சி வருஷம்தான் டைம். அதுக்குள்ள எவ்வளவு நிலத்தை அபகரிக்க முடியுமோ அவ்வளவையும் அபகரிச்சுடணும். பெருமாள் வாமனனா குள்ளமா வந்து மஹாபலிகிட்ட யாசகம் கேட்டா மாதிரி, இவங்க வோட்டு கேட்டு வரும்போது வாமனன் மாதிரி வர்றாங்க. வோட்டு வாங்கி ஜெயிச்சப்பறம் பெருமாள் மாதிரி பெரிசாயி இரண்டு அடில தமிழ்நாட்டையே அளந்து மூணாவது அடியை நம்ம வீட்ல வச்சிடறாங்க.

சிவா: ஏண்டா என்னை இப்படி பயமுறுத்தறே?

சதா: எனக்கே ரொம்ப பயமாயிருக்குடா. அதுதான் உன்னோட பங்குபோட்டுக்கறேன்.

சிவா: இப்ப என்ன பண்றது?

சதா: நாம ஒண்ணும் செய்ய முடியாது சிவா. வீட்டை வித்துடறதுன்னு நான்

முடிவுபண்ணிட்டேன். என் பையன்கிட்ட சொல்லிடறேன். அவன் எங்கியோ இருக்கான். பண்டிகைக்குப் பண்டிகை மட்டும் வர்றான். மீதி நாள்ல யாரால இப்படி பயந்து பயந்து வாழ முடியும்? நீ நியூஜெர்சில இருக்கற உன் புள்ளைகிட்ட பேசு. வீட்ல கமலம் தனியா இருப்பா, நான் வரேன். (போகிறார்.) (திரும்ப வந்து) வாசல் கதவைத் தாப்பா போட்டே வச்சிரு. பூட்டு போடு. வராண்டால கிரில் கதவு போடு. யாராவது வந்தா க்ரில் கதவுப் பக்கம் பாத்துட்டு கதவைத் தொற.

சிவா: சரிடா...

சதா: ஜாக்கிரதையா இருடா.

சிவா: சரி. சும்மா பயமுறுத்தாதே.

(விளக்கு அணைகிறது. விளக்கு மறுபடி ஒளிரும்போது சிவா கம்ப்யூட்டர் அருகில் உட்கார்ந்து காதில் ஹெட் ஃபோன் போட்டுக் கொண்டு உட்கார்ந்திருக்கிறார். சற்றுத் தள்ளி ஸ்பாட் வெளிச்சத்தில் அவர் மகன் ஃபோனில் பேசுகிறான்.)

மகன்: சரிப்பா, எனக்கு தூக்கம் வரது. எனிதிங் எல்ஸ்?

சிவா: நான் அந்த வீட்டு விவகாரம் சொன்னனே யோசிச்சியா? இங்கிருந்து ரெண்டு கிலோ மீட்டர்லதான் இருக்கு. பெரிய அபார்ட்மென்ட் காம்ப்ளெக்ஸ். பார்க், கிளப், ஸ்விம்மிங் பூல், எல்லா வசதிகளோட இருக்காம். உள்ளயே மளிகைக் கடை, காய்கறிக் கடை எல்லாம். வெரி ஐடியல் ஃபார் சீனியர் சிட்டிசன்ஸ். இருபத்து நாலு மணிநேரமும் செக்யூரிட்டி இருக்காம். பயமே இல்லை.

மகன்: நிலத்தோட தனி வீடு கிடைக்காதான்னு அவனவன் அலையறான். இருக்கற நல்ல வீட்டை வித்துட்டு அபார்ட்மென்ட்

காம்ப்ளெக்ஸ்ல சூட்கேஸ் சைஸ் வீட்ல போய் இருக்கணும்னு தலையெழுத்தாப்பா? நான் இந்தியாவுக்கு திரும்பி வந்தா ரீ ஃபர்பிஷ் பண்ணி மேல கீழ பெரிசா கட்டிக்கலாம்னு ஒரு எண்ணம் இருக்கு. அதை ஏன் விப்பானேன்?

சிவா: இந்த தனிவீட்ல பாதுகாப்பு இல்லாம பயந்துகிட்டு எப்டி இருக்கறது? ஒரு அவசரம்னா ஆஸ்பத்திரிக்கு தூக்கிப்போகக்கூட கூப்பிட்ட குரலுக்கு யாரும் இல்லாம, திருட்டு பயத்துல கதவை அடைச்சிகிட்டு டீவி பாத்துகிட்டு ராத்திரி மட்டும் பயந்த காலம்போய் இப்ப பகல்லயும் பயமா இருக்குடா. யாரைப் பார்த்தாலும் சந்தேகமா இருக்கு. குழாய் ரிப்பேர், கேபிள் டீவி ஆள், எலெக்ட்ரீஷியன், கூரியர்னு யாரு வாசல்ல வந்து நின்னாலும் உடம்பு படபடக்குது. திருட்டு பயத்துல ஆரம்பிச்சி கொலையில் வந்து முடிஞ்சிருக்கு.

மகன்: நான் ஊருக்கு வரும்போது இதப்பத்தி பேசலாம். Don't imagine things Dad. ரிலாக்ஸ் ்நௌ. ப்ளீஸ் டாட். உங்களுக்கு பிபி ஜாஸ்தியாயிரும். ஓகே? குட் நைட்.

சிவா: ஓகே பிரகாஷ். குட் நைட்.

மகன்: குட் டே டாட். யூ டேக் கேர்.

அவர் ஹெட் ஃபோனை வைத்துவிட்டு மெல்ல எழுந்து சோபாவில் சாய்கிறார்.

(விளக்கு அணைகிறது. மெலிதான வெளிச்சம் பரவுகிறது. சிவா சோபாவில் தூங்கிக் கொண்டிருக்கிறார். முகமூடி அணிந்த ஒரு உருவம் கையில் இரும்புக்கம்பியோடு மெல்ல வருகிறது. சுற்று முற்றும் பார்த்தபடி தடியை ஓங்கி சிவாவை அடிக்கிறது. விளக்கு முற்றும் அணைகிறது. சிவாவின் அலறல் கேட்கிறது.

விளக்கு வெளிச்சம் மீண்டும் மேடையில் படர்கிறது.)

சிவா: வேண்டாம்... என்ன ஒண்ணும் பண்ணிடாத. நான் போயிடறேன். இந்த வீட்டவிட்டு போயிடறேன். என்னை ஒண்ணும் பண்ணிடாத.

(தூக்கத்திலிருந்து அலறியபடி எழுகிறார். கண்ணைக் கசக்கிக்கொள்கிறார். மிரண்டுபோய் சுற்றுமுற்றும் பார்க்கிறார். சற்றுத் தள்ளி அங்கே ஒரு ஆள் நிற்கிறான். ரியல் எஸ்டேட் ஏஜெண்டைப் போலவே தாடிமீசையுமாய் இருக்கிறான்.)

தாடிக்காரன்: சார்... வீட்ல யாரும் இல்லீங்களா?

சிவா: யாரு? (மிகுந்த பதற்றத்தில் இருக்கிறார்.) யார்ரா நீ?

தாடி: (அச்சடித்த ஒரு கற்றைக் காகிதத்தை வைத்துக்கொண்டு அதிலொன்றை அவரிடம் நீட்டுகிறான். சாதாரணமாகக் கேட்கிறான்) வூட்ல பசங்க யாரும் இல்லையா சார்?

சிவா: பசங்களா? எதுக்கு கேக்கற?

தாடி: மேடம் வெளிய போயிருக்காங்களா?

சிவா: நீ யார்ரா? உனக்கு என்ன வேணும்?

தாடி: ஒண்ணுமில்லைங்க... ஜேபி நகர்ல புதுசா ஒரு ஷாப்பிங் மால் திறக்கறாங்க சார். அதற்கு நோட்டீசு. முதல் நாள் வந்து என்ன வாங்கினாலும் 10% டிஸ்கவுண்ட். பசங்களுக்கு கேம்ஸ் எல்லாம் 50% டிஸ்கவுண்ட்.

சிவா: இந்த நோட்டீஸ் எல்லாம் கேட்டுல இருக்கற பொட்டில போட்டுட்டு போ. உள்ள வந்து கூப்படற வேலையெல்லாம் வேணாம்.

தாடி: கேட் கதவு திறந்திருந்தது சார்.

சிவா: திறந்திருந்தா ஊட்டுக்குள்ள நுழைஞ்சிடறதா? போடா வெளியே. (பயத்தில் பதற்றத்துடன் அலறுகிறார்.) கேட்டை மூடிட்டு போடா. நோட்டீஸ் குடுக்கறேன், சோப்பு விக்கறேன்னு வீட்ல யாரு இருக்கான்னு பாக்க வர்றானுங்க. அயோக்கியப் பசங்க.

(அவன் போன பிறகும் இவர் பதற்றம் குறையாமல் குறுக்கும் நெடுக்குமாய் நடந்தபடி அரற்றுகிறார்.)

சிவா: கட்டுங்கடா. விவசாயம் பண்ற நிலத்தை யெல்லாம் அழிச்சி ஷாப்பிங் மால் கட்டுங்க. அபார்ட்மென்ட் காம்ப்ளெக்ஸ் கட்டுங்க. நாலு பக்கமும் கட்டடம் கட்டிக் கட்டி எங்களை மூச்சுத் தெணறடிச்சி கொன்னுடுங்கடா... மனுஷங்க அடையாளமா இருக்கற ஊர்ல கட்டடம்தான் அடையாளம்னு ஆனா இப்பிடிதான்டா ஆகும். கட்டுங்கடா. நாசமாப்போறவனுங்களா...

(ஸ்பாட்டில் நின்றுகொண்டு அவன் போகிற திசையைப் பார்த்துக்கொண்டே கத்துகிறார். காகிதத்தைக் கசக்கி பார்வையாளர்கள்மேல் எறிகிறார். உள்ளே பார்த்துக் கத்துகிறார்.)

சிவா: கூடப்பொறந்தவனாட்டமா இருந்தான் மாசி. ஜன்னல் வழியா பாத்தாலே அந்த நினைப்பு தான் வருது. அவன் வீட்டு முன்னால நடக்க முடியலை. என் லைஃப் டைம் சேவிங்ஸ் எல்லாத்தையும் கொட்டி வாங்கின என் வீடே எனக்கு மனச் சுமையா போச்சு.

(மெல்ல நடந்து சோபாவின் அருகில் போகிறார். மிகுந்த பதற்றத்தில் இருக்கிறார். யோசனைக்குப் பிறகு பக்கத்தில் இருக்கும் தொலைபேசியை நடுங்கும் கைகளால் எடுக்கிறார்.)



எண்ணை அழுத்துகிறார்.

சிவா: ஹலோ... கே.எஸ் ரியாலிட்டியா?

# தூஸ்ரா

## கதாபாத்திரங்கள்

கிரிக்கெட் வீரர் கணேஷ்

அப்பா விஸ்வநாதன்

அம்மா அகிலா

சக கிரிக்கெட் வீரர் விஜய்

கேப்டன் அர்ஜுன்

செலக்ஷன் கமிட்டி சேர்மன் ராகவன்

அமைச்சர் - BCCI பிரசிடெண்ட் ராஜமார்த்தாண்டன்

ரசிகர் திவாகர்

தொழிலதிபர் நாயுடு

துபாய் சூதாட்டக்காரர் ராகேஷ்

●

## அரங்க அமைப்பு

வலது பக்கம் எளிமையான மத்தியவர்க்க வீட்டின் செட். இடது பக்கம் அமைச்சரின் அலுவலகம், ஹோட்டல் அறை, பார் என்று மாறிக்கொண்டேயிருக்கும். நடுப்பகுதியில் கிரிக்கெட் மைதானத்தில் நிகழும் காட்சிகள் நடக்கும். மேடையின் பின்புலம் வெள்ளைநிறப் படுதா நீண்டிருக்கிறது. இதில் கிரிக்கெட் மைதானத்தில் ரசிகர்கள், கிரிக்கெட் காட்சிகள் என்று முன்பே வீடியோவில் எடுத்த காட்சிகள் அவ்வப்போது திரையிடப்படும்.

# காட்சி 1

**மே**டையில் வெளிச்சம் விழுந்ததும் ஒரு தெருவின் செட் தெரிகிறது. அங்கே சிறுவர்கள் விளையாடிக் கொண்டிருக்கிறார்கள். தெருவில் இருக்கும் ஒரு வீட்டின் காம்பௌண்ட் சுவரில் ஹே ராம் படப் போஸ்டர் ஒட்டியிருக்கிறது. (கதை நிகழும் காலத்தைக் குறிக்க.) நான்கைந்து பந்துகள் விளையாடுகிறார்கள். இசை ஒலித்து அடங்கியபின் ஒரு குரல் ஒலிக்கிறது.

( கிரிக்கெட்டின் குரல்)

‘இது என் கதை. நான் இந்தியாவின் சுவாசம். தெருக்களில், பூங்காக்களில், ஆயிரக்கணக்கானோர் உட்கார்ந்து பார்க்கும் மைதானங்களில், தொலைக்காட்சியில் என்று இந்த நாட்டின் ஒவ்வொரு மூலையிலும் என்னை நீங்கள் பார்க்க முடியும். இந்தச் சமுதாயத்தின் ஒவ்வொரு கணத்திலும் என்னைப் பற்றிய சிந்தனையே ஆக்கிரமித்துக்கொண்டிருக்கிறது. நான்தான் உங்கள் அபிமான கிரிக்கெட். இந்த நாட்டில் நான் வெறும் விளையாட்டு மட்டுமல்ல. சிலருக்கு உயிர், பலருக்கு கனவு, அனேகருக்கு பொழுதுபோக்கு.

இந்த நாட்டில் தேசப்பற்று இன்னும் மிச்சமிருப்பது என்னால்தான். கிரிக்கெட் மட்டையைத் தொடாமல் எந்தச் சிறுவனும் இந்த நாட்டில் வளர்வதில்லை. நான் என் பயணத்தை ஆரம்பிப்பது இந்தச் சிறுவர்கள் ஆடும் வீதியோரங்களில்தான்.

இந்தியாவுக்காக என்றாவது ஒரு நாள் விளையாட வேண்டும் என்னும் கனவு மிதக்கும் கண்களோடு ஆடும் இந்தச் சிறுவர்களின் உயிர்த்துடிப்பில்தான் நானும் ஜீவிக்கிறேன். இந்தச் சாலையோரம் உயிர்த்து, ஆசை வேர்பிடித்து, கனவுக் கிளைகள் பரப்பி இந்தியா முழுக்க மைதானங்களில் விஸ்வரூபம் எடுக்கும் என் கதைதான் இது.'

சிறுவர்கள் பாட்டுக்கு ஆடிக்கொண்டிருக்க அவர்கள்மேல் வெளிச்சம் குறைந்து இருட்டாகி வலது பக்கம் மெல்ல வெளிச்சம் விழுகிறது.

வெளிச்சம் விழும்போது வீடு தெரிகிறது. அம்மா வெளியூரில் கிரிக்கெட் விளையாடப் போகும் மகனுக்கான பயண ஏற்பாடுகளில் மும்முரமாய் இருக்கிறார். பெட்டியில் துணிகளை அடுக்கிக் கொண்டிருக்கிறார். அப்பா உள்ளேயிருந்து சந்தோஷமாய்ப் பாட்டு பாடிக்கொண்டு வருகிறார்.

*அம்மா:* (எரிச்சலுடன்) போதும், பாடறத நிறுத்துங்க ப்ளீஸ்... காலைலருந்து பேக்கிங் பண்ணிகிட்டு கஷ்டப்படறேன். பாடறதை நிறுத்திட்டு கொஞ்சம் உதவி பண்ணக் கூடாதா?

*(அப்பா காது கொடுத்துக் கேட்காமல் மறுபடி பாடுகிறார்.)*

*அம்மா:* நல்லா பாடினாலாவது கேட்கலாம். நீங்க பாடறது அபஸ்வரம். சகிக்கலை.

*(பாட்டை நிறுத்திவிட்டு, அப்பா மறுபடி சந்தோஷமாய்ப் பாடுகிறார்.)*

*அம்மா:* பாடுங்க. உங்க பிள்ளை கிரிக்கெட்டராகி வெளிநாடு போய் ஆடப்போறான்னு சந்தோஷமா இருக்கீங்கல்ல. பாட்டு என்ன டான்ஸ்கூட ஆடுவீங்க. பாடுங்க.

*அப்பா:* (பாட்டை நிறுத்தி அருகில் வந்து) எப்பிடி எப்பிடி? உங்க புள்ளையா?

*அம்மா:* ஆமா. என் புள்ளையா இருந்திருந்தா, நான் அவனை கிரிக்கெட் ஆடவே விட்டிருக்க மாட்டேன். அவன் இன்ஜினியரிங் படிச்சு

சாஃப்ட்வேர் இன்ஜினியர் ஆகணும்னு ஆசையா இருந்தேன். நீங்க அவனை கிரிக்கெட் ஆடவச்சி அவன் வாழ்க்கையையே நாசமாக்கிட்டீங்க.

அப்பா: கிரிக்கெட்டர் ஆகறது எவ்வளவு பெரிய சாதனை தெரியுமா? உன்னோட மிடில் க்ளாஸ் மென்டாலிட்டிக்கு எட்டினதெல்லாம் சாஃப்ட்வேர் இன்ஜினியர்தான்.

அம்மா: சாஃப்ட்வேர் இன்ஜினியர் ஆயிருந்தான்னா... அழகா டை கட்டிகிட்டு, லேப் டாப் வச்சிகிட்டு, ஏர் கண்டிஷன் பண்ண ஆபிஸ்ல ஜம்முன்னு உக்காந்துகிட்டு வேலை பாத்துக் கிட்டிருப்பான். இப்ப கிரிக்கெட்டரா வெய்யில்ல நின்னுகிட்டு, மைதானத்துல ஆயுசு பூரா பந்தைத் தொரத்திக்கிட்டு வேத்து விறுவிறுக்கக் கிடப்பான். நீங்க சொல்லுங்க எது நல்ல லைஃப்?

அப்பா: என்ன பார்வைம்மா?

அம்மா: என் அண்ணா பையன் கம்ப்யூட்டர் இன்ஜினியரா லண்டன்ல இருக்கான். என் தங்கை பொண்ணு சாஃப்ட்வேர் இன்ஜினியரா ஆஸ்திரேலியால இருக்கா. நம்ம கணேஷ்கூட கம்ப்யூட்டர் சயன்ஸ் படிச்சி இன்ஜினியரா ஆகியிருந்தா அமெரிக்கா ஆஸ்திரேலியான்னு செட்டில் ஆயிருப்பான். நாமும் அங்க சம்மருக்கு சம்மர் விசிட் அடிக்கலாம்.

அப்பா: உனக்கு நாலு ஊரை சுத்திப் பாக்கணும் அவ்வளதான? கணேஷ் கிரிக்கெட்டர் ஆனப்பறம் இங்லாண்ட், ஆஸ்திரேலியா, வெஸ்ட் இண்டீஸ், சவுத் ஆப்ரிக்கான்னு டூர் போயிட்டே இருப்பான். அப்ப நீயும் இது மாதிரி பருப்புப் பொடி, கரிவேப்பிலைப் பொடி, ஊறுகாய் எல்லாம் பேக் பண்ணி எடுத்துகிட்டு கூடவே போ. இது என்னது?

தேங்கா எண்ணெயா? அவனை சின்னக் குழந்தை மாதிரி நடத்தறதை நிறுத்தறியா? அடுத்த மாசம் வந்தா அவனுக்கு இருபது வயசாகப்போவுது.

அம்மா: இருபது வயசு ஆனதும் தலைக்கு தேங்கா எண்ணெய் தடவறதை நிறுத்திடணுமா? (அவர் வழுக்கைத் தலையைக் காண்பித்து) அவனும் உங்களை மாதிரி ஆயிடக் கூடாது.

அப்பா: எனக்கு வழுக்கை விழுந்தது உன்னை கல்யாணம் பண்ணிகிட்டு குடும்பம் நடத்தின டென்ஷன்னால... நீ ஏன் இன்னிக்கு இப்பிடி பொலம்பிகிட்டு இருக்க? நம்ம புள்ளை இந்தியாவுக்காக டெஸ்ட் மேட்ச் ஆடப்போறான்! சந்தோஷமா இருக்க வேண்டாம்? தெரு வாசல்ல விளையாடிகிட்டு இருந்தவன் அண்டர் 19, ரஞ்சி, திலீப் டிராஃபின்னு கொஞ்சம் கொஞ்சமா முன்னேறி இந்தியாவுக்காக டெஸ்ட் மாட்ச் விளையாட சான்ஸ் கிடைச்சிருக்கு.

அம்மா: அவன் கிரிக்கெட்டரா ஆனானோ தப்பிச்சான். இல்லன்னா அவனை இன்னும் என்ன பாடுபடுத்தியிருப்பீங்களோ?

அப்பா: என்ன பாடுபடுத்தினேன்?

அம்மா: அவனை காத்தால அஞ்சி மணிக்கு எழுப்பி, முட்டை சாப்புட வச்சி, எக்ஸர்ஸைஸ், கோச்சிங்ன்னு உயிரை வாங்கி, பாவம் பத்து வருஷமா புள்ளையை என்ன பாடுபடுத்தி யிருப்பீங்க? ஒருவழியா எல்லாம் முடிஞ்சது.

அப்பா: ஸ்போர்ட்ஸ் பர்சனாலிட்டியா வரணும்னா உழைக்கணும்ல? அவன் எப்படியாவது இந்தியன் கிரிக்கெட் டீம்ல வரணும்னு எவ்வளவு ப்ளான் பண்ணி அவனை முன்னுக்கு கொண்டுவந்திருக்கேன். பிரசன்னா, வெங்கட் ராகவனுக்கு அப்புறம் ஒரு ஆஃப் ஸ்பின்னர் இந்தியால பெரிசா வரல. அதனால அவனை

ஆஃப் ஸ்பின்னராக்கினேன். இந்தியால பொதுவாவே லெஃப்ட் ஹாண்ட் பேட்ஸ்மென் கள் வர்றதில்லை. அவனும் ரைட் ஹாண்டட் ப்ளேயராதான் இருந்தான். அவனுக்கு இடது கைப்பழக்கம் வரணும்னு ட்ரெயினிங் குடுத்து மாத்தினேன்ல.

அம்மா: நல்லா மாத்தினீங்க. இடது கைப்பழக்கம் வரணும்னு இரண்டு வாரம் அவன் வலது கையை கட்டிப்போட்டுல்ல வச்சிருந்தீங்க? அவன் பட்ட அவஸ்தையை எப்பிடி மறக்க முடியும்?

அப்பா: கஷ்டப்பட்டா என்ன? இப்ப பாத்தில்ல... அவனுக்கு இண்டியன் டீம்ல இடம் கிடைச்சதுக்குக் காரணமே இந்த காம்பினேஷன் தான். பம்பாய்க்காரனும் டெல்லிக்காரனுமே டாமினேட் பண்ற ஆட்டம் இது. நம்ம பசங்க இந்தியன் டீம்ல வரணும்னா இது மாதிரி ஏதாவது பண்ணாதான் உண்டு.

அம்மா: அப்பாவும் புள்ளையுமா கிரிக்கெட்லயே பைத்தியமா இருக்கீங்க. இந்த கிரிக்கெட்ல என்னதான் இருக்கோ! இதுவும் ஒரு விளையாட்டுதானே... இதுக்கு இவ்வளவு உயிரைவிடணுமாக்கும்.

அப்பா: ஆரம்பிச்சிட்டியா? உனக்கென்ன தெரியும்? வெறும் வெளையாட்டு அல்ல. ரொம்ப நுணுக்கமான ஆட்டம் இது. ஃபுட்பால், ஹாக்கி மாதிரி தட்டித் தட்டி எடுத்துகிட்டு மத்தவனை முட்டி மோதித் தள்ளிவிட்டு கோல் போடற தடாலடி ஆட்டம் அல்ல. ஜென்டில்மென் கேம். செஸ் ஆட்டத்துல இருக்கற ப்ளானிங் இதுலயும் இருக்கு. விளையாடற பிட்சு, வெதர் இதெல்லாம்கூட ஆட்டத்தை பாதிக்கும். அதுக்கேத்தா மாதிரி ஆட்டத்தை மாத்திக்கணும். ஒரு ஆளை அவுட்டாக்கணும்னா மெஷின் மாதிரி பந்து

வீசினா போறாது, அவன் வீக்னெஸ் என்ன, எப்படி ஆடறான்னு பாத்து கணிச்சுப் போடணும். அதுக்கேத்தா மாதிரி ஃபீல்ட் ப்ளேசிங் பண்ணி...

அம்மா : (இடைமறித்து) ஐய்யா சாமி, ஆளைவிடுங்க. தெரியாத்தனமா கிரிக்கெட் பத்தி என்னமோ சொல்லிட்டேன். உங்களைச் சொல்லி பிரயோஜனமுண்டா? பெட்ரூம்லருந்து கிரிக்கெட் கமென்டரி கேக்க பாதியிலே எழுந்து போனவருதான நீங்க?

அப்பா: சும்மா அதையே சொல்லிக் காட்டாத, வெஸ்ட் இண்டீஸ்ல மேட்சு. கவாஸ்கர் சென்சுரி அடிக்கறாரான்னு ஒரே டென்ஷனா இருந்தேன். நீ ரொம்ப சத்தம் போடறன்னு நிறுத்திட்டனே?

அம்மா: ஆமா நிறுத்தினீங்க... டிரான்சிஸ்டரைக் கொண்டுவந்து தலைமாட்ல வச்சிகிட்டு கேக்க ஆரம்பிச்சீங்களே... ரொமான்டிக்கா சங்கீதம் கேள்விப்பட்டிருக்கேன். பெட்ரூம்ல கிரிக்கெட் கமென்டரி கேக்கற ஆளு நீங்க ஒர்த்தராதான் இருக்கணும்.

அப்பா: உனக்கு கிரிக்கெட்மேல ஏன் இவ்வளவு வெறுப்புன்னு இப்பதான் புரியுது. சரி சரி. பேசிக்கிட்டே இருக்காத. பேக்கிங் முடி. பேபி வர்ற நேரமாச்சு.

அம்மா: அவன் பேரு பேபி இல்லை. கணேஷ். பேபி பேபின்னுக்கிட்டு.

அப்பா: பதினேழு வயசுல ரஞ்சி டிராபி ஆடினான். பேபி ஆஃப் த டீம். அதனாலயே அவன் செல்லப் பேர் பேபின்னு ஆயிடுச்சு. டீம்ல எல்லாரும் பேபின்னுதான் கூப்படறாங்க. எனக்கும் பழக்கமாயிருச்சு.

கணேஷ் வருகிறான். அப்பா அவனைத் தோளோடு அணைத்துக்கொள்கிறார்.

அப்பா: நூறு வயசுடா. உன்னைப் பத்திதான் பேசிக்கிட்டு இருந்தோம்.

அம்மா: கணேஷ் எல்லாம் பேக் பண்ணி வச்சுட்டேன். பொட்டியை ஒரு தடவை பாத்துரு.

அப்பா: பேபி... மறந்தே போச்சு. ஒனக்கு ஒண்ணு வாங்கிவச்சிருக்கேன். (எழுந்து போய் எடுத்துக்கொண்டு வருகிறார்.)

அம்மா: உனக்காக பருப்புப் பொடி, கரிவேப்பிலைப் பொடி எல்லாம் வச்சிருந்தேன். உங்கப்பா அதெல்லாம் எடுத்துப் போடுன்னு சொல்லிட்டாரு.

கணேஷ்: உனக்கு என்ன தோணுதோ வைம்மா.

அப்பா: அப்படியெல்லாம் சொல்லாதப்பா. அவ சமையலறைல இருக்கற அத்தனை பொடியையும் எடுத்து பேக் பண்ணிடுவா. நீ அங்க போய் ஹோட்டல்ல சமையல்தான் பண்ணிகிட்டு இருக்கணும். மேட்ச் ஆட முடியாது. இந்தா, உனக்காக வாங்கினேன். ஸ்பைக்ஸ் வச்ச பூட். மேட் டு ஆர்டர். நம்ம மெட்ரோ ஸ்போர்ட்ஸ் இல்லை. அங்க ஆர்டர் பண்ணி வாங்கினது.

கணேஷ்: ரொம்ப காஸ்ட்லியான கடையாச்சே. எனக்கு கிட் அலவன்ஸ் இருக்குப்பா. நீங்க ஏம்ப்பா காசு செலவழிச்சி இதை வாங்கணும்?

அம்மா: கழுத்துல போட்டிருந்த தங்கச் செயினை வித்து ஷூ வாங்கியிருக்காரு, சொல்லச் சொல்ல கேக்காம...

அப்பா: நீ கொஞ்சம் சும்மாயிருக்கியா? அவன்கிட்ட எதைச் சொல்லணும்னு இல்ல? நீ முதல் டெஸ்ட் விளையாடும்போது இதைப் போட்டு கிட்டு விளையாடணும்னு எனக்கு ஆசையா யிருந்தது. சேவிங்ஸ்னு எங்கிட்ட இருந்தது இது ஒண்ணுதான். வித்துட்டேன். பரவால்ல

பேபி. என் கழுத்துல சங்கிலியா இருக்கறதவிட உன் கால்ல ஷூவா இருக்கறது எனக்கு இன்னும் சந்தோஷம்ப்பா.

கணேஷ்: அப்பா... எனக்காக நீங்க கஷ்டப்பட்டது போதும்பா. நாந்தான் விளையாட ஆரம்பிச்சிட்டேன்ல? இனிமே வேலைக்குக்கூட போக வேணாம். நீங்க ரிலாக்ஸ் பண்ணுங்கப்பா.

அப்பா: டேய், நான் கவர்ன்மெண்ட் சர்வன்ட்பா. ஆபீஸ் போறதே ரிலாக்ஸ் பண்ணதான? ஏற்கெனவே இப்படி இருக்கேன். இவகூட நாள் பூரா தனியா இருந்தா இருக்கற கொஞ்சநஞ்ச முடியும் கொட்டிடும்ப்பா.

கணேஷ்: ஆமாம்ப்பா. இது பெரிய சான்ஸ். அதுவும் அர்ஜுன் மாதிரி ப்ளேயரோட கேப்டன்சில ஆடறது பெரிய பாக்கியம். அவரு என்னோட ஹீரோப்பா. சின்ன வயசுலருந்து அவர் ஆடின ஆட்டம் எல்லாத்தையும் ஒண்ணுவிடாம பாத்திருக்கேன்.

அம்மா: தெரியுமேப்பா. உன் ரூம் முழுக்க அர்ஜுன் படங்கதான ஒட்டி வச்சிருக்க. அர்ஜுனைப் பத்தி யாராவது தப்பா சொன்னா அவங்ககிட்ட எவ்வளவு சண்டை போடுவே?

கணேஷ்: அவர்கூட ஆடற வாய்ப்பு வரும்னு நான் நினைச்சுக்கூட பாக்கலை. மேட்ச் சேப்பாக்ல நடந்ததுல்ல, அன்னைக்குக் காலைல நெட்ஸ்ல அவருக்கு நான் போலிங் போடவான்னு கேட்டேன். சரின்னாரு. பதினைஞ்சு நிமிஷம் ஆடினாரு. ஆரம்பத்துல என்னை கடாசு கடாசுன்னு கடாசுனாரு. நான் விடல. பயப்படாம ஃப்ளைட் பண்ணினேன். ஒரு பால் ஏமாந்துட்டாரு. என் தூஸ்ராவைச் சரியா ரீட் பண்ணாம போல்ட் ஆயிட்டாரு. ஸ்டாண்ட்லருந்து நெட்ஸ் பாத்துகிட்டிருந்த ஜனங்கள்லாம் கைதட்டினாங்க. அவர் டீம்

மேட்ஸ் எல்லாரும் ஒரு நிமிஷம் ஷாக் ஆகி நின்னுட்டாங்க. என்னை இன்னும் போடச் சொன்னாரு. நான் அவரை போல்ட் எடுத்ததுல தெம்பாகி இன்னும் வெரைட்டிய Flipper, faster oneன்னு போட்டேன். என் ஸ்பெல் முடிஞ்சதும் கூப்ட்டு விசாரிச்சாரு. 'இதே மாதிரி தில்லா டெஸ்ட் மேட்ச்சுல போடுவியா?'ன்னு கேட்டாரு. 'போடறேன் அர்ஜுன் அண்ணா'ன்னு சொன்னேன். அதுக்கப்பறமா செலக்டர்ஸ்கிட்ட பேசி என்னை டீம்ல சேர்க்கச் சொல்லியிருக்கார்.

அப்பா: கிரிக்கெட்டே ஒரு கேம் ஆஃப் லக்தாண்டா.

வாசல்பக்கம் யாரையோ பார்த்துக் கையசைத்துக்கொண்டே விஜய் வருகிறான். 'சரிங்கண்ணே ஞாபகம் வச்சிக்கறேன். தேங்க்யூ' என்று சொல்லிவிட்டுப் பெரிசாக மூச்சுவிடுகிறான்.

கணேஷ்: அப்பா இவன் விஜய்கிருஷ்ணா. கர்நாடகா லெக் ஸ்பின்னர். தெரியுமில்லையா? டூர்ல என் ரூம்மேட் இவந்தான்.

அப்பா: தெரியுமேப்பா. எங்களைதான் அவருக்கு அறிமுகப்படுத்திவைக்கணும்.

அம்மா: உக்காருப்பா. குடிக்க என்னவாவது கொண்டாரட்டா?

விஜய்: ஒரு பெக் விஸ்கி லார்ஜ்.

அம்மா: ஐயய்யோ விஸ்கியா? அதெல்லாம் நாங்க வீட்ல வச்சிக்கறதில்லப்பா...

விஜய்: வாங்கி வச்சிருங்க. கிரிக்கெட் ப்ளேயரா ஆனதும் நாங்க செய்யற முதல் காரியம் காபி டீ எல்லாம் விட்டுபுட்டு, விஸ்கி, பிராந்திதான். ஏண்டா சொல்லலியா?

கணேஷ்: அம்மா, இவன் சொல்றதையெல்லாம்

சீரியஸா எடுத்துக்காதீங்க. நாந்தான் சாராயத்தை கையால தொடமாட்டேன்னு அப்பாக்கு ப்ராமிஸ் பண்ணியிருக்கேன்ல? எங்கூடதான வந்தே, ஏண்டா இவ்வளவு நேரம்?

விஜய்: நாம வந்தோம்ல காரு. அதோட ட்ரைவர் ஆட்டோகிராஃப் கேட்டாரு. போட்டுக் குடுத்தேன். அதுக்கப்பறம் ஆரம்பிச்சாருடா... நான் எப்படி லெக் ஸ்பின் போடணும், என்ன ஃபீல்ட் செட் பண்ணணும், எங்க பந்தைத் தேய்க்கணும்னு அட்வைஸ் பண்ண ஆரம்பிச்சுட்டாரு. மெட்ராஸ்ல இது ஒரு பிரச்சினைடா. எல்லாரும் கிரிக்கெட்ல எக்ஸ்பர்ட்ஸ். ஒர்த்தர் பாக்கியில்லாம எல்லாரும் அட்வைஸ் வாரி வழங்கறாங்கடா. உனக்கு பதிலா நான் டீம்ல இருந்தா உன்னைவிட நான் நல்லா விளையாடுவேன்னு சொல்ற மாதிரி ஒரு ஆட்டிட்யூட் வேற. ரொம்பக் கஷ்டம்பா..! உங்க அம்மாவும் கிரிக்கெட் ரசிகையா? கிரிக்கெட் பத்தி ஏதாவது ஒப்பீனியன் வச்சிருப்பாங்களே...

அம்மா: இல்லப்பா, எனக்கு கிரிக்கெட் பிடிக்காது. இது சோம்பேறி ஆட்டம். என்னப் பொருத்தவரை கிரிக்கெட் நியாயமான ஆட்டமே இல்லை.

விஜய்: ஏங்க அப்பிடி சொல்றீங்க?

அம்மா: நீ போலர்தான?

விஜய்: ஆமா.

அம்மா: நீ போலரா இருந்தாலும் கட்டாயமா பேட்டிங் பண்ணணும் இல்லையா? ஆனா பேட்டிங் பண்றவங்கல்லாம் கட்டாயமா போலிங் போடணும்னு இருக்கா? என்ன நியாயம் இது?

விஜய்: கரெக்ட்மா. டேய் உங்கம்மா நெத்தியடியா ஒரு பாயிண்ட் சொல்றாங்க. பாருங்க சார், பையனை இந்தியன் டீம்ல கொண்டு

வந்துட்டீங்க. உங்களைதான் பாராட்டணும்.

அம்மா: ஆமாம்பா, இவன் தமிழ்நாட்டின் ஆஃப் ஸ்பின்னர், வெங்கட்ராகவன் மாதிரி.

விஜய்: என்ன சார், உங்க மகன் டெஸ்ட் மேட்ச் விளையாடப் போறான். வெங்கட்ராகவன் மாதிரின்னு பேசறீங்க. 12th மேனா ஆக்கிறப் போறாங்க.

அப்பா: நீங்க 12th மேன் ஆக்கினாலும் 16th மேன் ஆக்கினாலும் எங்க கிரிக்கெட் மோகம் போகாதுப்பா. வெங்கட் இல்லன்னா ஸ்ரீகாந்த், இல்லன்னா சிவராமகிருஷ்ணன்னு யாராவது ஒருத்தராவது வந்துகிட்டே இருப்போம்ல. ஒருத்தராவது இருப்போம், ஆனா எங்களை ஓரங்கட்ட முடியாது.

விஜய்: மெட்ராஸ்ல இது ரெண்டாவது ப்ராப்ளம். எல்லாரும் பஞ்ச் டயலாக் பேசறது. நீங்க சொல்றது சரிதான். 1983 World cup ஜெயிச்சது யாரால? உங்க ஸ்ரீகாந்த்னாலதான?

அப்பா: ஆமா. அந்த மின்னல் வேக 37 இல்லன்னா 183கூட வந்திருக்காதே. ராபர்ட்ஸ் போலிங்ல வைட் ஆஃப் த ஸ்டம்ப் போற அந்த பாலை ஸ்கொயர் டிரைவ் பண்ணதை ரிச்சர்ட்ஸே அப்ளாட் பண்ணாரே. மறக்க முடியுமா?

விஜய்: அவர் பேட்டிங் விடுங்க சார். வெஸ்ட் இண்டீஸ் டீம் எல்லா விக்கட்டயும் எடுத்ததே அவர்தான?

அப்பா: ஸ்ரீகாந்தா? விக்கெட் எடுத்தாரா?

விஜய்: போலிங் போட்டாதான் விக்கெட்டா சார்? இந்த மொஹிந்தர், மதன் லால் எல்லாரும் போலிங் போடும்போது அவர் என்ன பண்ணாரு? ஷார்ட் லெக்லயோ சில்லி பாய்ண்ட்லயோ நின்னுகிட்டு சத்தமா லொட லொட

லொடன்னு தமிழ்ல பேசிக்கிட்டே இருந்தாரா, அந்தச் சத்தத்துல வெஸ்ட் இண்டீஸ் பேட்ஸ்மென் கான்சென்ட்ரேட் பண்ண முடியாம தலையைப் பிச்சிகிட்டு கண்டபடி ஆடி அவுட் ஆகிட்டாங்க. அதனாலதான் சொல்றேன் எல்லா விக்கெட் எடுத்ததும் அவர்தான்.

அப்பா: இவர் உன் ரூம்மேட்டுன்னா சொன்ன? கொஞ்சம் ஜாக்கிரதையா இருப்பா. ஏதாவது வம்புல மாட்டிவிட்டுடப் போறாரு.

விஜய்: ஃப்ளைட்டுக்கு நேரம் ஆச்சுல்ல. கிளம்பலாமா? மேட்ச் பாக்க நீங்கல்லாம் வரலையா?

அப்பா: இல்ல நான் மேட்சு வந்து நேர்ல பாத்தா டென்ஷன் ஆயிடுவேன். அதனால இங்கயே வீட்ல ஒக்காந்து...

அப்பா: பேபி, ஒண்ணு ரெண்டு விஷயம். சபேஸ்டியன் போலிங்கைப் பாத்து பயப்படாத. He is quicker through the air. அவன் போலிங்க்கு கொஞ்சம் பேக் லிஃப்டை அட்ஜஸ்ட் பண்ணிக்க. செகண்ட் ஸ்பெல் போடும்போது ஆஃப் கட்டர்ஸ் கொஞ்சம் ஷார்ப்பா வரும். அதனால அக்ராஸ் த லைன் ஆடாதே. கொஞ்சம் ஓப்பன் ஐ ஸ்டான்ஸ் இருக்கறது பெட்டர். அவனை ஆடிட்டா மத்தவங்க போலிங்கை சமாளிச்சுடலாம். போலிங் பொருத்தவரை உன்னோட நேச்சுரல் கேம் ஆடு. வெஸ்ட் இண்டீஸ் ஸ்பின் அவ்வளவு நல்லா விளையாடமாட்டாங்க. அதனால பயப்படாம நல்லா ஃப்ளைட் பண்ணிப் போடு.

விஜய்: ஐயோ சாமி மறுபடி அட்வைஸ்! பண்ணுங்க சார். அட்வைஸ் பண்ணுங்க! நீங்க அப்பா. அப்பா அட்வைஸ் பண்ணா தப்பே இல்லை. அட்வைஸ் பண்ணலன்னா அப்பாவே இல்லை. பண்ணுங்க சார். டேய், நான் உன் பொட்டியையும் கிட் பேகையும் எடுத்து கார்ல

வக்கறேன்டா. அம்மா நீங்க எதுவும் அட்வைஸ் பண்ணலயா?

அம்மா: கணேஷ், இந்த வெஸ்ட் இண்டீஸ் ப்ளேயர்ஸ் எல்லாரும் ஒவ்வொருத்தனும் எட்டடிக்கு ராட்சஸன் மாதிரி இருக்கான். பௌன்ஸர்லாம் போட்டா அடிக்க ட்ரை பண்ணாதே. குனிஞ்சிக்கோ. தலைலயும் மார்லயும் கவசம் எல்லாம் போட்டுகிட்டு ஆடு. மறந்துடாதே.

விஜய்: கவசமா? சண்டைக்கா போறான். மகா நான் போறன்டா.

கணேஷ்: நான் போயிட்டு வரம்ப்பா. வரம்மா.

அப்பா: ஆல் த பெஸ்ட் டா கண்ணா... கணேஷ், இந்தியாவுக்காக ஆடணும்ங்கற கனவோட ஆடறவங்க லட்ச லட்சமா இருக்காங்க. எல்லாரும் திறமைசாலிங்கதான். என்ன காரணத்துனாலயோ அந்த லட்சத்துல ஏதோ ஒருத்தருக்குதான் வாய்ப்பு கிடைக்குது. நீ லட்சத்துல ஒருத்தன். அதை உணர்ந்து பொறுப் போட ஆடணும். நானும் இந்தியாவுக்கு விளையாடணும்னு கிரிக்கெட் கிரிக்கெட்டுன்னு சின்ன வயசு முழுக்க உயிரை விட்டு விளையாடுனன்தான். திறமை யிருந்தும் என்னால டெஸ்ட் ப்ளேயர் ஆக முடியலை. ஒரு ரஞ்சி ப்ளேயரா ரயில்வேசுக்கு தான் ஆட முடிஞ்சது. இன்னைவரைக்கும் அந்த ஏமாற்றம் என்னைத் தொரத்திகிட்டே தான் இருக்கு. கிரிக்கெட் பாக்கும்போ தெல்லாம் நான்கூட இந்தக் கூட்டத்துல ஒருத்தனா இருந்திருக்க வேண்டியவன்னு மனசுக்குள்ள ஆதங்கம் அழுத்தும். திறமையிருந்தா மட்டும் போதாது பேபி. அதிர்ஷ்டம் வேணும். எனக்கு அது இல்லை. நீ என் கனவை நிறைவேத்திட்டப்பா. சந்தோஷம்ப்பா. என்னோட தோல்வியெல்லாம் ஒரு பொருட்டே இல்லைன்னு ஆயிடுச்சு. நீ

ஆடறது உனக்காக மட்டுமில்லை. இந்த ஆட்டத்தைக் காதலிக்கற லட்சக்கணக்கான ஜனங்களுக்காக. நீ ரோல் மாடலா இருக்கப் போறவன் கணேஷ். விளையாடற முறைக் காக மட்டுமில்லை. நீ நடந்துக்கற முறைக்காக வும்கூட. On the field and off the field. இளைஞர்களுக்கு வழிகாட்ற பெரிய பொறுப்பு உனக்கு இருக்கு. அதை உணர்ந்து நடந்துக்கணும் அதுக்கேத்தாற்போல விளையாடணும். சரியா? ஆல் த பெஸ்ட் கண்ணா...

இருவரும் கட்டித்தழுவிக்கொள்கிறார்கள்.

விளக்கு அணைகிறது.

## காட்சி 2

சூழல்: இந்தக் காட்சியில் மைதானத்தில் கிரிக்கெட் போட்டியும் வீட்டில் அதைத் தொலைக் காட்சியில் அப்பாவும் அம்மாவும் பார்ப்பதாக வும் ஒரே சமயத்தில் நடிக்கப்படும். இந்த இரண்டு இடங்களிலும் மாறி மாறி வெளிச்சம் விழும்.

காட்சியின் தொடக்கத்தில் மேடையின் பின்புலத்தில் இருக்கும் வெள்ளைப் படுதாவில் கிரிக்கெட் ஆட்டத்தைப் பார்க்கும் ரசிகர்களின் வீடியோ காட்சி உயிர்பெற்று ஒளிரும். மைதானத்தில் ரசிகர்கள் எழுப்பும் ஒலி கூடவே கேட்கும்.

வீட்டின் மேல் வெளிச்சம் விழுகிறது.

சோபாவில் உட்கார்ந்து அப்பா டீவியில் ஆட்டம் பார்த்துக்கொண்டிருக்கிறார். டீவி பெட்டி அவரைப் பார்த்து இருக்க, கையில்

ரிமோட் வைத்துக்கொண்டு உட்கார்ந்திருக்கிறார். எழுந்திருக்கிறார். ரொம்ப டென்ஷனாய் இருக்கிறார். குறுக்கும் நெடுக்கும் நடக்கிறார். அம்மா ஏதாவது கேட்டால் எரிந்துவிழுகிறார்.

அம்மா: என்னங்க லஞ்ச் முடிஞ்சு மேட்ச் ஆரம்பிச்சாச்சா?

அப்பா: ஆரம்பிக்கப் போவுது. கிரவுண்டுக்கு வந்துகிட்டிருக்காங்க.

அம்மா: ஏன் இதுவரை கணேஷ் போலிங் போடவே யில்லை?

அப்பா: போடுவான். அவன் ஸ்பின்னர் இல்லியா? ஃபாஸ்ட் போலர்ஸ் நியூ பால்ல போட்டு முடிச்சப்பறம் அவன் ஸ்பின் போட வருவான்.

அம்மா: (உள்ளே போகிறாள். திரும்ப வந்து) ஸ்பின்னர்ஸ் நியூ பால்ல போலிங் போட முடியாதா?

அப்பா: (எரிச்சலுடன்) அகிலா... ஸ்பின் போடறதுக்கு பால் கொஞ்சம் பழசாகணும். அப்பதான் நல்லா க்ரிப் பண்ணி போட முடியும். அதனால முதல்ல ஃபாஸ்ட் போலர்ஸ் போடுவாங்க. நீ உள்ள போய் வேலையைப் பாரு. நான் பேபி வந்தா கூப்பிடறேன். போ.

அம்மா முறைத்துக்கொண்டே உள்ளே போகிறார்.

அப்பா: நானே டென்ஷன்ல இருக்கேன்... இவ வேற கேள்வி மேல கேள்வி கேட்டு உயிரை வாங்கறா.

மேடையின் நடுப்புறம் வெளிச்சம் விழுகிறது. கணேஷ், விஜய், இன்னும் இரண்டு ஆட்டக்காரர்கள் மேடைக்கு (மைதானத்துக்கு) வருகிறார்கள். பின்னாலேயே கேப்டன் அர்ஜுன்.

அர்ஜுன்: பாய்ஸ்... ஃபோகஸ் பண்ணி விளையாடணும்.

முதல் செஷன்ல ஒரு விக்கெட்கூட விழலை. எதிர்பார்த்ததுதான். லாரன்ஸும் டேனியலும் நல்ல ஃபார்ம்ல இருக்காங்க. லாரன்ஸ் விக்கெட்டை எடுத்தா போதும் அவங்களை 250 - 275ல சுருட்டிடலாம். பேபி நான் உன்னை வேணும்னுதான் முதல் செஷன்ல கொண்டுவரலை. உனக்கு இது முதல் மேட்சு. அதனால நீ கொஞ்சம் நெர்வஸா இருக்க. நீதான் என் டிரம்ப் கார்ட். உன் பௌலிங்கை இவங்க ஆடினதுல்ல. இதுதான் உனக்கு பலம். உன்னை அண்டர் எஸ்டிமேட் பண்ணுவாங்க. அதை உபயோகிச்சி புத்திசாலித்தனமா போலிங் போடணும். லாரன்ஸ் வோர்ட் க்ளாஸ் பேட்ஸ்மென். நீ நேச்சுரலா எப்பிடிப் போடுவியோ அப்பிடியே போடு. லெக் ஸ்டம்ப் லைன் அட்டாக் பண்ணு. என்ன... புரியுதா? கமான் பாய்ஸ்.

அர்ஜுன் ஃபீல்டை செட் செய்கிறான். கோயல் டீப் மிட் ஆன், கனித் ஸ்கொயர் லெக். மிஸ்ரா ஷார்ட் மிட் விக்கெட். தோடாசா பீச்சே ஏக் ஸ்லிப்.

அம்பயர் காத்திருக்கிறார்.

வீட்டின் மேல் வெளிச்சம் விழுகிறது.

அப்பா: அகிலா வா, கணேஷ் போடறான். வந்து பாரு.

அம்மா: (வந்துகொண்டே) ஒருவழியா சான்ஸ் குடுத்தாங்களா?

அப்பா: (குறுக்கும் நெடுக்கும் நடந்துகொண்டு தனக்குள் பேசிக்கொள்கிறார்) மிட் ஆன். ஸ்கொயர் லெக். ஷார்ட் மிட் விக்கெட். லெக் ஸ்டம்ப் அட்டாக் பண்றாங்கபோல.

அம்மா: உக்காந்து பாருங்களேன். ஏன் இப்பிடி அங்கயும் இங்கயும் அல்லாடிக்கிட்டிருக்கீங்க?

அப்பா: (மகா எரிச்சலில்) நான் உக்காந்து பாப்பேன்.

நின்னுகிட்டும் பாப்பேன். ஓடிகிட்டேகூட பாப்பேன். உனக்கென்ன? நீ டீவியைப் பாரேன். என்னை ஏன் பாத்துக்கிட்டிருக்கே?

விளக்கு வீட்டின் மேல் மங்கி மைதானத்தில் விழுகிறது.

மேடையின் மூலையில் நின்றிருக்கும் அம்பயர் 'ப்ளே' என்று சொல்லி சிக்னல் காட்டுகிறார்.

பின்புலத்தில் திரை வீடியோவில் ரசிகர்கள் அமர்ந்து பார்க்க, அந்த ஆடுகளம் மேடையில் வலது இடமாய் விரிந்திருக்கிறது.

கணேஷ் வீசும் முதல் பந்து. கணேஷ் மேடையின் வலது பக்கத்திலிருந்து ஓடிவந்து அம்பயரைத் தாண்டி பந்து வீசி, பக்கவாட்டுத் திரைக்குள்ளே சென்று மறைகிறான்.

அவன் முதல் பந்து சிக்ஸர் அடிக்கப்படுகிறது. கிரிக்கெட் வர்ணனை கேட்கிறது. "He comes up and hits it . It is a six and it is a biggie. It goes out of here. I think it is one of the biggest."

அம்பயர் சிக்ஸர் என்று சிக்னல் காட்டுகிறார்.

மைதானத்தில் வெளிச்சம் குறைந்து வீட்டின் மேல் விழுகிறது.

அம்மா: என்னங்க இது? முதல் பாலை சிக்ஸர் அடிச்சுட்டான்?

அப்பா: ம்ம்ம்ம்... இப்பிடி முதல் பாலை ஏறி வந்து அடிச்சான்னா போலரை ஒரு வழி பண்ணிடணும்னு ப்ளான் பண்ணி வந்து ஆடறான்னு அர்த்தம். அப்பிடின்னா போலர் மேல கொஞ்சம் மரியாதை வச்சிருக்கான்னு அர்த்தம். கணேஷ் போலிங்குக்கு பயப்படறான். (அம்மா முறைக்கிறாள்.) நான் ஏன் இதல்லாம் உங்கிட்ட சொல்லி கிட்டிருக்கேன்?

வெளிச்சம் வீட்டிலிருந்து மைதானத்துக்கு மாறுகிறது.

கணேஷ்: அர்ஜுன் அண்ணா... ரொம்ப ஃப்ளைட் பண்ணிட்டனா? கொஞ்சம் ஃப்ளாட்டா போடவா?

அர்ஜுன்: இல்ல இப்பிடியே போடு. பயப்படாத. ஃப்ளைட் பண்ணு. இன்னொரு சிக்ஸர் அடிக்கவிடு. ரன் போனா பரவால்ல. அவன் விக்கெட் நமக்கு வேணும். Keep flighting.

கணேஷ் வீசும் இரண்டாம் பந்து. கணேஷ் ஓடிவந்து பந்து வீசுகிறான். அதுவும் சிக்ஸர் அடிக்கப்படுகிறது. கிரிக்கெட் வர்ணனை கேட்கிறது: Six more, just a flick of the wrist, away he goes, second consecutive six. Magnificent hitting.

மைதானத்தில் வெளிச்சம் குறைந்து வீட்டின் மேல் விழுகிறது.

அம்மா: என்னங்க இது, அடுத்த பாலும் சிக்ஸ்! அவன் சரியா போடலியா?

அப்பா: சரியாதான் போடறான். ஏன் இப்படி டென்ஷன் படுத்தற? இது ஒரு திட்டம். ஸ்ட்ராட்டிஜி. அவனை ரெண்டு சிக்ஸ் அடிக்க விட்டு விக்கெட் எடுக்கப்போறான் பாரு.

அம்மா: ஆமா மண்ணாங்கட்டித் திட்டம், ஸ்ட்ராட்டிஜி, மைண்ட் கேம், சைகலாஜிகல் வார். ஏதாவது புருடா உடுங்க...

அப்பா முறைக்கிறார்.

வீட்டின் மேல் வெளிச்சம் மங்கி மைதானத்தின் மேல் விழுகிறது.

மூன்றாம் பந்து. கணேஷ் வீசுகிறான். அதுவும் சிக்ஸர் அடிக்கப்படுகிறது.

வர்ணனை: It is in the air . . . again over long off. Three in a row. Three of three ... It is raining sixes here.

மறுபடி வீட்டின் மேல் வெளிச்சம்.

அம்மா: ஐயய்யோ... மூணு பாலு மூணு சிக்ஸ். போச்சு. அவனை டீம்லருந்து எடுத்துடப் போறாங்க. கணேஷ் மெல்ல நடந்து வந்து ஸ்லோவா போடறான். எட்டடிக்கு கடோத்கஜன் மாதிரி இருக்கான். அவனுக்கு பந்தை ஸ்லோவா போட்டா படார் படார்னு அடிச்சுடறான். இவனுக்கு நல்லா ஓடி வந்து ஃபாஸ்ட்டா போடணுங்க.

அப்பா: ஐயோ... உன் எக்ஸ்பர்ட் கமெண்ட்ஸை யாரு கேட்டா?

அம்மா: எவ்வளவோ டீம் இருக்கு. இந்த கடோத்கஜங்க ஆடற சீரிஸ்லயா இவனுக்கு சான்ஸ் கிடைக்கணும்?

அப்பா: அகிலா ப்ளீஸ்... (சோபாவில் இருந்து எழுந்து டீவியிடம் போய்ப் பேசுகிறார்.) பேபி, அப்பிடியே போடு. எவ்வளவு பால் ஏறிவந்து அடிப்பான் பாக்கலாம். பயப்படாத. இன்னும் ஃப்ளைட் பண்ணு. கிரீஸ்லருந்து வெளிய இழுறா அவனை. நான் சொல்றேன் இந்த ஓவர்ல அவன் அவுட்டுடா. அப்பிடியே போடு.

அம்மா: என்ன பண்றீங்க?

அப்பா: எப்பிடிப் போடணும்னு கணேஷுக்கு சொல்லித்தர்றேன்.

அம்மா: நீங்க இங்க மெட்ராஸ்ல உக்காந்துகிட்டு டீவியைப் பாத்து கத்தினா, அவனுக்கு வெஸ்ட் இண்டீஸ்ல காது கேக்குமா?

அப்பா: ஆமா கேக்கும். எங்களுக்குள்ள டெலிபதி. உனக்கு தெரியாது பேசாம இரு.

அம்மா: இப்பிடி சிக்ஸ் சிக்ஸா அடி வாங்கறதை என்னால பாக்க முடியலை. நான் போறேன்.

அப்பா: போ... நானாவது நிம்மதியா டிவி பாக்கறேன்.

வீட்டின் மேல் வெளிச்சம் குறைந்து மைதானத்தின் மேல் விழுகிறது.

கணேஷ்: *(சோர்வுடன் இருக்கிறான்.)* அர்ஜுன் அண்ணா... நான் ஆஃப் ஸ்டம்ப் லைனுக்கு போடறேன். மிட் ஆஃப்ல ஒருத்தன், கவர், பாயிண்ட். ஸ்லிப் ஃபீல்டரை எடுத்துடுங்க.

அர்ஜுன்: ரிலாக்ஸ் பேபி... ரிலாக்ஸ். அதே லைனைப் போடு. இன்னும் ஃப்ளைட் பண்ணு. Slightly away from the leg stump. *(மிட் ஆன் இருக்கும் இடத்தைப் பார்த்து இரைகிறான். கைகளால் சிக்னல் செய்கிறான்.)* கோயல் தோடா சா மிட் விக்கெட் கெ பாஸ் மூவ் கர்னா. *(கணேஷின் தோளில் தட்டி)* அதே மாதிரி போடு.

நான்காம் பந்து. கணேஷ் வீசுகிறான். பந்து மேலே போகிறது. ஆட்டக்காரர்கள் வானத்தை அண்ணாந்து பார்க்கிறார்கள். மிட் விக்கெட் திசையைப் பார்த்து 'காட்ச் ஹிம்' என்று குரல் எழுப்புகிறார்கள்.

வர்ணனை: He is caught in deep mid wicket. He has done it... He has done it... The crowd here is on their feet...

மைதானத்தில் கணேஷ் குதூகலிக்கிறான். மற்ற ஆட்டக்காரர்கள் அவனைச் சூழ்ந்து கொண்டு பாராட்டுகிறார்கள்.

வீட்டின் மேல் வெளிச்சம் விழுகிறது.

அப்பா: *(சந்தோஷத்தில் குதிக்கிறார்.)* விக்கெட். முதல் விக்கெட். எம் புள்ளை. முதல் டெஸ்ட் விக்கெட். பேபி சூப்பர் பால்டா. *(டிவியிடம் போய்)* டேய் லாரன்ஸா என் புள்ளையை

சிக்ஸ் சிக்ஸா அடிச்சல்ல. போ போ இப்ப பெவிலியன்ல போய் உக்காந்து வேடிக்கை பாரு. போ. ஆஹா கணேஷ் ம்ம்ம்மா (விரலை ஒற்றி டிவியை முத்தம் கொடுக்கிறார்.) ஏ அகிலா... பேபி விக்கெட்டெ எடுத்துட்டான். வா, வந்து பாரு.

அம்மா ஓடிவருகிறாள்.

அம்மா: கடோத்கஜன் அவுட்டா?

அப்பா: ஆமா, ஒரு கடோத்கஜன் அவுட்டு. இன்னும் ஒம்பது கடோத்கஜங்களை எடுக்கணும். நம்ம வீட்லந்து ஒரு கிரிக்கெட் ஸ்டார் உருவாயிருக்கான் அகிலா!

அம்மா: என் பிள்ளை பெரிசா வருவான்னு எனக்கு தெரியும். அதனாலதான் நான் அவனை கிரிக்கெட்டராக்கினேன்.

அப்பா: அடிப்பாவி...

அப்பா: (அகிலா சோபாவில் உட்காருவதைப் பார்த்து) என்ன பண்ற?

அம்மா: இங்க உக்காந்து கணேஷ் விளையாடறதை பார்க்கப் போறேன்.

அப்பா: ஐயய்யோ... அவன் விக்கெட் எடுத்தப்போ நீ சமையலறைல இருந்தல்ல? போ... அவன் போலிங் போட்டு முடிக்கறவரைக்கும் அங்கேயே இரு. இங்க வந்துடாத.

அம்மா: என்ன விளையாடறீங்களா?

அப்பா: இது கிரிக்கெட் சென்டிமென்ட். சாதகமா ஏதாவது நடந்தா எந்த பொசிஷன்ல இருந்தமோ அதே பொசிஷன்லதான் இருக்கணும். இல்லன்னா லக் மாறிடும். நீ கிச்சன்ல போய் இரு. போ. நான் ஸ்கோர் சொல்லிக்கிட்டே இருக்கேன்.

அம்மா: முட்டாள்தனமான ஆட்டத்துக்கு முட்டாள்தனமான சென்டிமென்ட். (சலிப்புடன் போகிறாள்.)

அப்பா: போ... ரெண்டு மணி நேரமா ஒன்னுக்குப் போகாம அடக்கிகிட்டு ஒரே இடத்துல உக்காந்திருக்கேன்.

அப்பா சந்தோஷத்துடன் உட்கார்ந்து பார்க்கத் தொடங்குகிறார். மைதானத்தில் வெளிச்சம் விழுகிறது. கணேஷ் மறுபடி ஓடிவந்து பந்து வீசும்போது மெல்ல விளக்கு மங்கலாகிறது. உற்சாகமான இசை பரவுகிறது.

வீடியோ காட்சி: மேடையின் படுதா உயிர்பெறுகிறது. கணேஷ் பந்து வீசி ஒவ்வொரு விக்கெட்டாய் வீழ்த்தும் காட்சிகள் முப்பது நொடிகள் பரபரவென்று திரையில் ஒவ்வொன்றாகக் காட்டப்படுகிறது. அந்த வீடியோ முடிந்த பிறகு வெளிச்சம் பரவுகிறது.

## காட்சி 3

சூழல்: கணேஷ் நெட் ப்ராக்டீஸ் முடிந்து ஹெல்மெட்டைக் கழற்றியபடி வருகிறான்.

பின்னாலேயே ஒரு ஆள் ஓடிவருகிறார். அவனுடைய தீவிர ரசிகர்.

ரசிகர்: சார்... கணேஷ் சார்...

கணேஷ் நின்று திரும்பிப் பார்க்கிறான்.

ரசிகர்: கணேஷ், நான் உங்க தீவிரமான ரசிகன் சார்... (கணேஷ் நிற்பதைப் பார்த்து ஓடிப்போய் ஒரு ப்ளாஸ்டிக் நாற்காலி எடுத்துவந்து போட்டு அதைத் துடைத்து) உக்காருங்க சார். உங்க முதல் மேட்ச்லருந்து அஞ்சி வருஷமா

உங்களை ஃபாலோ பண்ணிக்கிட்டிருக்கேன். அஞ்சி வருஷத்துல 145 விக்கெட் எடுத்து 4000 ரன் அடிச்சி... அடேயப்பா சூப்பரா ஆடறீங்க கணேஷ். இந்தியா மட்டுமில்லை உலகத்துலயே நீங்கதாங்க பெரிய ஆஃப் ஸ்பின்னர் ஆல்ரவுண்டர். கொஞ்ச நாள்லயே இந்தியா வோட பெஸ்ட் ப்ளேயர் ஆகப் போறீங்க, பாருங்க. வருங்கால இந்திய கேப்டன் நீங்கதான்.

கணேஷ் தன் பாட், க்ளவ்ஸ் எல்லாவற்றையும் கழற்றித் தன் பையில் போட்டபடி பேசுகிறான்.

கணேஷ்: தேங்க்ஸ். அதுக்குள்ள வருங்கால கேப்டன்னு சொல்ல ஆரம்பிச்சுட்டீங்களா? இன்னும் நிறைய ஆடணும் சார்.

ரசிகர்: உங்க போலிங்ல இருக்கற வேரியேஷன் வேற யாருகிட்டயும் இல்லைங்க. ஃபாஸ்டர் ஒன்ல வெங்கட்ராகவன் மாதிரி போடறீங்க. ஃப்ளைட்டட் டெலிவரில பிரசன்னா மாதிரி நூல் கட்டி இழுக்கறீங்க. உங்க தூஸ்ராவை யாராலயும் ரீட் பண்ணவே முடியலை. பின்னி பெடலெடுக்கறீங்க கணேஷ். நீங்க டீம்ல வந்தப்பறம்தான் இந்தியா நிறைய மேட்சுல ஜெயிக்க ஆரம்பிச்சிருக்கு. நான் ஸ்டாட்டிஸ்டிக்ஸ் எல்லாம் வச்சிருக்கேன்.

கணேஷ்: என்ன statistics?

ரசிகர்: நீங்க எந்த மேட்சுல சென்சுரி போடறீங்களோ அந்த மேட்ச் இந்தியா ஜெயிக்குது. இதுவரைக்கும் பதினைஞ்சு சென்சுரி அடிச்சிருக்கீங்க, பதினைஞ்சி மேட்சிலேயும் இந்தியா வின்.

கணேஷ்: சுவாரசியமா இருக்கு. எனக்கே இது தெரியாது!

ரசிகர்: அதாங்க உங்களைப் பத்தி உங்களுக்கே தெரியாத விவரமெல்லாம்கூட எனக்கு

தெரியும். நீங்க அண்டர் 16 மேட்சுல அடிச்ச முதல் ஸ்கோர், எப்பிடி அவுட்டானீங்கன்னு எனக்கு தெரியுங்க. (கணேஷ் கொஞ்சம் யோசிக்க) 49 அடிச்சீங்க. அம்பது எடுக்க ரன் எடுக்க ஓடியபோது ரன் அவுட் ஆயிட்டீங்க. சரியா? ரஞ்சில உங்க ஃபர்ஸ்ட் மேட்சுல ஆறு விக்கெட் எடுத்தீங்க. இதுவரைக்கும் 68 தடவை க்ளீன் போல்ட் பண்ணியிருக்கீங்க.

(கணேஷ் அவரை ஆச்சரியமாகப் பார்க்கிறான்.)

உங்களுக்கு பிடிச்ச கலர் நீலம். இஷ்டமான சாப்பாடு வெண்பொங்கல் கொத்ஸு. அதுவும் உங்க அம்மா பண்றது. ஒரு இன்டர்வியூல சொல்லியிருந்தீங்க. உங்க வலது கை மணிக்கட்டுல ஒரு தழும்பு இருக்கு. பத்து வயசுல ரோட்ல ஆடியபோது கீழ விழுந்து அடிபட்ட புண்ணோட தழும்பு. இடது கைல பேட்டை வச்சிகிட்டு கிரவுண்ட் உள்ள பேட்டிங்க்கு வந்தா சீக்கிரம் அவுட் ஆயிடறீங்கன்னு ஒரு சென்டிமென்ட்ல வலது கைலதான் பேட் தூக்கிகிட்டு வரீங்க. சரியா?

கணேஷ்: (சிரிக்கிறான்.) அடேங்கப்பா! இப்பிடி புட்டுப் புட்டு வக்கறீங்க... என்னை வச்சி ஒரு ரிசர்ச்சே பண்ணியிருக்கீங்க. தேங்க்ஸ்... உங்க பேர் என்ன?

ரசிகர்: நான் திவாகர். கார் மெக்கானிக்குங்க. நானும் உங்களை மாதிரி லெஃப்ட் ஹேண்ட் பேட்ஸ்மேன்.

கணேஷ்: ஓ... (சிரிக்கிறான்.)

ரசிகர்: நீங்க மேட்சு ஆடறதுக்கு முந்தின நாளு நான் ஒரு நாள் முழுக்க சாப்பிடாம விரதம் இருப்பேங்க. நீங்க சென்சுரி அடிச்சா ஆஞ்சநேயர் கோயில்ல அங்கப்பிரதட்சணம் செய்வேன். ஒரு சின்ன ரிக்வெஸ்ட் சார்.

(கையிலிருக்கும் ஒரு காகிதத்தைக் காண்பிக்கிறார்.) இதுல ஒரு கையெழுத்து போட்டுக் குடுங்க.

கணேஷ்: என் படத்தை வரைஞ்சிருக்கீங்க. நல்லாயிருக்கு. ஏன் சிவப்பு இங்க்ல வரைஞ்சிருக்கீங்க?

ரசிகர்: கணேஷ் சார், அது சிவப்பு இங்க் இல்லை. என் ரத்தம். விரலை வெட்டி ரத்தம் சிந்தி பென்சில்ல தொட்டுத் தொட்டு வரைஞ்ச படம்ங்க இது. நீங்கன்னா எனக்கு உயிர்ங்க.

கணேஷ்: (அதிர்ந்துபோய்) ப்ளீஸ் இது மாதிரியெல்லாம் செய்யாதீங்க... இதுல எல்லாம் கையெழுத்து போட முடியாதுங்க.

ரசிகர்: பரவால்லங்க. இன்னொரு ரிக்வெஸ்ட்.

கணேஷ்: இப்ப என்ன?

ரசிகர்: உங்களை ஒரே ஒருமுறை தொட்டுக்கறேங்க.

கணேஷ் கொஞ்சம் பயத்துடனே கைகுலுக்கு கிறான்.

ரசிகர்: (சந்தோஷமாய் அவனை அணைத்துக் கொண்டு நிற்கிறான்.) தம்பி ஒரு ஃபோட்டோ எடுப்பா.

கணேஷ்: உங்க பேரு?

ரசிகர்: திவாகர் சார்.

கணேஷ்: திவாகர் விரதம் எல்லாம் இருக்காதீங்க. இந்த ரத்தத்தால படம் எல்லாம் வேணாம், ப்ளீஸ்... சரியா? (தோளில் தட்டிக்கொடுத்துவிட்டுப் போகிறான்.)

ரசிகர்: சரிங்க. உங்களோட ஃபோட்டோ எடுத்து கிட்டதுல ரொம்ப சந்தோஷங்க.

(கணேஷ் போவதையே பார்த்துக்கொண்டு

பரவசப்பட்ட நிலையில் நிற்கிறான்.)

என்ன உயரமா பர்சனாலிட்டியா இருக்காரு! எவ்வளவு அன்பா பேசறாரு...

கணேஷ் போகும்போது கைக்குட்டையைத் தவறவிட்டுப் போக, திவாகர் அதை எடுத்து அவரிடம் சேர்ப்பிக்க நினைத்து 'சார் சார்' என்று கூப்பிட்டுக்கொண்டே இரண்டடி எடுத்துவைத்து, கைக்குட்டையைக் கண்ணில் ஒற்றிக்கொண்டு, அது கிடைத்த சந்தோஷத்தில் குதித்துக்கொண்டே போகிறான்.

வெளிச்சம் குறைகிறது.

வீடியோ காட்சி: கணேஷ் இன்னும் வளர்கிறான். பிரபலமாகிறான்.

திரையில் கணேஷ் எல்லாப் பந்துவீச்சாளர்களையும் நான்கும் ஆறுமாய் அடித்து விளாசுவது வீடியோ காட்சிகளாக 30 நொடிகள் வந்து போகிறது.

வெளிச்சம் குறைகிறது.

## காட்சி 4

மேடையின் இடது புறத்தில் வெளிச்சம் விழுந்து ஒரு அலுவலகம் தெரிகிறது. அமைச்சர் ராஜமார்த்தாண்டனின் அறை. செலக்ஷன் கமிட்டி சேர்மன் ராகவன், அலுவலகத்தின் ஒரு மூலையில் நின்று தன் கைபேசியில் குறுஞ்செய்திகளை உருட்டியபடி காத்துக்கொண்டிருக்கிறார்.

அமைச்சர் கொஞ்சம் கோபமாக வருகிறார்.

ராகவன்: குட்மார்னிங் சார்.

அமைச்சர்: உன் குட் மார்னிங்கை நீயே வச்சிக்கய்யா. என்னய்யா நடக்குது உங்க கிரிக்கெட்ல?

போன தடவை இங்லாண்டு கைல தோத்தீங்க. இந்தத் தடவை ஸ்ரீலங்காகிட்ட அடி! போர்ட் பிரசிடெண்ட் நான். என்னன்னு பதில் சொல்றது... பார்லிமெண்ட்ல ரொம்ப சத்தாயிக்கறாங்கப்பா. இத மாதிரி வரிசையா தோத்தீங்கன்னா நான் எப்படி போர்ட் பிரசிடெண்டா இருக்க முடியும்? செலக்‌ஷன் போர்ட் சேர்மன்கற முறையில நான் உன்னை தான் கேள்வி கேக்க முடியும். நம்ம டீம் சரியில்லையா?

ராகவன்: டீம்ல எந்த ப்ராப்ளமும் இல்லைங்க. Infact this is the best we have had in years.

அமைச்சர்: பின்ன ஏன் தோக்கறாங்க? என்னைப் பொருத்த வரை ஜெயிக்கற டீம் நல்ல டீம். தோக்கற டீம் மோசமான டீம். அவ்வளதான். இப்பிடி ரெண்டு சீரீஸ் தொடர்ந்தாப்பல தோத்தா டீம் நல்லாயில்லைன்னு அர்த்தம்.

ராகவன்: சார், The conditions abroad are very different from India. Engliand has chill weather conditions. பால் ஸ்விங் ஆகும். Australia is full of bouncy tracks. இங்கல்லாம் நல்லா பர்ஃபார்ம் பண்ணணும்னா ரெண்டு நல்ல ஃபாஸ்ட் போலர்ஸாவது வேணுங்க. நம்மகிட்ட இருந்த ஒரே நல்ல ஃபாஸ்ட் போலர் ஹேமந்த் குமார். ஓவர் சீஸ் போற டீம் யங்கா இருக்கணும்னு அவனையும் ட்ராப் பண்ணிட்டோம். In England two front-line bowlers had to be rested due to injury problems. இப்ப ஸ்ரீலங்கா டூர் வச்சிக்கிட்டதே தப்புங்க. A civil war is going on in that country. எங்க பாத்தாலும் செக்யூரிட்டி concerns. The boys were completely unsettled.

அமைச்சர்: பேசி முடிச்சுட்டியா? சுத்தம்... ஒரு எளவும் புரியலை. ராகவா, உங்கிட்ட இது ஒரு பிரச்சனைய்யா. ஏதாவது கேட்டா பாதி டெக்னிக்கலா பேசற. மீதியை இங்கிலீஷ்ல

பேசற. எனக்கு ரெண்டுமே தகராறு. உங்களை மாதிரி ஆளுங்களை திருத்தணும்னுதான் கூத்தபிரானையும் அப்துல் ஜபாரையும் வச்சி தமிழ்ல கமெண்டரி கொண்டுவந்தோம். அப்பவும் திருந்தமாட்டேங்கறீங்க. எனக்கு புரியறா மாதிரி சொல்லுய்யா.

ராகவன்: நான் ஒண்ணும் டெக்னிக்கலா சொல்லலைங்க. கிரிக்கெட் தெரிஞ்சவங்களுக்கு நான் சொல்றது நல்லாவே விளங்கும்.

அமைச்சர்: ஓஹோ... எனக்கு கிரிக்கெட் தெரியாதுன்னு சொல்லிக் காட்டறயா? ஆமாய்யா எனக்கு எதுக்கு கிரிக்கெட் தெரியணும்? நான் அமைச்சர். கிரிக்கெட்டை நிர்வாகம் பண்றவன். நான் கிரிக்கெட் ஆடறவனா இருக்கணும்னு அவசியம் இல்லை. இப்போ சினிமா பாக்கப் போற. டுபாக்கூர் படம். பிடிக்கலை. சினிமா நல்லாயில்லன்னு சொல்றதுக்கு நீ டைரக்டரா இருக்கணுமா? ஹோட்டலுக்குப் போற. மசால் தோசை ஆர்டர் பண்ற. நல்லாவேயில்ல. தோசை நல்லால்லேன்னு சொல்றதுக்கு நீ நல்ல சமையல்காரனா இருக்கணுமா? என்னய்யா பேசற?

ராகவன்: Very logical argument sir. சாரி. நல்ல தர்க்கரீதியான வாதம் சார்.

அமைச்சர்: ஏன் சொல்றன்னா நம்மூர்ல கிரிக்கெட்டும் தோசை மாதிரிதான். எல்லாருக்கும் பிடிச்ச சமாசாரம். அத ஒழுங்கா பண்ணணும். நல்லாப் புரியற மாதிரி உதாரணத்தோட சொல்றேன். இந்த கிரிக்கெட் போர்டு இருக்கே இது ஒரு ஹோட்டல் மாதிரி. நான் ஹோட்டல் நடத்தற முதலாளி. நீ சரக்கு மாஸ்டர். ஆட்டக்காரங் கல்லாம் சமையக்காரங்க. நீங்கல்லாம் ஒழுங்கா சமைச்சி நல்ல தோசை பண்ணிப்போட்டா தான் மக்கள் காசு குடுத்து தோசை வாங்கிச் சாப்புடுவாங்க. எனக்கும் வியாபாரம் ஆவும்.

நிறைய பணம் வரும். நாம் எல்லாரும் சம்பாதிக்க முடியும். என்ன புரியுதா? இல்லன்னா பாப்டி சாட், பானி பூரின்னு ஹாக்கி, ஃபுட்பால் பக்கம் வியாபாரம் ஆக ஆரம்பிச்சுடுமய்யா.

ராகவன்: நாங்கல்லாம் கஷ்டப்பட்டு கிரிக்கெட் ஆடி உலக அளவுல பெரிய ஸ்போர்ட்ஸ் ஆளுங்கன்னு நெனைச்சிக்கிட்டு இருக்கோம். நீங்க எங்க நிலமை என்னன்னு தெளிவாச் சொல்லிட்டீங்க.

அமைச்சர்: புரிஞ்சிக்கிட்டீல்ல? இப்ப எனக்கு புரியற மாதிரி சொல்லு. ஏன் இங்லாண்டுலயும் ஸ்ரீலங்காலயும் நாம தோத்தோம்?

ராகவன்: உங்களுக்கு புரியற மாதிரி சொல்லணுமா? லெட் மி ட்ரை. சார், இங்லாண்ட்ல குளிர் ஜாஸ்தி. அதுனால இந்த தோசை மாவு சரியாப் பொங்கலை. ஸ்ரீலங்கால ரொம்ப ஓவரா நெருப்பு. தோசை தீஞ்சி போச்சுங்க. ரெண்டு சமையக்காரங்க மாவு ஆட்டும்போது கைல அடிபட்டுகிட்டாங்க. அதனால அவங்களால தோசை சரியா வார்க்க முடியலை. ஒரு பழைய சமையக்காரர் இருந்தாரு. நல்லா தோசை பண்றவர். நாமதான் அவருக்கு வயசாயிடுச்சுன்னு ஹோட்டல் பக்கம் வராதன்னு வூட்டுக்கு அனுப்பிட்டோம். இப்ப வீட்ல ஒக்காந்து நல்லா தோசை வார்த்துக்கிட்டிருக்கார்.

அமைச்சர்: என்னய்யா, கிண்டல் பண்றயா?

ராகவன்: என்ன சார் இது? கிரிக்கெட் டர்ம்ஸ்ல சொன்னா டெக்னிக்கலா பேசறேன்னு சொல்றீங்க? அதான் நீங்க சொன்ன தோசைக் கடை உதாரணத்துலேயே புரியற மாதிரி சொன்னேன்.

அமைச்சர்: (மிரட்டலாய்) யோவ்... நான் யாருன்னு தெரியுமில்ல?

ராகவன்: சொன்னீங்களே, தோசைக் கடை முதலாளி.

அமைச்சர்: யோவ், உதாரணத்தை உட்ருய்யா. நான் யாரு?

ராகவன்: நீங்க மாண்புமிகு அமைச்சர் ராஜமார்த் தாண்டன். தமிழ்நாட்லருந்து எலெக்ட் ஆன மினிஸ்டர். கொயலீஷன் பாலிடிக்ஸ்ல பேரம் பேசி, மிரட்டி சென்டரல்ல மினிஸ்டரா ஆனீங்க. Shipping, Surface transport, Health எல்லா மினிஸ்டிரியையும் பாத்து ஒரு வழி பண்ணிட்டீங்க. நீங்க இருந்த மினிஸ்ட்ரீல்லாம் திவாலாயிருச்சு. ஆனா உங்க கட்சி பெரிசா வளர்ந்திருச்சு! இப்ப நீங்க BCCI பிரசிடெண்ட்.

அமைச்சர்: பரவால்லய்யா, கிரிக்கெட்டைவிட உனக்கு என்னைப் பத்தி நிறைய தெரிஞ்சிருக்கு. நான் ஏன் என் வேலை வெட்டி எல்லாத்தையும் உட்டுட்டு கிரிக்கெட் போர்ட் பிரசிடெண்டா இருக்கேன் சொல்லு?

ராகவன்: இந்தி தெரியாதுன்னு பார்லிமெண்ட் பக்கம் போறதில்ல. இங்கிலீஷ் தெரியாதுன்னு மினிஸ்டிரி பக்கம் போறதில்லை. மினிஸ்ட்ரில நீங்க இல்லாம இருந்தா நல்லா வேலை நடக்குதுன்னு எல்லா வேலையும் அவங்களே செஞ்சிடறாங்க. உங்களுக்கு நிறைய நேரம் இருக்குதோ என்னவோ?

அமைச்சர்: இல்லைய்யா, நான் ஒரு ஈ மாதிரி.

ராகவன்: ஈயா? எது? உங்க கவர்ன்மென்ட் ஆபீஸ்ல ஓட்டறீங்களே அந்த ஈயா?

அமைச்சர்: அதே ஈதான். ஈ என்ன பண்ணும்?

ராகவன்: ஈ என்ன பண்ணும்? கண்ட இடத்துல மொய்க்கும்.

அமைச்சர்: கரெக்ட். நானும் அதேதான். பணம் கண்ட இடத்துல மொய்ச்சுடுவேன். புரியுதா?

டெஸ்ட் மேட்சு, ஒன் டே, டெலிவிஷன் ரைட்ஸ், விளம்பர ரைட்ஸ்னு கோடி கோடியா புழங்கற ஆட்டமய்யா இது. இப்பிடி தோத்தீங்கன்னா எப்பிடி சம்பாதிக்கறது? எல்லாத்திலேயும் வேணாம். அப்பப்பவாவது ஜெயிக்கணும்யா. இல்லன்னா ஜனங்களுக்கு கிரிக்கெட்ல ஆர்வம் குறைஞ்சிடும். சப்போர்ட் பண்ணமாட்டாங்க. பணப்புழக்கம் குறைஞ்சு போயிடும். மேலிடத்துக்கு கப்பம் கட்ட முடியாது. நானும் வேற எதாவது பணம் மொய்க்கற இடத்துக்குப் போயிருவேன். உனக்கும் வேலை இருக்காது. அதனாலதான் சொல்றேன் இது வெறும் விளையாட்டுல்ல ராஜா. பிசினஸ். எல்லாரும் பணம் பண்ணணும்னா எல்லாம் ஒழுங்கா நடக்கணும்.

ராகவன்: என்ன சார் பண்ணச் சொல்றீங்க? ஜெயிக்கறது தோக்கறது ஆட்டத்துல சகஜம் சார். எல்லா மேட்சுலேயும் ஜெயிக்க முடியாது சார்.

அமைச்சர்: எல்லா மேட்சுலயும் இல்லைப்பா. ரெண்டு சீரீஸ் தோத்தாச்சு. அடுத்ததுல கண்டிப்பா ஜெயிக்கணும்னு சொல்றேன்.

ராகவன்: சாரி சார். அதுக்கு என்னால உத்தரவாதம் தர முடியாது.

அமைச்சர்: நான் ஒரு ஐடியா சொல்றேன். இங்லாண்டு ஆஸ்டிரேலியா மாதிரி நல்ல டீமோட ஆடி நீங்க ஜெயிக்க முடியாதுன்னு எனக்கு தெரியும். ஒரு சொத்தை டீமைக் கூப்புடுங்க, ஒரு சீரிஸ் வச்சி அவங்களைச் சொல்லிச் சொல்லி அடிங்க.

நம்ம நாட்டுக்கு பீச்சாங்கைப் பக்கம் இருக்குதே தம்மாத்தூண்டு நாடு. பாதி நேரம் வெள்ளம் வந்து மூழ்கிக்கிடக்கும். இல்லன்னா கலவரம். நாமதான் சுதந்திரம் வாங்கிக்

குடுத்தோம்யா. பச்சைக் கலர் துணி நடுவில குங்குமப் பொட்டு வச்சு ஒரு கொடி இருக்கும்யா.

ராகவன்: பங்களாதேஷ் சார்.

அமைச்சர்: ஆ, பங்களாதேசம். அதுகூட ஒரு சீரிஸ் அரேன்ஜ் பண்றன். அடி பின்னி எடுங்க? பங்களாதேசத்தை பங்களா சேதமா ஆக்கிறலாம். என்ன சொல்ற?

ராகவன்: நல்ல ஐடியா! செய்யலாம்.

அமைச்சர்: நீங்களும் ஒரு சீரிஸ் ஜெயிச்சா மாதிரி இருக்கும். நானும் கொஞ்சம் கெத்தோட வளையவருவேன். மக்கள் நாம இப்ப தோத்ததை மறந்துடுவாங்க. என்ன நல்ல ஐடியாவா?

ராகவன்: நல்ல ஐடியா சார்.

அமைச்சர்: பாரு, அதுக்குதான் நாங்க அரசியல்வாதிங்க கிரிக்கெட் நிர்வாகம் பண்ண வர்றோம். தெரியுதா? ஆமா யாரு இந்த கணேசன்? நம்ம ஊர்ப் பையன் சூப்பரா ஆடறான்னு சொல்றாங்க...

ராகவன்: ஆமா சார், கணேஷ் seems to be shaping up well.

அமைச்சர்: Shaping up wellன்னா வெயிட் போட்டு எடை கூடிக்கிட்டு வரான்னு சொல்லவரியா? எக்ஸர்ஸைஸ் பண்ணி வெயிட்டை குறைக்கச் சொல்லுய்யா.

ராகவன்: இல்ல சார். நல்ல வளர்ச்சி அடைஞ்சிகிட்டு வரான்னு தமிழ்ல சொல்றதில்லையா? அதைதான் தெரியாத்தனமா இங்கிலீஸ்ல சொல்லிட்டேன்.

அமைச்சர்: தமிழ் தெரிஞ்சிகிட்டு ஏன்ய்யா இங்கிலீஷ் பேசறீங்க?

ராகவன்: ரொம்ப sincereB ஆடறான். Dedicated பையன். சாரி சார், இந்த sincereity, dedication இதுக்கெல்லாம் தமிழ்ல என்னன்னு தெரியலை.

அமைச்சர்: பரவால்ல ராகவா, தமிழ்நாட்டு அரசியல்லயே அதுல்லாம் இல்லை. தமிழ்ல மட்டும் ஏன் இருக்கணும்? உட்டுத்தள்ளு. ஏதோ திறமையான பையன்னு சொல்ற, புரியுது.

ராகவன்: ஆமா சார். அஞ்சி வருஷம் ஆச்சு. Consistantஆ நல்லா விளையாடிக்கிட்டு இருக்கான். இன்னும் பெரிய ஆளா வரக்கூடிய திறமை இருக்கு.

அமைச்சர்: கேப்டனாக்கிடுங்களேன்.

ராகவன்: Not so early சார். இன்னும் கொஞ்சம் எக்ஸ்பீரியன்ஸ் சேரணும்.

அமைச்சர்: எனக்கென்னமோ இந்த அர்ஜுனன்மேல அவ்வளவு நம்பிக்கை இல்லைய்யா. ஒரு வருசமா ஒண்ணும் சரியாப் பண்ணலை.

ராகவன்: இப்ப அர்ஜுனை disturb பண்ண வேணாம். வேணும்னா கணேஷை வைஸ் கேப்டனா போடலாம்.

அமைச்சர்: கரெக்ட், ரெண்டு மூணு வருஷம் கழிச்சி தலைமை வகிக்கறதுக்கு ஒரு ஆளை தயாரா வைச்சிக்கறது நல்லதுல்ல? தலைவரா இருக்கறவன் திடீர்னு மண்டையப் போட்டான்னா? அது அது அடிச்சிகிட்டு சாவும். என்ன அரசியல் பேசறேன்னு பாக்கறயா? கிரிக்கெட்டுக்கு வந்தப்பறம் எங்க அரசியலே தேவலைன்னு ஆயிருச்சுய்யா. அரசியல் பேசினா தப்பேல்லை. (சொல்லிக் கொண்டே போகிறார்.) நான் முடிவா என்ன சொல்லவரேன்னு புரியதுல்ல?

ராகவன்: தோசைக் கடை பிசினஸ் நல்லா நடக்கணும். அதான சார்?

அமைச்சர்: நீ பொழச்சிப்பய்யா.

திரை உயிர்பெற்று முன்னாள் பிரபல கிரிக்கெட் வீரர்கள் கணேஷின் ஆட்டம் பற்றிப் பாராட்டிப் பேசுவது ஒரு நிமிடம் வீடியோ காட்சியாக ஓடுகிறது.

## காட்சி 5

**வெ**ளிச்சம் விழும்போது பின்னால் மதுபானங்கள் அடுக்கி வைத்திருக்கும் பார் தெரிகிறது. அதன் முன்னால் போடப் பட்டுள்ள இரண்டு நாற்காலிகளில் ஒன்றில் கேப்டன் அர்ஜுன் உட்கார்ந்து மதுவருந்திக்கொண்டிருக்கிறான். அவன் முன்னே இருக்கிற சிறிய மேஜையில் பெரிய மதுப் புட்டியும் சோடா பாட்டிலும் இருக்கின்றன.

கணேஷ் உள்ளே வருகிறான்.

கணேஷ்: அர்ஜுன் அண்ணா, போதும். நிறைய குடிச்சாச்சு. போறும். எழுந்து ரூமுக்கு போலாம். ஹோட்டல்ல எல்லாரும் பாக்கறாங்க.

அர்ஜுன்: வா பேபி, உக்காரு. உனக்கு நியூஸ் தெரியுமா பேபி. என்னை கேப்டன்சிலருந்து தூக்கிட்டாங்க. அடுத்த சீசனுக்கு நான் டீம்லயே இல்லை. Loss of form, bowlers சரியா ரொட்டேட் பண்ணலை, field placement சரியில்லை, ரொம்ப defensive அப்பிடின்னு என்ன என்னமோ சொல்றாங்க.

கணேஷ்: அதெல்லாம் உண்மையான காரணம் இல்லைண்ணா.

அர்ஜுன்: பாகிஸ்தான்கூட ஒரு சீரிஸ் தோத்தேனில்லையா அதான் காரணம். அதுக்கு தண்டனை. (கையில் விஸ்கி கிளாஸை எடுத்துக்கொண்டு லேசான தள்ளாட்டத்துடன் நடந்துகொண்டே பேசுகிறான்.) 75 டெஸ்ட் மேட்சு, 270 ஒன் டே,

22 செஞ்சுரி, 85 காட்சு, எக்ஸ்பர்ட் கவர் ஃபீல்டர். இத்தனை நாள் உயிரைக் குடுத்து ஆடினதெல்லாத்தையும் மறந்துட்டு ஒரு சீரிஸ் தோத்ததுக்காக தூக்கியடிச்சிட்டானுங்க. நன்றிகெட்ட நாயிங்க. யாருகிட்ட வேணா தோக்கலாம். பாகிஸ்தான்கூட மட்டும் தோக்கக் கூடாது பேபி. கிரிக்கெட்டே தெரியாத கண்ட கசமாலம் எல்லாம் பார்லிமெண்ட்ல பேசறான். எல்லாருக்கும் தேச பக்தி பொங்கி வழியிது. கிரிக்கெட் மேட்சப்பதான் தேச பக்தி வரும் இவனுங்களுக்கு. நேஷனல் ஷேம்மாம். சொல்றானுங்க... இங்கிலீஷ்காரன்கிட்ட அடிமையா இருந்த தேசம் நாம. நம்ம ஹாக்கியைக் கைகழுவிட்டு அவன் கத்துக் குடுத்த விளையாட்டை ஆடறது ஷேம் இல்லை. அவங்கிட்ட தோத்தாலும் பரவால்ல. ஷேம் இல்லை. பாகிஸ்தான்கூட தோத்தா மட்டும் நேஷனல் ஷேம். பாகிஸ்தான்மேல இவங்களுக்கு இருக்கற பிரச்சனைக்கெல்லாம் நாம கிரிக்கெட்ல பதிலடி தரணும்னு எதிர்பார்க்கறாங்க பாரு. கோழைங்க. உங்க சண்டைய நாங்க ஏன்டா போடணும்? கிரிக்கெட்ல எனக்கு பாகிஸ்தானும் ஒண்ணுதான். வெஸ்ட் இண்டீஸும் ஒண்ணுதான். ஆஸ்ட்ரேலியாவும் ஒண்ணுதான். இன்னைக்கு ஜெயிப்பேன் நாளைக்கு தோப்பேன், மறுபடி ஜெயிப்பேன்.

கணேஷ்: அண்ணா, எல்லாம் பாக்கறாங்கண்ணா.

அர்ஜுன்: பாக்கட்டும்டா. பேப்பர்ல எழுதட்டும். அதான் டீம்லருந்து எடுத்துட்டானுங்கல்ல பரதேசிப் பசங்க. இனிமே நான் யாருக்கு பயப்படணும்? போய் சோடா எடுத்தா போ. நான் இப்பிடிப் புலம்பறனேன்னு நினைக்காத பேபி. எனக்கு ஒண்ணும் குறையில்லை. பத்து வருஷத்துக்கு மேல ஆடியாச்சு. நிறைய சம்பாதிச்சாச்சு. புகழ் உச்சிக்குப் போயாச்சு. இருந்தாலும்

இருந்தாலும்... இப்படி தூக்கிப்போடற அவமானத்தைத் தாங்க முடியலை பேபி. (கிளாஸில் விஸ்கி ஊற்றி சோடாவைக் கலக்குகிறான்.) ஐம்பதாயிரம் பேர் சியர் பண்ற கும்பல்ல தலை நிமிந்து நடக்கற பெருமை இனிமே இருக்காது. அர்ஜுன் அர்ஜுன்னு பசங்கல்லாம் தொரத்திக்கிட்டு வந்து ஆட்டோகிராஃப் வாங்கறது இனி கிடையாது. மேட்ச் ஜெயிச்சா இந்த வெற்றி என் கேப்டன்சிலதான்னு ஏற்படற அட்ரினலைன் ரஷ் இனி இருக்காது. உயரத்துல பறந்துகிட்டு இருக்கறப்ப அந்த உயரத்துலருந்து சொத்துன்னு விழுந்து... முடியலை பேபி வலிக்குது. பழகிறும்டா. கொஞ்ச நாள்ல பழகிறும். கைல என்னடா?

கணேஷ்: கேட்சு பிடிக்கப் போயி கைல அடிபட்டுடுச்சு. சின்ன காயம்தான்.

அர்ஜுன்: யூசுப் கான் கேட்சா? அறிவிருக்கா பேபி உனக்கு? இந்த பால் இல்லைன்னா இன்னும் ஒரு ஐம்பது ரன் அடிச்சப்பறம் அவுட்டாகப் போறான். பௌண்டரி லைன்ல நிக்கற. அப்பிடியா தலை தெறிக்க ஓடிப்போய் கேட்சு புடிக்க ட்ரை பண்ணுவே. அங்க ஹோர்டிங் இருக்குன்னு தெரியாது? வேண்டாம் பேபி. அப்படில்லாம் உயிரைக் குடுத்து ஆடாத. போலிங் போடற கை பேபி. இஞ்சுரி ப்ராப்ளம் அப்பிடின்னு கேப் உட்டின்னா பின்னால வந்து ஒட்டிக்க நாலு பேரு ரெடியா இருக்கானுங்க. பார்த்து பேபி. நான் தண்ணி அடிச்சுட்டு ஒளர்ரேன்னு நினைக்காத.

கணேஷ்: இல்ல அண்ணா. வாங்க போலாம். (எழுப்பிக் கூட்டிக்கொண்டு போகிறான்.)

அர்ஜுன்: அடுத்த கேப்டன் நீதான் பேபி. பாத்து நடந்துக்க. உனக்கு என் அட்வைஸ் இதுதான். சின்சியரா இருக்கணுமா இல்லயா தெரியலை. ஆனா புத்திசாலித்தனமா இரு. நாமெல்லாம்

வெறும் பொம்மைங்க பேபி. ஆடி முடிச்சப் பறம் நம்மளத் தூக்கிப் போட்டுருவானுங்க. வேற நல்ல பொம்மை மார்க்கெட்டுக்கு வந்தா நம்மைத் தூக்கி எறிஞ்சிட்டு அதோட விளையாடு வானுங்க. *(கணேஷ் அவனைத் தோளில் கைபோட்டுத் தாங்கலாய் அழைத்துக்கொண்டு போகிறான்.)* ஒண்ணு முக்கியமா ஞாபகம் வச்சிக்கோ. எனக்கு ஆனது உனக்கும் ஆவும். எனக்கு ஆனது கண்டிப்பா உனக்கும் ஆவும்.

*(இருவரும் போகிறார்கள்.)*

விளக்கு அணைகிறது.

## காட்சி 6

**அ**மைச்சர் அவசரமாய் நடந்து போய்க்கொண்டிருக்கிறார். பின்னாலேயே துரத்திக்கொண்டு அந்த நிருபர் ஓடிவருகிறார்.

*நிருபர்:* சார் சார்... நான் தீக்கதிர் பத்திரிகை நிருபர் செல்வராஜ்.

*அமைச்சர்:* இன்னைக்கு எங்க பத்தவைக்கப்போற?

*நிருபர்:* ஆஃப் த ரிக்கார்டா ஒரு இன்டர்வியூ குடுங்க சார்.

*அமைச்சர்:* இப்பல்லாம் எல்லா இன்டர்வியூவும் ஆஃப் த ரிக்கார்டு ஆயிப்போச்சுய்யா! எதப் பத்தி இன்டர்வியூ? அரசியலா? கிரிக்கெட்டா?

*நிருபர்:* கிரிக்கெட் அரசியல் சார்.

*அமைச்சர்:* ம்ம்ம்... கேளு.

*நிருபர்:* சமீபத்து சவுத் ஆப்ரிக்கா டூர்ல இண்டியன் டீம் ரொம்ப அடிவாங்கினதுல ஏதோ பின்னணி இருக்குங்கறாங்க.

அமைச்சர்: என்ன பின்னணி?

நிருபர்: இண்டியன் டீம் வேணும்னே மேட்சைத் தோத்துட்டதா சொல்றாங்களே? மேட்சு ஃபிக்ஸிங் அது இதுன்னு அரசல்புரசலா பேச்சு... நீங்ககூட என்கொயரி கமிட்டி வைக்கப்போறீங்களாமே?

அமைச்சர்: எல்லாம் புரளி. நல்லாப் போயிட்டுருக்கற விஷயத்துல ஏன்யா ஃபிக்ஸிங் அது இதுன்னு குட்டயக் குளப்பறீங்க. ஜாதிச் சண்டை மதச் சண்டை, டெரரிசம், வெள்ளம், ரயில் விபத்து, தண்ணி வரலை, கரன்ட் இல்லை, ஊழலுன்னு ஆயிரத்தெட்டு பிரச்சினையிலும் மக்கள் நிம்மதியா இருக்காங்கன்னா அதுக்குக் காரணம் கிரிக்கெட்தான். அதுக்காகவே நாங்க இன்னும் ரெண்டு கிரிக்கெட் டீம் ஏற்படுத்தி வருஷம் பூரா கிரிக்கெட் ஆடவைக்கலாமான்னு யோசிச்சிட்டு இருக்கோம். மக்கள் நலனைக் கருதி இந்த மேட்சு ஃபிக்ஸிங் பத்தி பேசாதீங்கய்யா.

நிருபர்: அப்ப மேட்சு ஃபிக்ஸிங் இல்லவே இல்லைங்கறீங்களா?

அமைச்சர்: பாகிஸ்தான் பத்தி எளுதுங்கய்யா. அதை ஒப்பிட்டா நம்ம பசங்க தங்கமான பசங்க. பாகிஸ்தான்ல நாளைக்கு மேட்சுன்னா இன்னிக்கே ஸ்கோர் கார்ட் ரெடி பண்ணிடறாங்களாம். பாகிஸ்தான் மேட்ச் ஃபிக்ஸிங் பண்றாங்களா இல்லையாங்கறது இப்பலாம் சுவாரசியமே இல்லாமப் போச்சு. எப்பிடிப் பண்றாங்கன்றதுதான் சஸ்பென்ஸ்.

நிருபர்: பேச்சை மாத்தாதீங்க சார். சவுத் ஆப்ரிக்கால மேட்சு ஃபிக்ஸிங் ஆச்சுன்னு என்னால நிரூபிக்க முடியும்.

அமைச்சர்: எப்டி?

நிருபர்: முதல் மேட்சு பாருங்க. இந்தியா ஐம்பது ஓவர்ல 450 ரன் அடிச்சி ஜெயிச்சிருச்சு. அடுத்த மேட்சுல இந்தியா 122 ஆல் அவுட். அது எப்படி சார்? அதனாலதான் சொல்றேன், ரெண்டாவது மேட்சு மேட்சு ஃபிக்ஸிங் பண்ணுன மேட்சு.

அமைச்சர்: முண்டம். ஒரு பேச்சுக்கு மேட்சு ஃபிக்ஸிங் பண்ணியிருந்தாலும், 450 அடிச்ச முதல் மேட்சுதான்யா ஃபிக்ஸிங் பண்ணியிருக்கணும். 122 ஆல் அவுட் ஆறதுதான் நம்ம டீமோட மாமூல் விளையாட்டு. 450 அடிச்சிருக்காங்கன்னா அதைதான் சந்தேகப்படணும்?

நிருபர்: அப்ப ஃபிக்ஸிங் நடந்ததை ஒத்துக்கறீங்க?

அமைச்சர்: ஒரு வாதத்துக்காக சொன்னேன்யா. நாங்க ஒத்துக்கலை.

நிருபர்: ஏன் சார் வறட்டுப் பிடிவாதம் பிடிக்கறீங்க? அந்த ஆளு பாருங்க. சவுத் ஆஃப்பிரிக்கன் டீம் கேப்டன். கொஞ்ச வருஷத்துக்கு முன்னே செத்துப்போனாரே... ஹான்சி க்ரோன்யே அவரு confession பண்ணிட்டாரு பாருங்க. நாங்க மேட்சை ஃபிக்ஸ் பண்ணினோம்னு. அவரு ஃபிக்ஸ் பண்ணினாரு, ஆனா அவங்க கூட ஆடின இந்தியா ஃபிக்ஸ் பண்ணலன்னா எப்பிடி ஒத்துக்கறது? ஏன் சார், அவரு மாதிரி நீங்களும் பெருந்தன்மையா confess பண்ணமாட்டேங்கறீங்க?

அமைச்சர்: ஹான்சி க்ரோன்யே? அந்தாளு கிருஸ்துவன்யா. கிருஸ்தவங்க confessionல நம்பிக்கை உள்ளவங்க. அதனால அவரு கன்ஃபெசன் பண்ணாரு. எனக்கு கன்ஃபெசன்லல்லாம் நம்பிக்கை கிடையாது. நான் இந்து.

நிருபர்: நீங்க இந்துவா எதுல நம்பிக்கை வச்சிருக்கீங்க?

அமைச்சர்: நான் ஒரு இந்துவா கர்மால நம்பிக்கை வச்சிருக்கேன். நான் இந்த ஜென்மத்துல மேட்ச் ஃபிக்ஸிங் பண்ணி, லஞ்சம் வாங்கி, கள்ள வோட்டு போட்டு தப்பு பண்ணா கடவுள் என்னை அடுத்த ஜென்மத்துலதான் தண்டிப்பாரு. இந்த ஜென்மத்துல ஏன் நான் அனாவசியமா அதைப் பத்தி கவலைப்படணும்? நான் வரட்டா?

## காட்சி 7

**க**ணேஷ் வீடு. இப்போது ஆடம்பரமாக இருக்கிறது. மாறிய சொகுசு சோபா. அலங்காரப் பொருட்கள். சுவரில் கிரிக்கெட் மட்டையும் கையுமாக வெற்றிபெற்ற குதூகலத்துடன் கணேஷின் ஆளுயரப் படம். கணேஷூம் விஜயும் ஏதோ பேசிக்கொண்டிருக்க, அர்ஜூன் உள்ளே நுழைகிறான்.

அர்ஜூன்: ஹாய் பேபி... எப்பிடி இருக்க? ஹலோ விஜய்..!

கணேஷ்: அர்ஜூன் எப்பிடி இருக்க? சொன்ன மாதிரி கரெக்டா பத்து மணிக்கு வந்துட்ட?

அர்ஜூன்: பின்ன, இந்தியாவின் கேப்டன், உலகத்து லேயே பெரிய ஆல்ரவுண்டர், மக்கள் நாயகன் கணேஷ் அப்பாயிண்ட்மெண்ட் குடுத்துருக்கார்னா லேட்டா வரலாமா? ம்ம்ம்ம்... மாறியிருக்க பேபி. கொஞ்சம் வெயிட் போட்டிருக்க. எக்ஸ்ட்ரா கவர்ல நின்னு டைவ் அடிச்சி ஃபீல்டு பண்ணவன் இப்ப ஸ்லிப்ல நிக்கற. விக்கெட் எடுத்தா சந்தோஷமா குதிப்பே. இப்பல்லாம் சின்னதா சிரிக்கற. அவ்வளவுதான்.

விஜய்: ஆமா அர்ஜூன். இப்ப நினைச்சா சிரிப்பு வருது. முதல் விக்கெட் எடுத்தபோது கிரவுண்ட்லயே அழுதான். ஞாபகமிருக்கா?

அர்ஜுன்: ஆஸ்டிரேலியன் டூர்ல கம்ப்யூட்டர் டெஸ்ட் எல்லாம் வச்சி உன்னை கொஞ்சம் படுத்திட்டாங்க போலிருக்கே?

விஜய்: ஆமா. ஆஸ்திரேலியன்ஸ்க்கு வேற வேலை என்ன? எந்த போலரையாவது அவங்களால ஆட முடியலைன்னா அவன் த்ரோ பண்றான்னு சொல்லி பிரச்சினை கிளப்பி அன்செட்டில் பண்ணுவாங்க. இவங்க அண்டர் ஆர்ம் போட்டு மேட்சு வின் பண்ணவனுங்க. இவங்களுக்கு த்ரோ பண்ணா ஒண்ணும் தப்பில்லைங்கறேன்.

கணேஷ்: பழகிப்போச்சு அர்ஜுன். ஒவ்வொரு ஊர்லயும் ஒரு மாதிரி மிரட்டல். இங்கிலாந்துல குளிர், வெஸ்ட் இண்டீஸ்ல பௌன்சர்ஸ், பாகிஸ்தான்ல 13 பேர் விளையாடறாங்க. ஷார்ஜால முப்பதாயிரம் பேரை சமாளிக்க வேண்டியிருக்கு. நீ என்ன பண்ற அர்ஜுன்? ஏதோ ஒரு கார்பரேட் கம்பெனிக்கு கன்சல்ட்டண்டா இருக்கன்னு விஜய் சொன்னான்.

அர்ஜுன்: ஆமா. அது விஷயமாதான் உன்னையும் விஜயையும் பாக்க வந்தேன் பேபி. இது என் விசிட்டிங் கார்ட்.

கணேஷ்: என்ன கம்பெனி? இது ப்ராடக்ட் என்ன?

அர்ஜுன்: உங்கள மாதிரி கிரிக்கெட்டர்ஸ்தான் எங்க ப்ராடக்ட் பேபி. நாங்க உன்னைதான் விக்கப் போறோம். டீவில, சினிமால, கிரிக்கெட் மைதானத்துல, விளம்பரத்துல எல்லா இடத்திலும் நாங்க உன்னை விற்கப்போறோம்.

விஜய்: சேர் சோபா மாதிரி விக்கப்போறேன் விக்கப் போறேன்னு சொல்லி பயமுறுத்துறப்பா.

அர்ஜுன்: கணேஷ் அப்படிங்கற நீ வெறும் கிரிக்கெட் ப்ளேயர் மட்டுமில்லை. ஒரு பிராண்ட்.

கிரிக்கெட் போர்ட் உனக்கு குடுக்கற சன்மானம் நீ கிரிக்கெட் விளையாடறதுக்கு மட்டும்தான். ஆனா ஒரு பிராண்டா உன் மதிப்பு அதைவிட நூறு மடங்கு மதிப்புள்ளது. அதை நீ பயன்படுத்திக்கணும்.

கணேஷ்: எப்பிடி?

அர்ஜுன்: எங்க கம்பெனிக்கு ஒரு அக்ரிமெண்ட் போட்டு குடுக்கணும். அதுக்கப்பறம் நீ எங்களோட சொத்து. எங்க கம்பெனி நிறைய விதத்துல உன்னை உபயோகிக்கும்.

விஜய்: உன்னை ஹோல் சேல்ல வாங்கி ரீடெயில்ல விக்கறேங்கறார். கத்திரிக்கா வெண்டக்கா வியாபாரம் மாதிரி...

அர்ஜுன்: கத்திரிக்கா வியாபாரம் இல்லை. (ஒரு அக்ரிமெண்டை அவனிடம் காண்பிக்கிறான்.)

விஜய்: (எட்டிப் பார்த்து) மவனே மெய்யாலுமாவா? என்ன அர்ஜுன் ஒரு சைபர் ஜாஸ்தி போட்டீங்களா?

அர்ஜுன்: இது மூணு வருஷ கான்ட்ராக்டுக்கு. இது ஒரு கம்பெனியோடது. இது மாதிரி இன்னும் நாலைஞ்சு கம்பெனிகளோட கான்ட்ராக்ட் போடப்போறோம்.

விஜய்: இவ்வளவு பணமா? இவ்வளவு பணம் எங்கிருந்து வருது?

அர்ஜுன்: எல்லாம் இந்த நாட்டு ஜனங்க கொட்டிக் குடுக்கறதுதான் பேபி, இதெல்லாம் ஒரு பணமா? BCCI ஒரு வருஷத்துக்கு சம்பாதிக்கற லாபம் எவ்வளவு தெரியுமா? உங்களுக் கெல்லாம் அப்பப்ப சம்பளம் ஏத்திக் குடுக்கறது எதனால? அதான் சொன்னனே, உங்க மதிப்பு உங்களுக்கே தெரியலை. நாங்க வாங்கித் தர்றோம்.

விஜய்: இதுக்கு என்ன செய்யணுமோ தெரியலையே?

அர்ஜுன்: சிம்பிள் பேபி. எங்களுக்காக சில பொருட்களை சிபாரிசு பண்ணணும். உன் பேட்ல ஒரு ஸ்பான்ஸர்கம்பெனியின்ஸ்டிக்கர் ஒட்டியிருக்கும். அந்த பேட்லதான் நீ விளையாடணும். உன் ஸ்பான்ஸர் சொல்ற ப்ராண்டு வாட்ச்சை நீ கட்டிக்கணும். நீ விளையாடும்போது உன் ஷர்ட், பேன்ட் எல்லாத்துலயும் நாங்க ரெகமெண்ட் பண்ற கம்பெனிகளோட லோகோ ஸ்டிட்ச் பண்ணியிருக்கும். உன்னோட காப், ரிஸ்ட் பேண்ட், ஸ்வெட் பேண்ட் எல்லாத்துலயும் ஸ்பான்ஸரர் லோகோ இருக்கும்.

விஜய்: பனியன் ஜட்டியாவது எங்க இஷ்டத்துக்கு போட்டுக்கலாமா? ஒரு நடமாடும் அட்வர்டைஸ்மெண்ட் போர்டு மாதிரி ஆக்கிருவீங்க போலருக்கு!

அர்ஜுன்: உனக்கு பணம் வேணுமா வேணாமா?

விஜய்: மகா... இந்த விளம்பரங்கள்ல சம்பாதிக் கறதுக்காகவாவது ஒழுங்கா கிரிக்கெட் ஆடணும் போலிருக்கு.

அர்ஜுன்: இது கான்ட்ராக்ட் டிராப்ட். இதை உன் லாயர்கிட்ட காமிச்சு கன்சல்ட் பண்ணிட்டு எனக்கு சொல்லு பேபி. விஜய் வா, நான் உங்கிட்ட போற வழியில பேசணும். நாங்க வரோம். வரேன் பேபி.

அவர்கள் போகும்போது கணேஷ் கூப்பிடுகிறான்.

கணேஷ்: அர்ஜுன், ஒரு ரிக்வெஸ்ட். என்ன பேபி பேபின்னு கூப்படறதை நிறுத்திடு. ப்ளீஸ்... முன்ன பரவால்ல, நான் பேபி ஆஃப் த டீம். இப்ப வளர்ந்துட்டேன். இண்டியன் டீம் கேப்டன். இப்பவும் நீ நாலு பேர் மத்தியிலே பேபின்னு கூப்பிடறது கொஞ்சம் சங்கடமா இருக்கு.

அர்ஜுன்: ஷ்யூர் பேபி... ஐ அம் சாரி. எனக்கு பழகிப் போச்சு. நீ சொல்றது சரிதான். நீ இன்னும் பேபி இல்லியே! கேப்டன் கணேஷ். ஃபோன் பண்ணு.

அவர்கள் போகிறார்கள். அப்பா உள்ளே வருகிறார்.

அப்பா: எனக்கென்னவோ அந்த பேபின்ற பேரு ரொம்ப பிடிச்சது. பேபியா இருந்த கணேஷை யும் பிடிச்சது.

கணேஷ்: ஆயுசு முழுக்க பேபியாவே இருக்க முடியா தேப்பா... வளந்துட்டேனே?

அப்பா: ஆமாமா. உன்னை மீறியே நீ வளர்ந்துட்டியோன்னு சந்தேகமா இருக்கு.

கணேஷ்: இதை சொல்றீங்களா அப்பா? (கான்ட்ராக்டைக் காட்டுகிறான்.) இது அவங்களுக்கு ஒரு காசே இல்லைங்கறான் அர்ஜுன். இண்டியாவு லேயே அதிகபட்ச சம்பளம் அப்பா.

அப்பா: அது சம்பளம் இல்லைப்பா. உன்னை விலை குடுத்து வாங்கியிருக்காங்க. சரி அதை விடு. நான் உங்கிட்ட ஒண்ணு கேக்கணும்னு இருந்தேன். நீ கொஞ்சம் பிஸியா இருந்தே, அதனால பேச முடியலை.

கணேஷ்: இன்னைக்கு ஃப்ரீதான் அப்பா.

அப்பா: இப்ப முடிச்சிட்டு வந்தீங்களே நியூசிலண்ட் சீரிஸ், அதுல ஃபைனல் மேட்ச்...

கணேஷ்: வெலிங்டன் மேட்ச்.

அப்பா: ஆமா வெலிங்டன். ரெண்டாவது இன்னிங்ஸ். போலர் யாருன்னு ஞாபகம் இல்லை. அவன் பந்து ஒண்ணை நீ ஸ்வீப் பண்ணப் போய் மிஸ் பண்ண. கேட்ச்க்கு அப்பீல் பண்ணாங்க. அம்பயர் அவுட் குடுக்கலை. ரீப்ளேலயும்

சரியாத் தெரியலை. நீ பெவிலியன் திரும்பிப் போகத் தயாரா இருந்தவன் அம்பயர் அவுட் குடுக்காததைப் பாத்துட்டு பேசாம நின்னுட்ட. கணேஷ் அந்த பால் உன் க்ளவ்ல பட்டுதான போச்சு?

கணேஷ்: அதுவா? தெரியலைப்பா. எனக்கு ஞாபகம் இல்லை.

அப்பா: டேய், இது ப்ரஸ் கான்ஃப்ரன்ஸ் இல்லை. சாமர்த்தியமா பதில் சொல்லாத. என் முகத்தைப் பார்த்து சொல்லுடா. அந்த பால் உன் க்ளவ்ல பட்டுதா இல்லையா?

கணேஷ்: (தயங்கி) ஆமாம்பா, என் க்ளவ்ல பட்டுதான் போச்சு.

அப்பா: அப்ப நீ 32லயே அவுட்டு. அதுக்கப்புறம் சென்சுரி அடிச்சு மேட்ச் வின் பண்ணதெல்லாம் ஏமாத்தி விளையாடினது... ஏம்ப்பா இப்பிடி செஞ்ச?

கணேஷ்: அப்பா புரிஞ்சுக்கங்கப்பா. அதுக்கு முந்திய மேட்சு நாங்க தோத்துட்டோம். சீரிஸை லெவல் பண்ண அந்த மேட்சு ஜெயிச்சே ஆகணும். ஏற்கனவே ஆறு விக்கெட் விழுந்து நான் மட்டும்தான் லாஸ்ட் ரெகக்னைஸ்டு பேட்ஸ்மேன். நானும் அவுட்டாயிருந்தா மேட்ச் தோத்து 2-0ன்னு அசிங்கமா ஒதை வாங்கியிருப்போம்.

அப்பா: தோத்துப் போங்களேன். என்னா ஆயிடும்? உனக்கு ஆனா மாதிரிதான் எனக்கும் ஆச்சு. உனக்கு கேப்டன்சி. எனக்கு கரியர். ஒரு ரஞ்சி மேட்சு. டெஸ்ட் டீமுக்கு ப்ளேயர்ஸ் செலக்ட் பண்ற ஒரு முக்கியமான மேட்ச். நான் 18 ரன்ல ஆடிக்கிட்டிருந்தேன். ஒரு பந்து ஷார்ப்பா ஸ்பின் ஆகி என் க்ளவ்ல ரொம்ப லேசா உரசிப் போச்சு. விக்கெட் கீப்பர் அப்பீல் பண்ணான். அம்பயர் அவுட் தரலை. எனக்குத் தெரியும்

நான் அவுட்டுன்னு. நின்னேன். என் பத்து வருஷ கிரிக்கெட் கனவு நனவாப் போற நாள். அதை இழக்க வேண்டாம்னு என் புத்தி சொல்லுது. நான் அப்பிடி அவுட் ஆகியும் போகாம நிக்கறது தப்புன்னு என் மனசாட்சி சொல்லுது. ஒரு சின்ன மனப் போராட்டத்துல நின்னேன். சட்டுன்னு திரும்பி நடக்க ஆரம்பிச்சேன். அம்பயர் அவுட் குடுக்காம நானே திரும்பிப் போயிட்டேன். மனசாட்சிக்கு விரோதமா, ஏமாத்தி ஆட மனசு ஒப்பல. போயிட்டேன். நாங்க பழக்கப்பட்ட வால்யூஸ் அது மாதிரி.

கணேஷ்: நான் என்ன செஞ்சிருக்கணும்னு எதிர்பார்க்கறீங்கப்பா?

அப்பா: நீ திரும்பிப் போயிருக்கணும்டா. சிச்சுவேஷன் என்னவாயிருந்தா என்ன? உனக்குத் தெரியும் நீ அவுட்டுன்னு. அதுக்கு மேல அங்க நிக்கறது ஏமாத்து வேலை.

கணேஷ்: நான் ஏன் வாக் பண்ணணும்ப்பா? நீங்க ஆடின காலத்துல ப்ளேயர்ஸூம் அம்பயரும் மட்டும்தான் இருந்தாங்க. இப்ப என்னல்லாம் இருக்குன்னு தெரியுமா? ஸ்லோ மோஷன் ரீப்ளே, ஸ்டம்ப்ஸ் பின்னால கேமரா, பந்து பாட்ல பட்டுதா இல்லையான்னு கண்டுபிடிக்க ஸ்னிக்கோ மீட்டர், ஃஆஙி அவுட்டா இல்லையான்னு கண்டுபிடிக்க ஹாக்ஐன்னு ஒரு மிஷினு. மூணாவதா ஒரு அம்பயர். இவ்வளவு பேர் இருக்காங்கல்ல, கண்டுபிடிச்சு அவுட் குடுக்கட்டுமே! நானே ஏன் வாக் பண்ணணும்? உங்களை இன்னொண்ணும் கேக்கறேன். நான் அவுட்னு தெரிஞ்சா வெளிய போயிடணும்கறீங்கல்ல? இப்ப நான் நிஜமாவே அவுட் இல்லைன்னு வச்சிக்கங்க. ஆனா அம்பயர் தப்பா அவுட் குடுத்துடறாரு. நான் என்ன பண்ணணும்? நான் அவுட் ஆனா வாக் பண்ற ஆள். ஆனா இப்ப நான் அவுட்

இல்லை நான் போகமாட்டேன்னு பிட்ச்ல உக்காந்து சத்தியாக்கிரகம் பண்ணணுமா? ஆமா இவன் ரொம்ப நாணயமானவன், அதனால் இவன் சொன்னா சரியா இருக்கும்னு அவங்க என்னை ஆடவிட்டுடுவாங்களா? ஆடறவன் மேல நம்பிக்கை இல்லன்னுதானே இவ்வளவு மிஷின் வச்சிருக்கீங்க. நானும் மிஷின் மேல நம்பிக்கை வச்சி அது அவுட் குடுத்தா போறேன். அவ்வளவுதான்.

அப்பா: விதண்டாவாதம் பண்றப்பா.

கணேஷ்: என்ன பண்ணச் சொல்றீங்க அப்பா. இந்த விளையாட்டே கொஞ்சம் கொஞ்சமா மாறிக்கிட்டு வருது. என்னயும் கொஞ்சம் கொஞ்சமா மாத்திக்கிட்டிருக்கு. மாறித்தான் ஆகணும். உங்க காலத்துல டெஸ்ட் மேட்சு கிரிக்கெட் மட்டும்தான் இருந்தது. அஞ்சி நாள் ஆடிக்கிட்டிருந்தாங்க. எல்லாருக்கும் நேரம் இருந்தது. ஜெயிச்சாலும் தோத்தாலும் கவலையில்லை. அப்புறம் ஒரு நாள் ஆட்டம் வந்தது. ஆளுக்கு 60 ஓவர் ஆடினாங்க, அதை 50 ஓவரா குறைச்சாங்க. இந்த அம்பது ஓவர்கூட ரொம்ப போர் அடிக்குது, 25 ஓவரோ 20 ஓவரோ ஆடினா போறும்னு சொல்ல ஆரம்பிச் சிருக்காங்க.

வெள்ளைச் சட்டை போய் கலர் சட்டை வந்தது. சிவப்பு பால் போய் வெள்ளையாச்சு. ராத்திரிகூட ஆடலாம்னு லைட் போட்டு ஆடறாங்க. கிரிக்கெட்டே மாறிக்கிட்டு வருதுப்பா. ஆனா அதை ஆடறவனை மட்டும் மாறாத அப்பிடியே ஜென்டில்மேன் மாதிரி இருன்னா எப்பிடி இருக்க முடியும்? அப்பா உங்க தலைமுறை வால்யூஸை என்மேல திணிக்காதீங்க.

அப்பா: ஆட்டம் மாறட்டும்ப்பா. தலைமுறைக்கு தலைமுறை வால்யூஸ்கூட மாறுமா?

கணேஷ்: நீங்க விரும்பினாலும் விரும்பாட்டாலும் அதுதான் உண்மை. கிரிக்கெட் விளையாட வரும்போது நாம எதிர்த்து விளையாட வேண்டியது பதினொரு பேர் இருக்கற ஒரு டீமை மட்டும் இல்லைப்பா. ஒரு ஜனக் கூட்டத்தை, ஒரு சிஸ்டத்தையே, சில சமயம் நம்ம டீம்ல இருக்கறவங்களையே சமாளிச்சி விளையாட வேண்டியிருக்கு. பணம், புகழ், போட்டி மனப்பான்மை, அரசியல் எல்லாத்துக்கும் நடுவில ஆட வேண்டியிருக்குப்பா. உங்களுக்குத் தெரியாதுப்பா. நாங்க ஒவ்வொருத்தரும் நிறைய மன அழுத்தத்தோட விளையாடறோம். இந்தச் சூழல்ல நீங்க சொல்ற மாதிரி ரோல் மாடலாகவோ ஜென்டில்மேனாகவோ இருக்க வாய்ப்பே இல்லைப்பா.

அப்பா: சபாஷ்டா. நீங்கல்லாம் இந்த ஜெனரேஷன். புத்திசாலித்தனமா பேசறீங்க. எல்லாத் தப்பையும் நியாயப்படுத்தற புத்திசாலித்தனம். டேய், நான் உன்கிட்ட எதிர்பார்க்கறது புத்திசாலித்தனத்தை இல்லை. நேர்மையை. ஒரு கிரிக்கெட்டரா இல்லன்னாலும் என் பையனா. கணேஷ், முன்னல்லாம் நீ விளையாடும்போது நான் டிவில மேட்ச் பார்ப்பேன். பாக்கும்போது டீவி முன்னால உக்காந்துகிட்டு உங்கிட்ட பேசுவேன். ‘ப்ளாக் பண்ணு, ஃபிரன்ட் ஃபுட்ல ஆடு, ஓடு ரெண்டாவது ரன் எடு’ன்னு எதையாவது கத்திகிட்டு இருப்பேன். உங்கம்மா கேலி பண்ணுவா. ‘என்னங்க இது? நீங்க சொல்றதெல்லாம் டிவி வழியா அவன் காதுல விழுமா?’ன்னு கேட்டுச் சிரிப்பா. அப்பவும் நிறுத்தமாட்டேன். பேசிக்கிட்டேதான் இருப்பேன். நான் நம்பினேன் கணேஷ். நமக்குள்ள ஏதோ டெலிபதி மாதிரி இருக்குன்னு நம்பினேன். அதுக்கேத்தா மாதிரியே நடக்கும் கணேஷ். உங்க

அம்மாகிட்ட சொல்லுவேன், 'பாரு இந்த ஓவர்ல அவன் ஒரு விக்கெட் எடுப்பான்'னு சொல்லுவேன். அதே மாதிரி ஒரு விக்கெட் எடுப்ப. நீ இருபதோ முப்பதோ ஸ்கோர்ல இருக்கும்போது, 'பாரு என் பையன் இன்னிக்கி செஞ்சுரி அடிப்பான்' அப்படிம்பேன். நீ அடிப்ப. உன்னை என்னால கணிக்க முடிஞ்சது. உன்னோட சிந்தனையும் என்னோட சிந்தனையும் ஒரே நேர்கோட்டுல இருக்கறாப் பல உணர்ந்திருக்கேன்! இப்ப எல்லாம் மாறிப் போச்சு கணேஷ். உன் பாடி லாங்குவேஜ் மாறிடுச்சு... சிரத்தை கொறஞ்சாப்போல இருக்கு. தெரியலைப்பா. உனக்கும் எனக்கும் அந்தரங்கமா இருந்த தொடர்பு அறுந்து போச்சு. இந்தியா ஒரு ஆட்டக்காரனை சம்பாரிச்சிருக்கலாம். அப்பாவா நான் நேர்மை யான மகனை இழந்துருவேன்னு தோணுது.

(தன்னைச் சமாதானப்படுத்த வரும் கணேஷிட மிருந்து விலகி அப்பா வீட்டிற்குள் போகிறார்.)

வெளிச்சம் மங்குகிறது.

## காட்சி 8

**உ**ச்சஸ்தாயியில் துடிக்கும் பாப் இசை. பளிச் பளிச் என்று வர்ண ஒளிச் சிதறல். ஒரு கேமராமேன் படம் எடுத்துக்கொண்டிருக் கிறார். துணைக்கு ஒரு லைட் பாய். மேடையின் இரண்டு மூலைகளிலிருந்தும் அவர்கள் மெல்ல நடந்து வருகிறார்கள்.

ஒன்று பளிச்சென்று ஆடை உடுத்தி மேக்கப் போட்ட கணேஷ். இன்னொன்று ஒரு இளம் பெண். இருவரும் நடந்து வந்து மேடை நடுவில் நிற்கிறார்கள். அந்தப் பெண் கணேஷைச் சுற்றிச் சுற்றி வந்து நடனமாடுகிறாள். கணேஷை இச்சையுடன் தழுவிக்கொள்கிறாள். ஒரு உதவியாளர் கோக் புட்டி ஒன்றை அவர்களிடம் தர இருவரும் அதை வைத்துக்கொண்டு போஸ் தருகிறார்கள். விதவிதமாக போஸ்கள் தொடர்கின்றன.

கேமரா மேன் கட்டை விரலை உயர்த்தி ஷூட்டிங் முடிந்து விட்டது என்பதுபோல சைகைசெய்கிறார். கேமராவையும் லைட்டையும் தூக்கிக்கொண்டு போகிறார்கள். இசை தொடர்ந்து ஒலிக்கிறது.

அந்தப் பெண் கணேஷிடம் என்னமோ சொல்கிறாள் - நேரம் இருக்கிறதே எங்கேயாவது போகலாம் என்று கேட்கிறதுபோல. கணேஷ் மறுக்கிறான். அவள் பிடிவாதம் பிடிக்கிறாள். செல்ல மாய்க் கெஞ்சுகிறாள். கணேஷைக் கிட்டதட்ட இழுத்துக் கொண்டு போகிறாள்.

இசை மெல்ல அடங்குகிறது.

## காட்சி 9

அமைச்சர் ராஜமார்த்தாண்டனின் அலுவலகம். கோட்டு சூட்டு அணிந்த மிடுக்கான இரண்டு கணவான்கள் அவர் அறையில் காத்திருக்கிறார்கள். வாசல் பக்கம் செலக்ஷன் கமிட்டி சேர்மன் அமைச்சருக்காகக் காத்திருக்கிறார்.

அமைச்சர் நிதானமாக வருகிறார்.

*அமைச்சர்:* என்னய்யா முக்கியமான மீட்டிங்குன்னு கூப்டனுப்பினியே? யாரு இவங்க ரெண்டு பேரும்?

*ராகவன்:* அந்தக் கறுப்பு கலர் கோட்டு போட்டுகிட்டு இருக்காரே, அவரு ராகேஷ். துபாய்ல இருக்காரு. ஹாங்காங், சிங்கப்பூர், மலேசியா எல்லா எடத்துலயும் பிசினஸ் பண்றார். கோடீஸ்வரன். இன்டர்நேஷனல் டிரேடர். நீலக் கலர் கோட்டும் டையும் போட்டிருக் காரே, அவர் இன்னொரு இண்டஸ்ட்ரியலிஸ்ட். ஹரிமோகன் நாயுடு. ஹைதராபாத் ஆளு. லிக்கர் பேரன்.

*அமைச்சர்:* யாரோட பேரன்?

ராகவன்: சார், இங்கிலீஷ்ல சொன்னேன் சார். Liquor Baron.

அமைச்சர்: அப்பிடின்னா தமிழ்ல என்ன?

ராகவன்: தமிழ்ல அதாவது... இந்த விஸ்கி, பிராந்தி, ரம் எல்லாம் தயாரிக்கற கம்பெனி முதலாளி.

அமைச்சர்: சாராயம் காய்ச்சறவன். இங்கிலீஷ்ல ஏன்யா பயமுறுத்துற? எல்லாத்துக்கும் நல்ல தமிழ் வார்த்தை இருக்குய்யா? இன்னொருத்தன் யாருன்னு சொன்னே? இன்டர்நேஷனல் டிரேடரா? குத்துவேன். கள்ளக்கடத்தல் பண்றவன்னு சொல்லு. ஒருத்தன் சாராயம் காச்சறவன். இன்னொருத்தன் கடத்தல் பண்றவன். எல்லாம் நம்மாளுங்கய்யா! நான் வேட்டி, சட்டை. அவங்க கோட்டு, சூட்டு. அவ்வளவுதான் வித்தியாசம்!

(அவர்களை நோக்கிப் போய் முன்னே உட்காருகிறார். அவர்கள் வணக்கம் சொல்கிறார்கள்.)

அமைச்சர்: வணக்கம்... வணக்கம். உக்காருங்க. ராகவன் உங்க ரெண்டு பேரையும் பத்தி ரொம்ப உசத்தியா சொன்னாரு. நான் ரொம்ப பிஸி. வழக்கமா அறிமுகம் இல்லாதவங்களுக்கு நான் அப்பாயின்மென்டே குடுக்கறதில்லை. ஆனா நீங்க ரெண்டு பேரும் சூட்கேஸுவும் கையுமா வந்திருக்கீங்கன்னு ராகவன் சொன்னார். அதான் பாக்கலாம்னு... என்ன விஷயம்?

(அவர்கள் இருவரும் பதில் சொல்லாமல் சூட்கேஸைத் திறந்து அவர்முன் வைக்கிறார்கள். உள்ளே கட்டுக் கட்டாக நோட்டு.)

அமைச்சர்: ஐய்யோ... என்ன சலவை நோட்டு அடுக்கடுக்கா வச்சிருக்கீங்களே..? கண்ணெல்லாம் கூசுதே. ஆமா, ஏன் நோட்டெல்லாம் பச்சை கலர்ல இருக்கு? ராகவா, நம்ம ஃபைனான்ஸ்

மினிஸ்ட்ரி கரென்சி நோட்டு கலரை மாத்திட்டாங்களா?

ராகவன்: சார், இது யூ எஸ் டாலர் சார்.

அமைச்சர்: டாலரா? பச்சைப் பசேல்னு கண்ணுக்குக் குளிர்ச்சியா என்னமா இருக்கு! பசுமைப் புரட்சிங்கறாங்களே... அது இதானா? வழக்கமா நான் ரூபா நோட்டு சூட்கேஸ்தான் பாத்திருக் கேன். ஆமா டாலரேதான்! (கட்டை விரலால் நிரடி விசிறி) ஆஹா, அமெரிக்கா வாசனை.

நாயுடு: ஒரு பொட்டியில ஒரு மில்லியன் டாலர் இருக்கு சார்.

அமைச்சர்: ராகவா, மில்லியன்னா?

ராகவன்: பத்து லட்சம் ஒரு மில்லியன்.

அமைச்சர்: ஒரு டாலர் மதிப்பு எவ்வளவு?

ராகவன்: இன்னைக்குத் தேதியில ஐம்பது ரூபா சார்.

அமைச்சர்: பத்து லட்சத்தை 50ஆல பெருக்கினா? (யோசிக் கிறார். கணக்கு போடுகிறார். திணறுகிறார்.) ஐய்யோ... எங்கப்பன் அன்னிக்கே சொன்னான், அடேய் ஸ்கூலுக்கு போய் படி. கணக்குப் பாடம் கத்துக்கன்னு. நாந்தான் கட் அடிச்சி புட்டு சினிமா பாத்துகிட்டு டீச்சரை சைட் அடிச்சிகிட்டு உருப்படாமப் போய், கட்சித் தலைவராயிட்டேன். ஏன் அடிச்சிகிட்டார்னு இப்பதான் புரியுது! ஏன்யா ஆபீஸ்ல கால்கு லேட்டர் எல்லாம் வச்சிக்கறதில்லையா?

ராகவன்: ஒரு பொட்டியிலே அஞ்சு கோடி சார்.

அமைச்சர்: ஒரு பொட்டில அஞ்சு கோடின்னா? ரெண்டு பொட்டில? (யோசிக்கிறார்.)

ராகவன்: பத்து கோடி சார்.

அமைச்சர்: சும்மாயிருய்யா இந்தச் சின்ன கணக்குக்கூட போடமாட்டனா? பத்து கோடி... நாயுடு சார்,

நீங்க காச்சற சாராயம் ரெண்டு பெக் அடிச்சா மாதிரி கிறுகிறுக்குதே...

ராகேஷ்: இவ்வளவுதாங்க தூக்கிட்டு வர முடிஞ்சது. மிச்சத்தை கார்ல வச்சிருக்கோம்.

அமைச்சர்: மிச்சத்தை கார்ல வச்சிருக்கீங்களா..! (மாரைப் பிடித்துக்கொண்டு உட்காருகிறார்.) ஏம்ப்பா, என்னதான் பாக்க வந்தீங்களா? ஐயா... நான் டெக்ஸ்டைல்ஸ் மினிஸ்டரோ டெலிகாம் மினிஸ்டரோ இல்லைய்யா.

ராகவன்: சார், இவங்க உங்களைதான் பாக்க வந்திருக் காங்க. இவங்க ஒரு புது மாதிரி கிரிக்கெட் விளையாட்டைப் பத்தி பேச வந்திருக்காங்க.

அமைச்சர்: புது மாதிரியா? அஞ்சி நாளு ஆட்டத்தை வெட்டித் தட்டி குட்டி நல்லா சீரழிச்சிட்டமே? இன்னும் என்ன பண்ணணும்கறீங்க?

ராகேஷ்: சார், கிரிக்கெட்ல இன்னும் நிறைய டெக்னிக் கல் சமாசாரங்கள் இருக்கு. அவ்வளவு டெக்னிக்கலா இருந்தா ஜனங்களுக்கு சுவாரசியம் இருக்காது. எல்லாருக்கும் புரியற மாதிரி சிம்பிளா ஜாலியா பொழுதுபோக்கா இந்த விளையாட்டை மாத்தணும். பாமரர் களுக்கும் போய் சேரணும்னா விளையாட்டும் அவங்க லெவலுக்கு புரியணும் சார்.

நாயுடு: அம்பது ஓவர் எதுக்கு சார்? இருபது ஓவர் போதும். நாலு ரவுண்டு பியர் அடிக்கற சமயத்துல பாக்கறா மாதிரி ஒரு ஆட்டம்.

ராகேஷ்: இந்த ஆட்டம் என்ன? ஒருத்தன் பாலைப் போடணும் இன்னொருத்தன் அதை அடிக்கணும். கோட்டைத் தொட்டா நாலு, கோட்டைத் தாண்டினா ஆறு. அதான் விளையாட்டு. அதை விட்டுப்புட்டு தேச்சித் தேச்சி ஒரு நாளு முழுக்க ஆடிகிட்டிருந்தா என்ன அர்த்தம்?

நாயுடு: இந்த கேமை இன்னும் கவர்ச்சிகரமா மாத்தணும் சார். ராத்திரி நேர ஆட்டம், கலர் கலரா டிரஸ், ஃபோர், சிக்ஸ் அடிச்சா, விக்கெட் விழுந்தா பட்டாசு வெடிச்சு கலாட்டா. ஒரு பக்கம் பாப் ம்யூசிக். இன்னொரு பக்கம் சிக்கனமா ட்ரெஸ் பண்ணிகிட்டு டான்ஸ் ஆடற பொண்ணுங்க.

அமைச்சர்: கேக்கவே சூப்பரா இருக்கே..!

நாயுடு: இது ரெண்டு நாட்டுக்கு இடையே நடக்கற வெத்து ஆட்டம் இல்லை. கிளப் கிரிக்கெட். ஃபுட் பால் மாதிரி எட்டு டீம். அதுல விளையாட ப்ளேயர்ஸை ஏலத்துல விலைக்கு வாங்குவோம்.

ராகேஷ்: விலைக்கு வாங்கின ப்ளேயர்ஸை வச்சி ஒவ்வொரு கிளப்பும் மேட்சு ஆடும். சின்னதா வோர்ல்ட் கப் மாதிரி. இந்தியா முழுக்க ஆடலாம்.

நாயுடு: இதப் பாருங்க ரெவின்யூ எஸ்டிமேட்ஸ். மொத்தமா இந்த ஈவன்ட்ல டிக்கெட் சேல்ஸ், டிவி ரைட்ஸ், விளம்பரம்ன்னு புரளப்போற பணம்.

ராகேஷ் : கணேஷ் கேப்டன்சில ஒரு டீம் கிரியேட் பண்ணி அந்த டீமை வாங்க நான் தயாரா இருக்கேன். கணேஷுக்கு மட்டும் பத்து கோடி ரூபாய்வரை என்னால செலவு பண்ண முடியும்.

நாயுடு: பசங்களையெல்லாம் சந்தோஷமா வச்சிருப் போம். பணம், தண்ணி, சிட்டுங்க... எதுக்கும் பஞ்சம் இருக்காது.

ராகேஷ்: எட்டு டீம். எனக்கு ஒண்ணு, உங்களுக்கு ஒண்ணு, நம்ம பினாமிகள், நெருங்கிய நண்பர்கள், உங்க சகாக்கள்னு கிளப் ஓனர்ஸ் நெருங்கிய வட்டத்துலதான் இருப்பாங்க. பணம் வெளியே போகாது.

நாயுடு: டெலிவிஷன் ரைட்ஸ், விளம்பரம் எல்லாத்துலயும் நமக்கு தனிப்பட்ட முறையில கமிஷன் உண்டு.

ராகேஷ்: பினாமிகள் மக்களுக்கு பிரபலமானவங்களா இருந்தா சந்தேகம் வராது. பிரபல ஆக்டர்ஸை முதலாளிங்களாப் போட்டு டீம்ஸ் ஆரம்பிக்கணும்.

நாயுடு: மொரீஷியஸ், ஐல் ஆப் மேன்னு டாக்ஸ் ஹாவன்ல கம்பெனிகள் ஆரம்பிச்சா டாக்ஸ் பிரச்சினையும் இருக்காது.

ராகேஷ்: உங்க கறுப்புப் பணத்தை சலவை பண்ணவும் இது நல்ல சான்ஸ். மொரீஷியஸ்ல ஒரு கம்பெனி ஆரம்பிச்சு அவங்க ஒரு கிளப் ஓனர்ஸ்னு காட்டுங்க. அவங்க இன்வெஸ்ட் பண்ணா மாதிரி கணக்கு காமிங்க.

நாயுடு: மொரீஷியஸ் கம்பெனி செட் பண்றது, ஹவாலால பணம் அனுப்பறது எல்லாம் நாங்க பாத்துக்கறோம்.

ராகேஷ்: உலகமே நம்ம பக்கம் திரும்பிப் பார்க்கும்.

நாயுடு: இது ஹிட் ஆகும். அதுக்கப்பறம் பாருங்க. சின்னச் சின்னதா எல்லா ஸ்டேட்ஸ்ல, டிஸ்ட்ரிக்ட்ல, கிராமத்துலகூட சின்னச் சின்ன கிளப் கிரிக்கெட் 20 ஓவர் ஆடற மேட்சு இதே ஃபார்மட்ல ஆரம்பிக்கும்.

அமைச்சர்: நிறுத்துங்கப்பா... யாராவது ஒருத்தர் பேசுங்கய்யா. உங்க ரெண்டு பேருக்கு இடைல ஓடி ஓடி காத்தால நான் வாக்கிங் போறதைவிட அதிகமா நடந்துட்டன்யா. ராகவா பாருய்யா. என்னமா ஐடியா வச்சிருக்காங்க. நீயும் இருக்கியே... உங்க பசங்களைக் கேட்டு எப்ப இதை ஆரம்பிக்கலாம்னு சொல்லு.

ராகவன்: சார், ஏற்கெனவே ஒரு வருஷத்துக்கு ரெண்டு டெஸ்ட் சீரிஸ் ஆடறோம். ரெண்டு ஒன் டே சீரிஸ் ஆடறோம். இதைத் தவிர ரஞ்சி, திலீப்

டிராபி நடு நடுவில. டிரையாங்குலர் சீரீஸ், ஒன் டே வேர்ல்ட் கப். பசங்க எவ்வளவு சார் ஆடுவாங்க?

அமைச்சர்: ஆடட்டுமேய்யா. ஒரு லட்சம் வாங்கற இடத்துல ஒரு கோடி தரோமில்ல.

ராகவன்: இது ஓவர் டோஸ் ஆஃப் கிரிக்கெட் சார்.

அமைச்சர்: என்னய்யா? பொம்பளங்களுக்கெல்லாம் டெலி சீரியல் இருக்கு. ஆம்பளைங்களுக் கெல்லாம் கிரிக்கெட்டை விட்டா வேற பொழுதுபோக்கு இல்லையே? பாப்பாங்கய்யா. வேற வேலை? கிரிக்கெட்டுக்கு அடிமையாப் போன ஜனங்க, ஒரு நாளைக்கு இருபத்து நாலு மணி நேரம் போட்டாக்கூட வருஷம் பூரா ஒக்காந்து பாப்பாங்கய்யா. அதுவும் நாம பேசறது சாதாரண கிரிக்கெட்டா? சாராய சார் சொன்னாப்பல டாஸ்மாக்ல காக்டெயில் பார்ட்டி மாதிரி இல்ல இருக்கு...

ராகவன்: சார் வி நீட் அ ப்ரேக்.

அமைச்சர்: ப்ரேக்கா? அவங்க இப்பதான் ஆக்ஸிலேட்டரையே அழுத்தியிருக்காங்க. இப்ப என்னய்யா பிரேக்கு? போங்கய்யா, ராப்பகல் பாக்காம ஆடுங்க. போங்க. ஆடுங்க சான்ஸ் இருக்கும்போதே சம்பாரிச்சிருங்கய்யா.

(அமைச்சர் பெட்டியைத் தூக்கிக்கொண்டு போகிறார். ராகவன் பின்னாலேயே நடக்கிறார்.)

இசை தொடங்குகிறது. வெளிச்சம் அடர்நீலமாய் மாறுகிறது. மேடையின் ஒரு மூலையில் இருந்து கிரிக்கெட் வீரர்கள் மூன்று பேரும் கழுத்தில் ஆளுக்கொரு பெரிய பலகையைத் தொங்கவிட்டபடி தலைகுனிந்து தளர்ந்தபடி நடந்து வருகிறார்கள். ஒரு கயிறு அவர்கள் கழுத்திலிருந்து தொங்கவிடப் பட்டுள்ளது.

பலகைகளில் 'விற்பனைக்கு' என்று குறிப்பிட்டு அவர்களின் விலைகள் எழுதியிருக்கின்றன. கணேஷ் நடந்து வருகிறான். அவன் பலகையில் 'விற்பனைக்கு - ஒரு மில்லியன் டாலர்கள்' என்றும் பின்னால் நடந்து வரும் விஜயின் கழுத்தில் தொங்கும் பலகையில் 'விற்பனைக்கு - அரை மில்லியன் டாலர்' என்றும் அதன் பின்னால் வரும் ஒருவருக்கு அதைவிடக் குறைவாகவும் எழுதியிருக்கிறது. அவர்கள் மெல்ல நடந்து வருகிறார்கள். நிற்கிறார்கள்.

நாயுடுவும் ராகேஷும் மெல்ல நடந்து போய், அவர்களை ஏற இறங்கப் பார்த்துவிட்டு, தங்களுக்கு இஷ்டப்பட்ட ஆட்டக்காரர்களைத் தேர்ந்தெடுத்து அவர்களின் கழுத்தில் தொங்க விடப்பட்டிருக்கும் கயிற்றைப் பிடித்து அவர்களை இழுத்துச் செல்கிறார்கள்.

இசை மெல்ல அடங்குகிறது.

## காட்சி 10

சூழல்: இந்தியா மிக மோசமாய் ஒரு போட்டியில் தோற்றுப்போயிருக்கிறது. அதைத் தொடர்ந்து ஸ்டேடியத்தில் சிறிய அமளி நடக்கிறது.

கிரிக்கெட் வர்ணனை கேட்கிறது:

He is caught is the deep. India is committing suicide. One by one they are hitting in the air and one by one is getting out. Well... We see some trouble in the stands. People are throwing things inside the ground. Few places in the stands are set on fire. The players are running inside. I think the much is being abandoned.

மேடையில் வெளிச்சம் விழும்போது, கணேஷைத் தள்ளிக்கொண்டு விஜய் ஓடிவருகிறான்.

விஜய்: கணேஷ், அந்தப் பக்கமா போ. இங்க பாட்டிலை விட்டெறியறாங்க.

*(எதிர்ப் பக்கத்திலிருந்து ரசிகன் திவாகர் ஓடி வருகிறான்.)*

ரசிகன்: கணேஷ் என்ன ஆச்சு? என்ன இப்பிடி ஆடிட்டீங்க? வோர்ல்ட் சாம்பியன்ஸ்ன்னு சொல்லிக்கிட்டு இப்பிடி தோத்துட்டீங்க... அசிங்கம்! ஜெயிச்சிருக்க வேண்டிய மேட்சு. இப்பிடி அநியாயமா தோத்துட்டீங்க.

விஜய்: ஏய்... யார்ரா? வெளிய போ.

ரசிகன்: அவங்க ரெண்டு பேரும் அடிச்சி அடிச்சி ஆடும்போது எதுக்குங்க ஸ்பின்னர்ஸை வச்சி போலிங் போட்டீங்க? டாஸ் ஜெயிச்சு பேட்டிங் எடுத்ததே தப்பு.

விஜய்: போப்பா அந்தப் பக்கம். கார்ட்ஸ்... கணேஷ் இப்பிடி வா.

ரசிகன்: ஏன் இப்பிடி ஆடினீங்க? அவமானமா இல்லை? இதப் பாரு. ஐநூறு ரூபா டிக்கெட் குடுத்து ஆட்டம் பாக்க வந்தேன். என் ஒரு வாரச் சம்பளம். இதைச் சம்பாரிக்க நான் எவ்வளவு கஷ்டப்படறேன் தெரியுமாய்யா? இது மாதிரி ஐநூறும் ஆயிரமுமா நாங்க குடுக்கற காசுலதானய்யா நீங்க சம்பளம் வாங்கறீங்க... அதுக்கு கொஞ்சம் யோக்கியமா ஆடமாட்டீங்களா?

*(ரசிகன் கணேஷின் சட்டையைப் பிடித்து உலுக்குகிறான். அவனை விஜய் இழுக்கிறான்.)*

ரசிகன்: பாரு... அங்க பாரு. ஒரு லட்சம் பேரு ஒக்காந்து பாக்கறாங்க. நேத்து ராத்திரிலருந்து க்யூல நின்னு சோறு தண்ணியில்லாம மேட்ச்சு

பாக்க உக்காந்திருக்கோம். எதுக்குய்யா? நீங்க இப்பிடி கேவலமா ஆடறதைப் பாக்கறதுக்கா?

விஜய்: ஏய், போய்யா அந்தண்டை. கார்ட்ஸ்...

ரசிகன்: பணம் வாங்கிட்டீங்களாய்யா? பணம் வாங்கிக்கிட்டு வேணும்னே தோத்துட்டீங்களா?

(இரண்டு காவலாளிகள் ஓடிவந்து அவனை இழுத்துச் செல்கிறார்கள்.)

ரசிகன்: டே தேவடியாப்பசங்களா... காசு வாங்கிட்டு தோத்துட்டீங்களாடா? வேறென்னடா? உங்களை எல்லாம் கால்ல இருக்கறதைக் கழட்டி அடிக்கணும்டா. பொம்பளைங்ககூட சுத்துங்க. சூதாடுங்க, விளம்பரத்துல நடிங்க. கோடி கோடியா காசு பண்ணுங்க. ஆட்டத்துல எங்கடா நாட்டம் வரும் உங்களுக்கு. வெக்கங் கெட்டவங்களா... த்தூ... (கணேஷின் முகத்தில் துப்புகிறான்.)

(அவனை இழுத்துக்கொண்டு போகும்போது அவன் திமிறிக்கொண்டு கதறுகிறான்.)

கணேஷ் உறைந்துபோய் நிற்க, விஜய் அவனைப் பாதுகாப்பாகத் தள்ளிக்கொண்டு போகிறான்.

வெளிச்சம் மங்குகிறது. கூட்டம் கலவரம் செய்யும் ஒலி மட்டும் கேட்கிறது.

## காட்சி 11

**ஆ**ரவாரமான ஹோட்டல் அறை. ஒரு சோபா. அதில் கணேஷ் தலை கவிழ்ந்தபடி உட்கார்ந்திருக்கிறான். ராகேஷ் உள்ளே நுழைகிறான். அவனை ஆழமாய்ப் பார்க்கிறான். அறையின் மூலையில் இருக்கும் வைன் பாட்டிலையும் இரு மதுக்கிண்ணங்களையும் எடுத்து வந்து இரண்டிலும் மதுவை

ஊற்றுகிறான். ஒன்றை அவன் எடுத்துக்கொண்டு இன்னொன்றை கணேஷ் பக்கம் நீட்டுகிறான்.

ராகேஷ்: கமான் கணேஷ், டேக் இட் ஈசி மேன். ஜெயிக்கறதும் தோக்கறதும் கிரிக்கெட்ல சகஜம். இது வெறும் விளையாட்டு கணேஷ். நம்ம ரசிகர்களும் மீடியாவும் இதை சண்டையாட்டம் செஞ்சிட்டாங்க. டோண்ட் வொர்ரி. இந்த மேட்சுல தோத்தாலும் நெட் ரன் ரேட்படி நீங்க குவார்டர் ஃபைனல்ஸ் போயாச்சு. அப்புறம் என்ன? இந்தா இதை சாப்புடு.

*(கணேஷ் மறுக்கிறான்.)*

ராகேஷ்: இது சாராயமில்லை. வைன்தான். கிரேப் ஜூஸ் மாதிரிதான் இருக்கும்.

*(கணேஷ் வாங்கி டேபிள்மேல் வைத்து விடுகிறான்.)*

கணேஷ்: தோத்ததைப் பத்தி கவலைப்படலை ராகேஷ். ஆனா ஆளாளுக்கு வாய்க்குவந்தபடி பேசறது தான் கஷ்டமாயிருக்கு. பாட்டிலை எறியறாங்க. ஸ்டேடியத்தைக் கொளுத்தறாங்க. எவ்வளவு கோபம்? காசு வாங்கிக்கிட்டு தோத்தோம் அப்படீன்றாங்க.

ராகேஷ்: மக்கள் நிறைய எதிர்பார்ப்போட வராங்க. அவங்க குடுத்த டிக்கெட்டுக் காசு ஜீரணமாக அன்னைக்கு விளையாட்டுல நீங்க ஜெயிக்கணும். ஜெயிச்சா ஹீரோன்னு கும்பிடு வாங்க. தோத்தா கல்லால அடிப்பானுங்க. இன்னைக்கு என்ன நடந்தது? பத்து வருஷமா உயிரைக்குடுத்து விளையாடறயே, அதுக்கு மரியாதை பாத்தேல்ல? இதுக்கெல்லாம் நீங்களும் காரணம். நீங்கள்லாம் பணம் பண்ண மீடியால சூப்பர் ஹீரோ மாதிரி இமேஜ் ஒண்ணு கிரியேட் பண்ணிடறீங்க. அது உங்களுக்கு சாதகமா இருக்கும்போது

சந்தோஷமா ஏத்துக்கறீங்க. கல்லடி வாங்கும் போது மக்களைத் திட்டறீங்க.

இன்னைக்கு டீவில, பத்திரிகைல, போஸ்டர்ல, விளம்பரத்துல எல்லாத்துலேயும் உங்க பேரைச் சொல்லி வியாபாரம் நடக்குது. வியாபாரம் நடக்கணும்னா நீங்க ஜெயிச்சிகிட்டே இருக்கணும். வேற வழியில்லை.

கணேஷ்: நாங்கல்லாம் அப்ப என்ன சர்க்கஸ் மிருகங்களா? சுத்தி இருக்கறவங்க பாத்து கை தட்டறதுக்காக குட்டிக்கரணம் போட்டு கிட்டே இருக்கணுமா?

ராகேஷ்: ஆமா, நீங்கல்லாம் சர்க்கஸ் மிருகங்கள்தான். இன்னிக்கு அந்த ஆள் உன் சொக்காவைப் பிடிச்சி என்ன கேட்டான்? என் ஒரு வாரச் சம்பளம் போச்சுடான்னு சொன்னான்ல. ஒரு வாரச் சம்பளத்தைக் கொட்டி மேட்சு பாக்க வைக்கறது நீங்க உருவாக்கற கிளாமரும் ஹைப்பும்தான? அதுக்கு நீங்க குடுக்கற விலைதான் இந்த அடியும். கிரிக்கெட் போர்டு தீர்மானிக்கறபடி குடுக்கற காசுக்கு ஓய்வு ஒழிச்சல் இல்லாம ஆடறீங்கல்ல? உங்களை வேற என்ன சொல்றது? நான் உங்களைதான் தப்பு சொல்வேன். எமோஷனலா டிடேட்ச் ஆயிடணும்ப்பா. விளையாடும்போது சுத்தி ஐம்பதாயிரம் பேர் உக்காந்து பாக்கறதையே மறந்துடணும். மக்கள் சத்தம் போடறதும் கையைத் தட்டறதும் கேட்டா விளையாடறவனுக்கு இன்னும் பக்குவம் வரலன்னு அர்த்தம்.

கணேஷ்: பின்ன யாருக்காக ஆடறோம்?

ராகேஷ்: நமக்காக. நம் சந்தோஷத்துக்காக. பணத்துக்காக. அது இந்த வைன் தர்ற போதையைவிட பெரிசு. நாட்டுக்காக ஆடறது, மக்களுக்காக ஆடறதுன்னு இதுல இருக்கற அத்தனை பொய்யும் கவர்ச்சியும் டிவியும் பத்திரிகை

களும் உண்டாக்கறது. இவ்வளவு தீவிரம் தேவையில்லை. கொஞ்சம் ரிலாக்ஸ் பண்ணிக்கணும். ஆரம்ப காலத்துல பணம் விளையாடறதுக்கு தர்ற சம்பளமா வந்தது. ஆட்டம் பெரிசா கவர்ச்சிகரமா ஆக ஆக பணம் வர்ற வழிகள் நிறைய அதிகமாயிருச்சு. நீங்கல்லாம் கஷ்டப்பட்டு வருஷம் முழுக்க ஆடி சம்பாதிக்கற பணத்தை நான் கிரிக்கெட்லயே ஒக்காந்த இடத்துல சம்பாதிக்கறேன். கிரிக்கெட்டை வச்சி சம்பாதிக்கற இன்னொரு வகை இது. நீ சரின்னா நீயும் இந்த விளையாட்டுல கலந்துக்கலாம்.

கணேஷ்: புரியலை ராகேஷ்.

ராகேஷ்: நீ டீம் கேப்டன். ஒருவகைல டீம் ஜெயிக்கறதுக்கும் தோக்கறதுக்கும் நீதான் காரணம் இல்லையா? அதை உபயோகிச்சி சில ஆட்டத்தை நம்ம இஷ்டத்துக்கு ஆடணும், அவ்வளதான். சாதாரண ஆட்டம், நீ உன்னைச் சுத்தி உக்காந்திருக்கற ஐம்பதாயிரம் ஜனங் களுக்காக ஆடறது. இந்த ஸ்பெஷல் ஆட்டம், நீ ஜெயிப்பியா தோப்பியான்னு பந்தயம் கட்டி கோடிக் கணக்குல பணம் போடற இன்னொரு கூட்டத்துக்காக ஆடணும், அவ்வளவுதான். சிம்பிள். புரியற மாதிரி சொல்றேன். அடுத்த ஆட்டம் குவார்டர் ஃபைனல்ஸ். பாகிஸ்தான் கூட. இந்தியா பாகிஸ்தான் மேட்சு எப்பவுமே பெரிய மேட்சு. யுத்தம் மாதிரி. இந்த மேட்சுல தோத்துக் கல்லடி வாங்கின உங்களுக்கு பாகிஸ்தானை ஜெயிக்கறது ரொம்ப முக்கியம் இல்லையா? பாகிஸ்தானை ஜெயிச்சா உங்களுக்கு World Cup ஜெயிச்சா மாதிரி இல்லையா? அதுல நீங்க ஜெயிக்க மாட்டீங்கன்னு ஒரு பேச்சு இருக்கு. ஏன்னா, பாகிஸ்தான் நல்ல ஃபார்ம்ல இருக்காங்க. பந்தயப் பணம் எல்லாம் பாகிஸ்தான் சாதகமா இருக்கு. ஆட்ஸ் 5 : 1. நான் உங்க சார்பா ஒரு

மில்லியன் டாலர் பணம் கட்டறேன்னு வச்சிக்க. நீங்க ஜெயிச்சா என்ன மாதிரி இந்தியாவுக்கு பணம் கட்டினவங்களுக்கு ஜாக்பாட். ஒரு மில்லியன் டாலர் கட்டி நான் அஞ்சு மில்லியன் டாலர் சம்பாதிப்பேன். இது மாதிரி என் நண்பர்கள் எல்லாரும் பணம் போடுவோம்.

பாகிஸ்தான் மேட்சை நீங்க ஜெயிச்சீங்கன்னா என் ஃப்ரெண்ட்ஸுக்கும் ஒண்ணுக்கு அஞ்சா பணம் கிடைக்கும். என் ஆஃபர் இதுதான். பந்தயப் பணத்துல ஐம்பது பர்சென்டு உன்னோட ஷேர் பண்ணிக்கறேன். நீ கிரிக்கெட் ஆடி ஒரு வருஷத்துல சம்பாரிச்சதுக்கு இணையான பணம் ஒரே மேட்சுல கிடைக்கும். சரின்னு சொன்னா, பாகிஸ்தான் தோக்கறதுக்கு நான் ஏற்பாடு பண்றேன்.

கணேஷ்: புரியலை ராகேஷ். எங்க முயற்சி இல்லாம நாங்க ஜெயிக்கறதுக்கு நீ ஏன் எங்களுக்கு பணம் தரணும்?

ராகேஷ்: கணேஷ், நான் குடுக்கப் போற பணம் பாகிஸ்தானை நீங்க ஜெயிக்கறதுக்கு இல்லை. நீங்க பாகிஸ்தானை ஜெயிச்சவுடனே மறுபடி எல்லாரும் உங்களை தலைமேல தூக்கிவச்சிக்கிட்டு ஆடுவானுங்க. மறுபடி உங்க ஸ்டேக்ஸ் உயரும். செமி ஃபைனல்ஸோ ஃபைனல்ஸோ வருவீங்க. அப்ப உன் உதவி வேணும். இன்னும் பெரிய உதவி. அந்த ஆட்டத்துல நீங்க விட்டுத் தரணும். பாகிஸ்தான் பண்ண மாதிரி நீங்களும் ஃபைனல்ஸ்ல தோக்கணும்.

(கணேஷ் அவனைப் பார்க்கிறான். யோசிக்கிறான். சற்று நடக்கிறான். மேஜைமேல் இருக்கும் அந்த மதுக் கிண்ணத்தை எடுக்கிறான். முகர்ந்து பார்க்கிறான். லேசாக உறிஞ்சிப் பார்க்கிறான். கொஞ்சம் முகம் சுளிக்கிறான். மறுபடி உறிஞ்சிப் பார்க்கிறான். இப்போது

கொஞ்சம் அதிகமாய் கவிழ்த்துக் கொள்கிறான்.)

கணேஷ்: நீ சொன்னது சரிதான். க்ரேப் ஜூஸ் மாதிரிதான் இருக்கு!

(ராகேஷ் பேசுகிறான். கணேஷ் அவன் சொல்வதைக் கேட்டுக்கொண்டிருக்கிறான். இருவரும் பேசிக்கொண்டே மெல்ல நடந்து போகிறார்கள்.)

## காட்சி 12

மேடையில் வெளிச்சம் விழுந்ததும் ஒரு தெருவின் செட் தெரிகிறது. தெருவில் சிறுவர்கள் விளையாடிக்கொண்டிருக் கிறார்கள். தெருவில் இருக்கும் ஒரு வீட்டின் காம்பௌண்டு சுவரில் 'ரோபோ' பட போஸ்டர் ஒட்டியிருக்கிறது.

இசை ஒலித்து அடங்கியபின் ஒரு குரல் ஒலிக்கிறது (கிரிக்கெட்டின் குரல்).

'நாந்தான் உங்கள் அபிமான கிரிக்கெட். இதுதான் என் கதை. நான் இன்னும் இந்தியாவில் இருக்கிறேன். பெரிய ஆரவாரமான கிரிக்கெட் மைதானங்களிலோ டீவியிலோ சினிமாத் தியேட்டர் களிலோ மீடியாக்களிலோ இல்லை. பணத்தின் நிறமறியா இந்தச் சிறுவர்கள் ஆடும் தெருவோர விளையாட்டில்தான் நான் இன்னும் ஜீவித்திருக்கிறேன். எந்தவித எதிர்பார்ப்புகளும் இல்லாமல் தங்கள் எதிர்காலக் கனவுகளோடு உற்சாகமாக விளையாடும் இந்தச் சிறுவர்களின் கிரிக்கெட்டில்தான் நான் இன்னும் சுவாசித்துக்கொண்டிருக்கிறேன். இன்னும் வரும் பல தலைமுறை களிலும் நான் இந்தத் தெருவோரம் மட்டுமே பிழைத்திருப்பேன்.'

சிறுவர்கள் ஆடிக்கொண்டிருக்கிறார்கள். இசை தொடர்கிறது. வெளிச்சம் மெல்ல அடங்குகிறது.

**திரை**

●

# சதுரங்கம்

## கதாபாத்திரங்கள்

*சிப்பாய் 1 - கிஷோர்*

*சிப்பாய் 2 - விஜய்*

*பிஜயந்தி*

*காதலன்*

*வயதான கைதி*

*அப்பா சிங்காஜித்*

*போலீஸ்காரர்*

*பத்திரிகையாளர் பிரம்ம ரிஷி*

*தீவிரவாதி*

*உள்துறைச் செயலாளர் ஈஸ்வரன்*

*நிதித்துறைச் செயலாளர் சீனிவாசன்*

*மனித உரிமைக் கழகப் பிரதிநிதி மல்லிகா*

*மெய்ரா பைபீஸ் இயக்கத்தின் பெண்கள்*

●

## அரங்க அமைப்பு

*ஒரு ராணுவ அவுட்போஸ்ட். மேடையின் வலது பக்கத்தில் இரண்டு மர நாற்காலிகளும் நடுவில் ஒரு மரப்பெட்டி வைத்து அதன் மேல் சதுரங்கப்பலகையும் இருக்கின்றன. சதுரங்கப் பலகைக்குப் பக்கத்தில் இரண்டு கண்ணாடி டம்ளர்களில் விஸ்கி. சோடா, கொறிக்க உணவு, ஆஷ்ட்ரே முழுக்க அணைத்துப் போட்ட சிகரெட்டுப் புழுக்கள். பின்னால் பச்சை நிறத்தில் ஒரு டென்ட். அதன் பின்னால் பச்சை மூங்கில் காடு. தலைக்கு மேல் ஒரு லாந்தர் விளக்கு. சிப்பாய்களின் பின்னே மணல் மூட்டைகள் அதன் மேல் இரண்டு பெரிய அஓ 47 ரகத் துப்பாக்கிகள் சாய்த்து வைக்கப்பட்டிருக்கின்றன. காய்ந்த இலைகளும் சருகுகளும் கீழே இறைந்திருக்கின்றன.*

*மேடையின் இடப்பக்கத்தில் காவல் நிலையம், பிஜயந்தியின் வீடு, உள்துறை அமைச்சகம் என்று காட்சிகள் மாறும்.*

*மணிப்பூர் ராணுவத்தில் பணிபுரியும் இரண்டு சிப்பாய்கள் ஆடும் சதுரங்க ஆட்டத்தை விவரிக்கிறது நாடகம்.*

மேடையில் ஒளி விழும் முன் பின்னணியில் வானொலியில் செய்திகள் வாசிக்கப்படுவது கேட்கிறது.

மணிப்பூரில் நேற்று இந்திய ராணுவத்துக்கும் ஆயுதம்தாங்கிய போராளிகளுக்கும் இடையே நடந்த தாக்குதலில் பதினைந்து தீவிரவாதிகள் ராணுவத்தினரால் சுட்டுக்கொல்லப்பட்டதாய் ககூஐ தெரிவிக்கிறது.

மணிப்பூர் தலைநகர் இம்பாலுக்கு அருகே உள்ள மலோம் கிராமத்தில் பேருந்து நிலையத்துக்கு அருகில் நடைபெற்ற துப்பாக்கிச் சண்டையில் இந்தத் தீவிரவாதிகள் இறந்துபோனதாய் பிடிஐ தெரிவிக்கிறது.

மணிப்பூருக்கு சுயாட்சி கேட்டு முப்பதுக்கும் மேற்பட்ட தீவிரவாதக் குழுக்கள் கடந்த நாற்பது வருடங்களாய் இந்திய அரசுடனும் இந்திய ராணுவத்துடனும் போராடி வருகின்றன.

மெய்ரா பைபீஸ் என்கிற மணிப்பூர் மனித உரிமைக் கழகம் வெளியிட்டுள்ள அறிக்கையில் கொலை செய்யப்பட்டவர்கள் அப்பாவி மக்கள் என்றும், ராணுவம் என்கவுண்டர் என்கிற பெயரில் அவர்களைக் கொன்றுவிட்டது என்றும் குற்றம் சாட்டி உள்ளது. கடந்த பத்து வருடங்களில் நூற்றுக் கணக்கான அப்பாவி மக்கள் கொல்லப்பட்டதாய் அந்த அமைப்பு குற்றம்சாட்டியுள்ளது.

இந்திய ராணுவத்துக்கு Armed Forces (Special Powers) Act என்கிற ஷரத்து மூலம் வழங்கப்பட்ட

கட்டுப்பாடில்லாத உரிமைகள் காரணமாய் இது போன்ற நிகழ்வுகள் நடப்பதால் அந்த உரிமைகளை ரத்து செய்யவேண்டும் என்று கடந்த பத்து வருடங்களாய் போராடிவரும் இயக்கங்கள் மறுபடியும் அரசை வலியுறுத்தியிருக்கிறார்கள். இந்தச் சம்பவத்தால் மணிப்பூரில் இன்று மிகுந்த பதட்ட நிலை ஏற்பட்டுள்ளது.

## காட்சி 1

**மே**டையில் விளக்கு விழுகிறது. அறை முழுக்க சிகரெட் புகையால் நிரம்பியிருக்கிறது. இரண்டு சிப்பாய்கள். ஒருவன் பலகை மேல் கவிழ்ந்து யோசித்துக்கொண்டிருக்கிறான் (லெஃப்டினன்ட் விஜய்), இன்னொருவன் (லெஃப்டினன்ட் கிஷோர்), இருவரும் சிகரெட் புகைத்துக்கொண்டிருக்கிறார்கள்.

விளக்கு வெளிச்சம் பரவுகிறது. அவர்களுக்குப் பக்கத்தில் இருபது வயது மதிக்கத்தக்க இளம்பெண் தலைகவிழ்ந்து உட்கார்ந்திருக்கிறாள். மெல்ல தலை நிமிர்ந்து பார்க்கிறாள். களைத்துப்போன ஆனால் கோபமான அவள் முகம் தெரிகிறது. அவள் பக்கத்திலேயே அந்த வயதானவர் உட்கார்ந்திருக்கிறார். தலையில் கட்டு போட்டிருக்கிறது. ரத்த வட்டம் தெரிகிறது. இருவர் முகங்களிலும் அச்சம் அப்பியிருக்கிறது.

ராணுவ வீரர்கள் இருவரும் விளையாடிக்கொண்டு, புகைத்துக் கொண்டு, விஸ்கி பருகிக்கொண்டு, துப்பாக்கியை எடுத்துத் துடைத்துக்கொண்டு, பேசுகிறார்கள். பதற்றம் நிறைந்த அந்தச் சூழலில் அவர்கள் நிதானமே ஒரு குரூரத்தைத் தருகிறது.

கிஷோர் காயை நகர்த்திவிட்டு விஜய் காய் நகர்த்தக் காத்திருக் கிறான். ஒரு கிளாஸ் டம்ளரில் விஸ்கியை ஊற்றிவிட்டு தண்ணீர் கலந்து விஜயைக் கிண்டலாய்ப் பார்க்கிறான்.

கிஷோர்: ஒரு மூவ் பண்றதுக்கு இத்தனை நேரமாடா யோசிப்ப?

விஜய்: போன தடவை உங்கிட்ட தோத்தா மாதிரி இந்தத்தடவை தோக்கப்போறதில்லை.

கிஷோர் உரக்கச் சிரிக்கிறான். விஜய் ஒரு காயை நகர்த்துகிறான்.

கிஷோர்: இந்த மொக்கை மூவுக்கா இவ்வள நேரம் யோசிச்ச?

விஜய்: அந்த மூவுக்குப் பின்னால ஒரு திட்டம் இருக்கு.

பின்னணியில் ஒலிகள் கேட்கின்றன.

கிஷோர்: வெளிய என்னா சத்தம்?

விஜய்: ஊர்வலம் போறாங்க. ஊர்முழுக்க பந்த். பிரிகேடியர் ஷர்மா, ரெண்டு நாள் ஆர்மி பெட்ரோலிங்க்கு ரொம்ப வெளிய போக வேணாம்ங்கறாரு.

கிஷோர்: ம்ம்ம்...

விஜய்: டிவி சானல், Human Rights ஆளுங்க யாருகிட்டயும் பேசவேணாம்னு சொல்றாரு.

கிஷோர்: ம்ம்ம்...

அவர்கள் விளையாட்டைத் தொடர... அந்த வயதானவர் மெல்ல தலையைத் தூக்கி மிகுந்த தயக்கத்துடன் பயம் மேலிடக் கேட்கிறார்.

வயதானவர்: ஐயா... எங்களை எதுக்காக பிடிச்சி வச்சிருக்கீங்கய்யா?

கிஷோர்: சந்தேகத்துலதான். பஸ் ஸ்டாண்டு பக்கத்துல என்ன பண்ணிகிட்டிருந்தீங்க?

வயதானவர்: பஸ் பிடிச்சி பக்கத்து கிராமத்துக்கு போறதுக்கு காத்திருந்தோம்.

கிஷோர்: அந்தத் தீவிரவாதிங்களோட ஒண்ணா நின்னுகிட்டு இருந்தீங்க.

வயதானவர்: அவங்க யாருன்னு எனக்கு தெரியாதுய்யா. நான் மலோம் பஸ் ஸ்டாப் கிட்ட பலசரக்குக் கடை வச்சிருக்கன்யா... யாரை வேணுமானாலும் விசாரிங்க.

கிஷோர்: ஏன் அங்கிருந்து தப்பிச்சி ஓடினீங்க?

வயதானவர்: துப்பாக்கில சுடும்போது அங்க எப்பிடிய்யா நிக்கறது?

விஜய்: ஆமா... நீங்க என்ன பாத்தீங்க?

வயதானவர்: (தயங்கி) எல்லாரும் பஸ்ஸுக்கு காத்து கிட்டிருக்கும்போது ராணுவத்துலந்து சிப்பாயிங்க வந்து யாரையோ தேடினாங்க. அந்தப் பசங்களை என்னமோ கேட்டாங்க. திடீர்னு சுட ஆரம்பிச்சாங்க.

விஜய்: அந்தப் பசங்கதான் முதல்ல சுட்டாங்கன்னு எங்க ஆளுங்க சொல்றாங்களே. நீங்க சரியா பாக்கலியா?

வயதானவர்: (உண்மையைச் சொல்லத் தயங்குபவராக) அது... நானு...

அவருக்குப் பதிலாக அந்தப் பெண் தலையை நிமிர்த்தி பதில் சொல்கிறாள்.

பிஜயந்தி: அவங்க எல்லாரும் கிராமத்து ஆளுங்க. துப்பாக்கியை பிடிக்கக்கூட தெரியாதவங்க.

விஜய்: ஓ... உனக்கு துப்பாக்கி பிடிக்கத் தெரியுமா? ஹ்ம்... சிகரெட்டு..? சிகரெட் பிடிக்கத் தெரியுமா?

(எழுந்து வந்து அவள் முன்னே குத்த வைத்து உட்காருகிறான். சிகரெட் உருவி அவளிடம் நீட்டுகிறான்.)

கிஷோர்: டேய்... நான் மூவ் பண்ணியாச்சி. ஆட்டத்தை கவனி.

விஜய்: இரு... இன்டராகேட் பண்ணிட்டு இருக்கேன்ல...

விஜய்: உன் பேரு என்ன?

பிஜயந்தி: பிஜயந்தி.

விஜய்: கல்யாணம் ஆயிட்சா?

கிஷோர்: டேய்...

விஜய் சைகையால் ஷ் என்கிறான்.

விஜய்: கேக்கறேன்ல்ல... கல்யாணம் ஆயிட்சா?

பிஜயந்தி: இல்ல...

விஜய்: வீட்ல எவ்வள பேரு?

பிஜயந்தி: நானு, எங்க அப்பா சிங்காஜித். அவரு விவசாயம் பாக்கறவரு. அப்பறம்... என் அண்ணன்.

விஜய்: ஓ, அண்ணன் இருக்கானா? என்ன பண்றான் உன் அண்ணங்காரன்?

பிஜயந்தி: என் அண்ணன்... (தடுமாறுகிறாள்.) வீட்ல இல்லை.

கிஷோர்: வீட்ல இல்லைன்னா?

பிஜயந்தி: அவன் எங்கிருக்கான்னு எங்களுக்கு தெரியாது.

கிஷோர்: ஏன்?

பிஜயந்தி: அவன்... அவன் காணாமப் போயிட்டான்.

விஜய்: எப்டி? அப்பிடியே காத்துல கரைஞ்சி போயிட்டானா? கேட்டியாடா கதையை.

கிஷோர்: ஏய்... காணாமப் போயிட்டான்னா இந்தூர்ல என்ன அர்த்தம் தெரியுமா? தீவிரவாதக் கும்பல்ல சேந்துட்டான்னு அர்த்தம்.

பிஜயந்தி: இல்ல... அவன் தீவிரவாதி இல்லை.

விஜய்: அய்யய்யோ... தீவிரவாதி... தீவிரவாதி தங்கச்சியா நீ?

பிஜயந்தி: இல்லை. அவன்... (அழ ஆரம்பிக்கிறாள்.)

கிஷோர்: ஒரு டெரரிஸ்ட்டோட தங்கையா நீயும் ஒரு சஸ்பெக்ட் புரியுதா?

பிஜயந்தி: இல்லை. அவன் தீவிரவாதி இல்லை...

(குனிந்து அழுகிறாள்.)

வெளிச்சம் மெல்ல மங்குகிறது.

## காட்சி 2

மேடையில் இடப்பக்கம் ஒரு காவல் நிலையம். வெளிச்சம் விழும்போது ஒரு சிறிய மேஜை, நாற்காலி, கோப்புகள் வைத்த ஒரு சிறிய காவல் நிலையம் தெரிகிறது. ஒரு போலீஸ்காரர் உட்கார்ந்து என்னமோ எழுதிக்கொண்டிருக்கிறார். வாயில் வெற்றிலை பாக்கு குதப்பியபடி.

அப்பா நடந்து வருகிறார். கூடவே பிஜயந்தி நிற்கிறாள். போலீஸ்காரரைப் பார்த்தவுடன் கொஞ்சம் தயங்குகிறார். சில நொடிகள் காத்திருக்கிறார். சுற்றுமுற்றும் பார்த்துவிட்டு 'சாப்' என்று அழைக்கிறார்.

போலீஸ்காரர் தலையைத் தூக்கிப் பார்த்துவிட்டு என்ன வேண்டும் என்பதுபோல கண்ணால் கேட்கிறார். பிஜயந்தியையும் கவனிக்கிறார்.

அப்பா: ஒரு கம்ப்ளெயிண்ட் குடுக்க வந்திருக்கேன் ஐயா.

போலீஸ்காரர்: என்ன கம்ப்ளெயிண்டு?

அப்பா: என் பையனை திடீர்னு காணம்ங்க.

போலீஸ்காரர் பதற்றமே படாமல் ஒன்றும் பேசாமல் அவர் முன்னால் இருக்கும் நாற்காலியைச் சுட்டிக்காட்டுகிறார். அப்பா சிங்காஜித் முனையில் உட்காருகிறார். கொஞ்சம் காத்திருக்கிறார். போலீஸ்காரர் அவர் பாட்டுக்கு ஒரு காகிதத்தில் என்னமோ எழுதிக்கொண்டிருக்க சிங்காஜித் கொஞ்சம் காத்திருந்துவிட்டு மெல்ல ஆரம்பிக்கிறார்.

| | |
|---|---|
| அப்பா: | என் பையன் பேரு பிஜாய் சார். |
| போலீஸ்காரர்: | வேலையாயிருக்கேன் தெர்ல? ஒரு நிமிஷம் வெய்ட் பண்ணுங்க. |
| அப்பா: | சாரி சாப்... |
| | மௌனமாய்க் காத்திருக்கிறார். போலீஸ்காரர் எழுதி முடித்துவிட்டு, பேனாவைச் சட்டைப் பையில் போட்டுவிட்டு எழுதிக்கொண்டிருந்த நோட்டை மேஜை மேல் தொப்பென்று போடுகிறார். காலடியில் இருந்து ஒரு சொம்பை எடுத்து மென்று கொண்டிருக்கும் வெற்றிலை பாக்கை அதில் துப்புகிறார். வாயைத் துடைத்துக்கொள்கிறார். |
| போலீஸ்காரர்: | சொல்லுங்க... |
| அப்பா: | என் பையன் பேரு பிஜாய் சார்... |
| போலீஸ்காரர்: | அதான் சொல்லியாச்சே... நீங்க யாரு? உங்க குடும்பம், தொழிலு எல்லாம் சொல்லுங்க... |
| அப்பா: | என் பேரு சிங்காஜித். நாங்க ஐரோம் மிஜிரா கிராமம். குடும்பத் தொழில் விவசாயம்ங்க. என் பொண்டாட்டி இறந்து போய் மூணு வருஷம் ஆவுது. ரெண்டு பசங்க. பையன் பிஜாய் 25 வயசு. இது என் பொண்ணு பிஜெயந்தி 21 வயசு. நாக்மிபாங்கல அனந்தசிங் ஹையர் செகண்டரில பத்தாங்கிளாஸ் வரைக்கும் படிச்சாங்க. அதுக்கப்பறம் படிக்க வைக்க வசதியில்லைங்க. |
| போலீஸ்காரர்: | ஜாதி? |
| அப்பா: | மைதி சாப்... |
| போலீஸ்காரர்: | எவ்வளவு நாளா உங்க பையன் காணலை? |
| அப்பா: | ரெண்டு வாரமாங்க. பக்கத்து கிராமம் லைரங்கம்ல அவன் அத்தை வீட்டுக்குப் போனவன். வீட்டுக்கும் வரலை அங்கேயும் |

போய்ச் சேரலை. அவன் கிட்டந்து தகவலும் இல்லைங்க.

போலீஸ்காரர்: அவன் ஃபோட்டோ ஏதாவது?

அப்பா: இருக்கு சார்...

(பிஜயந்தி தயாராய் வைத்திருக்கும் புகைப் படத்தை எடுத்துத் தருகிறாள். போலீஸ்காரர் இன்னொருமுறை அவளைப் பார்க்கிறார்.)

போலீஸ்காரர்: வேற இல்லை? தலை வாராம, தாடி மீசையுமா பாத்தா தீவிரவாதி மாதிரி...

அப்பா: அய்யா... அவன் அப்படியெல்லாம் இல்லீங்க... நல்ல புள்ளங்க.

போலீஸ்காரர்: ஒல்லியா குண்டா?

அப்பா: நல்லா வாட்டசாட்டமா இருப்பான் சார்.

போலீஸ்காரர் அவர் எதிர்பார்த்த விவரம் சிக்கிவிட்ட தோரணையில் தலையாட்டுகிறார்.

போலீஸ்காரர்: வீட்டுக்கு அடங்கின பையனா? இல்லை?

அப்பா: சாதுங்க.

போலீஸ்காரர்: தண்ணி... சிகரெட்டு, கஞ்சா... இந்தப் பழக்கமெல்லாம் உண்டா?

அப்பா: (அவசரமாய் இடைமறித்து) ஐயோ இல்லீங்க. படிப்பு அவ்வளவா வரலீங்க. அதான் எனக்கு ஒத்தாசையா விவசாயத்துல இறங்கிட்டாங்க.

போலீஸ்காரர்: சிங்காஜித், இந்த மாதிரி வயசுப் பசங்க காணாமப்போற கம்ப்ளெயிண்டு தினப்படி இந்த ஸ்டேஷனுக்கு வருது. ஒண்ணு ரெண்டு லவ் கேஸுங்களைத் தவிர எல்லாப் பசங்களும் காணாமப் போறது ஒரே காரணத்துக்காகதான். ஏதாவது தீவிரவாத இயக்கத்துல போய்ச் சேர்ந்துடறானுங்க. இங்கதான் வீதிக்கு ஒரு இயக்கம் இருக்கே... அவங்க எல்லாருக்கும் உங்க புள்ள மாதிரி இருபது வயசுப் பசங்கதான் டார்கெட். இது நம்ம நாடு, இந்தியா

ஆக்ரமிச்சுட்டாங்க. போராடி விடுதலை வாங்கணும்னு ப்ரெயின் வாஷ் பண்ணி இயக்கத்துல சேத்துக்கறாங்க. பாதிப் பசங்க அவங்களாப் போறானுங்க, மீதிப்பசங்களை கட்டாயமாச் சேர்த்து வுட்டுர்றாங்க.

அப்பா: இல்லய்யா... அவன் அதுமாதிரி தீவிரவாதம்ன்னு சண்டை போடற டைப்பு இல்லீங்க.

போலீஸ்காரர்: அது தப்புன்னு யாரும் நினைக்கறதில்லை. நாம படிக்கற காலத்துல இந்த மாதிரி இயக்கங்களை நாமெல்லாம் ஆதரிச்சவங்கதான? அப்ப விடுதலை இயக்கம்னு எல்லார் ஆதரவும் இருந்தது. இந்தப் பசங்க துப்பாக்கி யால சுட ஆரம்பிச்சப்பறம்தான் விடுதலை இயக்கமெல்லாம் தீவிரவாத இயக்கமாப் போச்சு. மனசளவுல ஒவ்வொரு மணிப்பூரிக்கும் நம்ம இடம் சுதந்தரமா இருக்கணும்னு ஆசை இருக்கு. உங்க புள்ளையும் அதுமாதிரி ஒரு சிம்பதஸரா இருந்திருக்கலாம்.

அப்பா: இல்ல சார். அவன் ரொம்ப சிம்புளான பையங்க. பெரிசாப் படிப்பு இல்ல. புஸ்தகம் படிக்கற வழக்கமும் இல்லை. பாலிடிக்ஸ் எல்லாம் ஆர்வமில்லாதவன். சாதுங்க.

போலீஸ்காரர்: இங்க வர்ற ஒவ்வொரு தகப்பனும் சொல்றது தான் இது. உங்களுக்கெல்லாம் உங்க பசங்களைத் தெரியலை. வீட்ல சாதுவாத்தான் இருக்கானுங்க. அவங்க வயசுப்பசங்களோட சேர்ந்தா வேற பேச்சு.

அப்பா: எம் பையன் அதுமாதிரி இல்ல...

போலீஸ்காரர்: நான் பசங்களைக் குத்தம் சொல்லமாட்டேன் சிங்காஜித். இந்த ஊர்ல வாய்ப்புகளே இல்ல. கவர்மெண்டு இங்க முதலீடு பண்றதில்லை. இந்தியாலந்து மிலிட்டரி வேற வந்து உக்காந்துகிட்டு அவங்களை மூச்சு விட முடியாம பண்ணிட்டாங்க. அதான் இந்தியான்னா வெறுப்பு. சின்ன ஊரா இருந்தாலும் நாங்க

தனியா இருந்துக்கறோம் போங்கடான்னு சொல்ல ஆரம்பிச்சுட்டாங்க.

அப்பா: என்ன சொல்ல வர்றீங்க ஐயா?

போலீஸ்காரர்: நம்ம தலைமுறை அடங்கிப்போயிருச்சு. இதான் தலையெழுத்துன்னு ஏத்துகிட்டோம். இந்தப் பசங்க இளம் ரத்தம். உங்க பையனும் இந்த மாதிரி ஏதாவது இயக்கத்துல சேர்ந்திருக்கலாம்னு சொல்றேன்.

அப்பா: இருக்காதுங்க. எங்கிட்ட ரொம்பப் பிரியமானவங்க. எல்லாத்தையும் சொல்லிரு வான்.

போலீஸ்காரர்: அவன் விருப்பப்பட்டாக் கூட அவனால வெளிய சொல்லமுடியாது. மிரட்டுவானுங்க... சத்தியப்பிரமாணம் எடுத்துக்கறாங்க. சாவறதுக்குக்கூட பயப்படறதில்லை. தற்கொலைப் படை இருக்குது. இயக்கத்துல சேர்ந்தவனுங்களுக்கு குடும்பம் ஒரு பொருட்டே இல்லை. என்னிக்காவது வருவான்னு நம்பிக்கையோட ஜோலியைப் பாருங்க.

அப்பா: எனக்கு நம்பிக்கை போயிருச்சுய்யா. எனக்கு நினைவு தெரிஞ்ச நாள்லந்து சந்தோஷமே கிடையாது. நான் சின்னப்புள்ளையா இருந்ததுலருந்து எல்லாத்துக்கும் போராடணும். ரேஷன் அரிசி, கிரிஸ்ணாயில், ஸ்கூலு எல்லாத்துக்கும். அப்பறமா சண்டை ஆரம்பிச்சது. அமைதியா இருந்த ஊருல ஆர்மி வந்து உக்காந்துகிச்சு... இப்ப ஒரு தலைமுறையே செத்துப் போயிட்டிருக்கு.

யோசிச்சுப்பார்த்தா சலிப்பா இருக்கு. என் பூமி பூட்சு காலுகீழ மிதிபடறதைப் பார்க்கற சலிப்பு. என் குடும்பம், உறவுக்காரங்க, ஃப்ரெண்ட்ஸ் எல்லாரும் கொஞ்சம் கொஞ்சமா காணாமப் போயிட்டிருக்கறதைப் பாக்கற சலிப்பு...

போலீஸ்காரர் அவர் தோளில் தட்டித் தேற்றுகிறார்.

அப்பா: நான் இப்ப என்ன செய்யணும் ஐயா?

போலீஸ்காரர்: எனக்கு ஒரு கம்ப்ளெயிண்டு எழுதித் தாங்க. நாங்க அவனை காணாமப்போனவங்க லிஸ்ட்ல சேர்த்து ஹோம் மினிஸ்ட்ரிக்கு அனுப்பிடு வோம். யாராவது வந்து விசாரிப்பாங்க. எங்கிட்ட சொன்னாமாதிரி அவனைப் பத்தி நல்லவிதமா சொல்லுங்க. நாஞ்சொல்றது புரியுதுல்ல?

அப்பா: சரி ஐயா... ஆனா என் புள்ளையை டெரரிஸ்ட் அப்பிடின்னு லிஸ்ட் பண்ணிடாதீங்க ஐயா.

போலீஸ்காரர்: சிங்காஜித், இந்திய ராணுவத்தைப் பொருத்த வரை மணிப்பூர் மக்கள் எல்லாரும் டெரரிஸ்ட்ங்கதான். உங்க புள்ளயைப் பத்தி தகவல் தெரிஞ்சா நானே சொல்லி அனுப்பறேன்.

அப்பா: சரி ஐயா... (கும்புடுகிறார்.)

போலீஸ்காரர்: பொண்ணை பத்திரமாப் பாத்துக்கங்க.

போலீஸ்காரர் புகையிலைக் கட்டைப் பிரித்து புகையிலையை வாயில் அடக்கிக்கொள்ள... சிங்காஜித் தன் தோளிலிருக்கும் துண்டை எடுத்து வாயைப் பொத்தியபடி மெல்ல வெளியேறுகிறார்.

விளக்கு அணைகிறது.

## காட்சி 3

**வெ**ளிச்சம் ராணுவ வீரர்கள் மேல் விழுகிறது. சதுரங்கம் ஆடிக்கொண்டே பேசுகிறார்கள்.

கிஷோர்: கோவணம் மாதிரி இத்துணூண்டு ஊரு. அதுல என்னா சண்டை! சுயாட்சி குடு... தனி நாடு குடுன்னு..!

விஜய்: (சிரிக்கிறான்.) எங்கம்மாக்கு ஃபோன் போட்டுப் பேசும்போது ‘யம்மோவ் நான் மணிப்பூர்ல இருக்கேன்’னா... எங்கம்மா, அந்தூரு இந்தியாலயா இருக்கு அப்பிடின்னு கேக்குது.

கிஷோர்: கூகுள் மேப்ல பாத்தாதான் நம்மூர்க்காரங் களுக்கு இந்த ஸ்டேட் எங்க இருக்குன்னு தெரியும்.

விஜய்: நம்மூர்ல கிரிக்கெட் டீம் ஆரம்பிக்கறாமாதிரி பத்துப் பேரு சேர்ந்தா ஒரு தீவிரவாத குரூப்பு ஆரம்பிக்கறாங்க. இந்த ஊர்ல வந்து மாட்ணம் பாரு.

கிஷோர்: சண்டைபோட்டே வளர்ந்தவனுங்க... நாகாலாந்தோட சண்டை, பர்மாகாரங் களோட, பிரிட்டிஷ்காரங்களோட. செகண்ட் வோர்ட் வார்ல ஜப்பான்காரங்ககூடயே சண்டை போட்டு அவங்களைத் துரத்துனவங்க. இப்ப இந்தியாவோட சண்டை.

விஜய்: ராஜாவோட குதிரை இப்பிடித் தாண்டி வந்து உன் குதிரையை நகரவிடாம செய்யுது... என் ராஜா சேஃப்... ( சிரிக்கிறான்.) இப்ப நீ யோசி...

கிஷோர்: எல்லாம் ராஜாக்களால வந்த பிரச்சனை. ராஜாங்கமா இருந்த மணிப்பூரை இந்தியா வோட சேர்த்துக்க சம்மதம்னு கையெழுத்துப் போட்டுக் குடுத்துட்டாரு மவராசா. மக்களுக்கு சம்மதமில்ல. இந்தியாவோட இருக்கப் பிடிக்காம தனி நாடு குடு, மாநில சுயாட்சி குடுன்னு பிரச்சனை.

விஜய்: நம்மாளுங்களுக்கு வேற வேலையில்லடா... மணிப்பூரு, நாகாலாந்து... மசுரு, மட்டைன்னு

தம்மாத்தூண்டு ஊரையெல்லாம் சேத்துக் கட்டிப் புடிச்சிகிட்டு மாரடிச்சிகிட்டு...

கிஷோர்: என்னா செய்யணுங்கற?

விஜய்: ஊர்ல இருக்கறவன் பாதிப் பேருக்கு திங்கறதுக்கு ஒரு வேளை சோறு இல்லை. உட்டொழிச்சிட்டு இருக்கறதை ஒழுங்காக் காப்பாத்துங்கடா...

கிஷோர்: உட்டுக்குடுத்தா பாகிஸ்தான்காரன், சீனாக்காரன், பங்களாதேஷ்காரன்னு ஆளாளுக்குப் பாஞ்சு ரொட்டித் துண்டைப் புடுங்கி எடுக்கற நாய் மாதிரி குதறி எடுத்துடுவானுங்களே...

விஜய்: எடுத்துட்டுப் போவட்டும்ங்கறேன்... அப்பறம் அவன் பாடு... நம்ம மினிஸ்டருங்க நம்ம அனுப்பிட்டு மயிராச்சுன்னு ஏசி கார்ல ஏறிப் போயிருவானுங்க. சண்டைக்கு நடுவில மாரைக் காட்டிகிட்டு நிக்கறது யாரு, நீயும் நானுந்தானே...

கிஷோர் : டேய் நீ யாரு?

விஜய்: சிப்பாயி.

கிஷோர்: கரெக்ட்டு... சிப்பாயிங்கதான் முன்னால போய் அடி வாங்கணும். மந்திரிங்க ராஜா ராணியெல்லாம் பின்னால நின்னு வேடிக்கை பாப்பாங்க... இத மாதிரி.

(ஒரு சிப்பாயை வெட்டுகிறான்.)

விஜய்: அடப்பாவி... வெட்டிட்டியா... சரி போனாப் போவுது, சிப்பாய்தானே... இந்த ஊர்ல ஆடறதும் ஒரு வகை செஸ் ஆட்டம்தான். இன்னும் சிக்கலான, ஆபத்தான ஆட்டம்...

கிஷோர்: செஸ்ல பாதுகாப்பான ஆட்டம் ஆடவே முடியாது. எதிராளியைக் கொன்னுதான் முன்னேறணும். நம்மளும் அப்படிதான் முன்னேறியாகணும்.

விஜய்: இந்த ஊர்ல எவன் சிப்பாய், எவன் ராஜான்னு தெரியலையேடா... கண்கட்டு ஆட்டமாயில்ல இருக்கு.

கிஷோர்: என் மந்திரி பாரு, ஏசி கார்ல வர்ற மாதிரி தளுப்பா வந்து உன் குதிரைக்கு முன்னால வந்து நிக்கறாரு பாரு.

விஜய்: நான் மிலிட்டரில சேர்றதுக்கு மின்னால ஒரு விளம்பரப் படம் பார்த்தேன். சிப்பாயிங்கல்லாம் மலையேறிப் போய் எதிரியைச் சுடறாங்க. பட பட பட... ப்ளேன்ல போய் குண்டு போடறாங்க, டம டம டம டமன்னு. அட்டகாசமா யிருந்துச்சு. உசுப்பேறிப் போய் பட்டாளத்துல சேர்ந்தேன். ஆச்சு. மிலிட்டரில சேர்ந்து பத்து வருஷம் ஆவுது. இதுவரைக்கும் பாகிஸ்தான்காரனைக் கொல்லலை, பங்களா தேஷ்காரனைக் கொல்லலை, சைனாகாரனைக் கொல்லலை. காஷ்மீரு, அஸ்ஸாம், மணிப்பூருன்னு சண்டையெல்லாம் நம்ம ஜனங்க கூடதான்.

கிஷோர்: கவர்மெண்டுல சம்பளம் குடுக்கறானுங்க. எதிரின்னு காட்ற ஆளைப் போட்டுத்தள்ள வேண்டியதுதான் நம்ம வேலை.

விஜய்: நம்ம சுபேதார் ஷர்மா, பாகிஸ்தான் பார்டர்ல இருக்காரே, அவரு தமாஷா சொல்லுவாரு. 'விஜய் நம்ம வாழ்க்கையே ரெண்டு கமாண்ட்ல தான் அடங்கியிருக்கு' அப்படிம்பாரு. 'ஊஐகீஉ ஓஅகீஙீ... ஆஅமீஈஏ ஓஅகீஙீ...'

பாகிஸ்தான் அவங்க டெரரிஸ்டை அனுப்பி இந்தியாவில பாம் வச்சா, ஃபயர் கரோ.

நம்ம ப்ரைம் மினிஸ்டரும் அவங்க ப்ரைம் மினிஸ்டரும் பேச்சு வார்த்தை தொடங்கினா, பந்த் கரோ.

பேச்சு வார்த்தை முறிஞ்சி போனா, ஃபயர் கரோ.

கிரிக்கெட் மேட்சுல அவன் தோத்தா அவன் ஃபயர் கரோ.

ஃபயர் கரோ... பந்த் கரோ... ஃபயர் கரோ பந்த் கரோ... ஃபயர் கரோ பந்த் கரோ...

*(பின்னால் இருக்கும் அஓ 47 ஐ எடுத்துக் கொண்டு திரும்பத் திரும்ப சொல்லிக்கொண்டு அந்தப் பெரியவர், பிஜயந்தி இருவரின் இடையேயும் நின்றுகொண்டு கத்துகிறான். அவர்கள் பயந்து ஒடுங்குகிறார்கள்.)*

*கிஷோர்:* டேய்... நீ பேசறதை பந்த் கரோ. ஆட்டத்துல ஃபயர் கரோ...

அந்தப் பெண் மெல்ல இருமுகிறாள். விஜய் அவளைப் பார்க்கிறான்.

*விஜய்:* என்னா... பசிக்குதா... சாப்படறியா?

*(மேஜை மேல் இருக்கும் உருளை சிப்ஸ் பாக்கெட்டை எடுத்து அவள் முகத்தருகே நீட்டுகிறான்.)*

*பிஜயந்தி:* வேண்டாம்.

*விஜய்:* வேணாம்னா போ. அவ்வளவு கொழுப்பு இருந்தா சாப்டாம பட்னி கிடந்து சாவு. உங்க தலைவி மாதிரி, யாரவ?

*கிஷோர்:* ஐரோம் ஷர்மிளா... ஆர்மியை வெளியேத்தணும்னு பத்து வருஷமா உண்ணாவிரதம் இருக்குது... அஹிம்சா வழி போராட்டமாம்.

*விஜய்:* அந்தப் பொம்பளைக்கு என்னா மீடியா கவரேஜு டா?

*கிஷோர்:* பெரிய ஆளு ஆயிடிச்சு மச்சான். இந்த மீடியாக் காரனுங்கதான் இவங்களை எல்லாம் பெரிய ஆளா ஆக்கறது. விடுதலைப் போராளியாம்.

*விஜய்:* இப்பிடிதான் ஒத்தன் ஓலாத்திக்கிட்டு இருந்தான். இருக்கற இடம் தெரியாமப் போயிட்டான்ல.

கிஷோர்: யாரு, அந்த சங்காய் எக்ஸ்பிரஸ் பத்திரிகை ஆளா..?

விஜய்: அந்த நாய்தான். ஹீரோவாட்டம் இருந்தான். போராளிகளுக்கெல்லாம் முன்னோடின்னு அவனைத் தூக்கி வச்சிகிட்டு கொண்டாடுனாங்க... என்ன ஆச்சு? ரோடு ஓரத்துல நாய் மாதிரி சுடப்பட்டு செத்தான். த, இதமாரிதான். என் யானையால உன் சிப்பாயை வெட்டறன் பாரு... இப்பிடிதான் வீதியோரத்துல செத்து வுழுந்தான்.

கிஷோர்: அனல் பறக்க எழுதுவாரு அண்ணன். பேரு என்னா? ரிஷிகாந்தா? தாடி மீசை எல்லாம் வச்சிகிட்டு ரிஷி மாதிரிதான் இருப்பான்.

வெளிச்சம் மங்குகிறது.

## காட்சி 4

மேடையில் இடது பக்கம் வெளிச்சம் விழுகிறது. மூக்குக் கண்ணாடி அணிந்த ஐம்பது வயது மதிக்கத்தக்க அந்தக் கணவான் மேஜைமேல் காகிதங்களை வைத்துக்கொண்டு எழுதிக் கொண்டிருக்கிறார். அவர் எழுதிக்கொண்டிருக்கும்போதே அவர் பின்னால் கறுப்பு உடை அணிந்து முரட்டுத்தனமான தோற்றத்தி லிருக்கும் இருவர் அவருக்குத் தெரியாமல் வந்து நிற்கிறார்கள். அவர்களில் தலைவனைப் போல தோற்றமளிக்கும் ஒருவன் அருவாள் மீசையும் கண்களில் கோபமுமாய் வந்து அவர் முன்னே நிற்கிறான்.

எழுத்தாளர் (ரிஷிகாந்த்) தலையைத் தூக்கிப் பார்க்கிறார். முன்னால் ஒருவனும் தன் பின்னால் இருவரும் நிற்பதைக் கவனிக்கிறார்.

ரிஷிகாந்த்: யாரு நீங்க? என்ன வேணும்?

பின்னால் நிற்கும் ஆட்கள் கொஞ்சம் வெளிச்சத்துக்கு வருகிறார்கள்.

ரிஷிகாந்த்: யாருப்பா நீங்க?

தீவிரவாதி: (நிதானமாய் நடந்து வந்து ரிஷிகாந்த்தைக் கண்ணுக்குக் கண் பார்த்து) நாங்க யாருங்கறது அவ்வளவு முக்கியம் இல்ல சார். எங்களுக்கு அடையாளமே இல்லன்னு வெச்சிக்கங்களேன்... எங்களை விடுங்க. உங்களைப் பத்திதான் வந்தோம்...

ரிஷிகாந்த்: என்னப்பா சொல்ற? புரியலையே...

தீவிரவாதி: சாங்காய் எக்ஸ்பிரஸ்ல பிரம்ம ரிஷின்ற பேர்ல எழுதறவர் நீங்கதானே?

ரிஷிகாந்த்: அதுக்கு என்ன இப்ப?

தீவிரவாதி: என்ன அனல் தெறிக்கற எழுத்து சார்! உங்களுக்கு தெரியுமா... நாங்கள்ளாம் உங்க எழுத்தைப் படிச்சிட்டுதான் மணிப்பூர் சுயாட்சிக்குப் போராட வந்தோம். நீங்க மட்டும் இல்லன்னா நாங்க போராட்டத்துல எறங்கியே இருக்க மாட்டோம்... குண்டுசட்டில குதிரை ஓட்டிகிட்டு இருந்திருப்போம். (தன் ஆட்களைப் பார்த்துக்கேட்கிறான்) என்னடா? கரெக்ட்தானே?

ரிஷிகாந்த்: ஓ... என்ன வேணும் உங்களுக்கு?

தீவிரவாதி: ஸார்... நீங்க எங்களுக்கு வழி காட்டின ஹீரோ சார். என்ன வேணுமா... சும்மா உங்களைப் பாத்து மரியாதை செஞ்சிட்டுப் போலாம்னு வந்தோம். டேய்... சொல்லுங்கடா, மணிப்பூர் மானம் காத்த ரிஷிகாந்த்... ஜிந்தாபாத்... இளைய தலைமுறையின் வழிகாட்டி... ஜிந்தாபாத்... மணிப்பூரின் மணிக்கொடி... ஜிந்தாபாத்...

பின்னால் நிற்கிறவர்களும் ரிஷிகாந்தைச் சுற்றி வந்து கோஷம் போடுகிறார்கள். ஒருவன் அவரைச் சுற்றும்போது அவர் தோளில் பலமாய் மோதி ரிஷிகாந்த் தடுமாறுகிறார்.

ரிஷிகாந்த்: உங்க ஹீரோவுக்கு நீங்க குடுக்கற மரியாதை இதானா?

தீவிரவாதி: ஹீரோவா இருந்தீங்க... ஆனா இப்போ வில்லனாயிட்டீங்க... வெக்கமா இல்ல உனக்கு? நூத்துக்கணக்குல இளைஞர்களைக் கௌப்பி விட்டுட்டு, வீடு வாசல் குடும்பம் கொழந்த குட்டி எல்லாம் தியாகம் பண்ண வச்சி, விடுதலை விடுதலைன்னு உன் பின்னால வர வெச்சிட்டு, இப்போ எல்லாரை யும் கைவிட்டுட்டுக் கட்சி மாறிட்டியே... மனசாட்சி உறுத்தல... எப்படிய்யா ராத்திரி தூக்கம் வருது உனக்கெல்லாம்...

ரிஷிகாந்த்: முடிச்சிட்டியா? நீங்க எந்த க்ரூப்? PREPAK? PLA?

தீவிரவாதி: ஏதோ ஒரு இயக்கம்... தெரிஞ்சு என்ன பண்ணப்போற? நாளைக்கு பேப்பர்ல எழுதவா?

ரிஷிகாந்த்: உங்களை மாதிரி போராளிகள் நான் எழுதின தெல்லாம் அடியோட மறந்துட்டீங்கன்னு நெனச்சேனே... ஞாபகம் வெச்சிருந்தீங்கன்னா விடுதலைங்கற பொதுநலத்துக்குப் போராடாம இப்படி வேட்ட நாயிங்க மாதிரி ஒருத்தற ஒருத்தர் அடிச்சிட்டு சாகமாட்டீங்க... உங்களுக்குள்ள நடக்கற சண்டைல அப்பாவி மக்கள் பலியாறப்ப, பாதையில வர எறும்பை மிதிச்சாப்போல திரும்பிப்பாக்காம போக மாட்டீங்க... விவசாயிங்களையும் சின்ன வியாபாரிங்களையும் மெரட்டி பணம் வசூல் பண்ணி உங்களுக்குள்ள யார் பெரியவன்னு நிரூபிச்சிட்டிருக்க மாட்டீங்க... இதுக்குதானா நான் போராடினேன்? இதுக்கா தெருத்தெருவா வீடு வீடா போய் ஆள் தெரட்டினேன்... எனக்கு ராத்திரில தூக்கம் எப்படி வருதுன்னு கேட்ட இல்ல... வரதில்லப்பா... நான் தூங்கி பதினஞ்சு வருஷமாச்சு.

தீவிரவாதி: (கைத்தட்டுகிறான்.) எழுதறாமாதிரி நல்லாப் பேசவும் செய்யற. ஆயுதம் தாங்கிய போராட்டம்னா என்னன்னு தெரியுமா ஒனக்கு? ஹ்ம்?

ரிஷிகாந்த்: ஆயுதம் ஏந்தாமலேயே...

தீவிரவாதி: (அவரைப் பேசவிடாமல்) பேப்பர்ல எழுதறதுக்கே இப்படி ஒளிஞ்சு ஒளிஞ்சு ரகசியமா ஒக்காந்து எழுதுறயே... ஆர்மிக் காரன் பின்னால தொரத்திட்டு வரப்ப ஓடி உயிர் தப்பிச்சிருக்கியா? ராத்திரி பூரா விழிச்சிருந்து பதிலடி கொடுக்க சந்தர்ப்பத்துக்காகக் காத்திருந்திருக்கியா?

ரிஷிகாந்த்: எதுக்காகப்பா இந்த வீர வெளயாட்டெல்லாம்? நீ வீரன்னு உலகத்துக்கு நிரூபிக்கவா? நீ ஹீரோவா ஆகவா? இது என்ன ஆர்மிக்கும் ஒனக்கும் நடக்கற ஃபுட்பால் மேட்ச்சா? முடிஞ்சு எல்லாரும் கைதட்டிட்டு எழுந்து போக... எவ்வளவு பேரோட உயிர் போயிருக்கு உங்க பொறுப்பில்லாத்தனத்துனால. எவ்வளவு குடும்பங்கள் நாசமாயிட்டிருக்கு... நியாயம் எது தர்மம் எதுன்னு தெரியாத கண்மூடித் தனமான அராஜகத்துக்குப் பேரு விடுதலை இயக்கமா? இதோ ஒனக்கு பின்னால உன்ன நம்பி வந்திருக்கானுங்களே... இவனுங்களோட எதிர்காலம் என்ன... இவங்க குடும்பம் எங்கிருக்கு தெரியுமா?

தீவிரவாதி: என்ன நம்பி வந்திருக்கறவனுக்கு உன்ன மாதிரி நியாயம் என்ன தர்மம் என்னன்னு பேசத் தெரியாதா இருக்கலாம்... ஆனா நம்பிக்கை துரோகம் பண்ணமாட்டான்... துரோகி... போன வாரம் நீ எழுதின ரிப்போர்ட்டுனால என்ன ஆச்சுன்னு தெரியுமா? இந்தியன் ஆர்மியும் கவர்மெண்டும் சாந்தேல்க்கு வர்ற எல்லா சப்ளைஸையும் கட் பண்ணிட்டாங்க... எங்க இயக்கத்த நம்பி எத்தனை உயிர்கள்

இருக்கு தெரியுமா? அத்தனை பேரும் பட்டினில சாவறதுதான் உன் நியாயம் இல்ல?

ரிஷிகாந்த்: அதுக்காக ரேஷன் சப்ளைஸ வழிமறிச்சிப் புடிங்கிப்பீங்களா? அப்போ சந்தேல் சுத்தி இருக்கற கிராம மக்கள் சோத்துக்கு எங்க போவாங்க? இதுதான் நீங்க இயக்கம் நடத்துற அழகா?

தீவிரவாதி: ஏய்... விடுதலை இயக்கம் நடத்துறோம் நாங்க... விடுதலைக்காக உயிரையும் குடுக்கத் தயாராக இருக்கும் போராளிகள் நாங்க. மக்களும் தியாகம் செய்யணும். ஒரே குறிக்கோள்... விடுதலை. விடுதலைக்குத் தேவை வெற்றி... இதுக்குத் தடையா இருக்கறவங்க எல்லாரும் எங்களுக்கு எதிரிதான்... அது ஆர்மியாகட்டும்... ஷஃஊ கோழைங்களாகட்டும்... இல்ல உன்னமாதிரி பச்சோந்திங்களாகட்டும்...

ரிஷிகாந்த்: படிக்கவேண்டிய பசங்களையெல்லாம் கட்டாயப்படுத்தி இயக்கத்துல சேர்க்கறீங்க...

(மிகவும் இளைஞனாகத் தெரியும் ஒருவனை இழுத்து) என்னடா வயசு ஒனக்கு... அடுத்த தலைமுறைக்கு என்ஜினியர்களோ டாக்டர்களோ யாருமே இருக்கப்போறதில்லை...

தீவிரவாதி: அடையப் போற இலக்குக்கு ஒரு தலைமுறை அவங்க வாழ்க்கையை தியாகம் பண்ணா தப்பில்ல.

ரிஷிகாந்த்: சைனாலந்து ஆயுதம் வாங்கிட்டு வர்றது, பர்மா கேம்ப்புல மிலிட்டரி ட்ரெயினிங்... சாவுறது நம்ம மணிப்பூரி...

தீவிரவாதி: இயக்கத்துக்கு யாரு ஆதரவு தந்தாலும் ஏத்துக்கறதுதான் புத்திசாலித்தனம்.

ரிஷிகாந்த்: நம்பிக்கையே போச்சு. ஆயுதம் ஏந்தி எல்லாத்தையும் நாசம் செஞ்சிட்டீங்க.

உங்ககிட்ட பேசி ப்ரயோஜனம் இல்லப்பா... நான் விழிப்புணர்வு வரவழைக்கவேண்டிய கூட்டம் வேற... என் வழி உங்க வழியோட ஒத்துப்போகாது. ஆள விடுங்க... எழுதணும்.

தீவிரவாதி: நாளைக்கு ஞாயிற்றுக்கிழமை, ஞாபகம் இருக்கா... நாளைக்கு உன்னோட எழுத்து சங்காய் எக்ஸ்ப்ரெஸ்ல வரக்கூடாது. போன வாரம்தான் கடைசி. புரியுதா... அத சொல்லிட்டுப் போகதான் வந்தோம். இது ரிக்வெஸ்ட் இல்ல... ஆர்டர்.

ரிஷிகாந்த்: என்ன மெரட்டுரியா?

தீவிரவாதி: அப்படியும் வெச்சிக்கலாம்... (ரிஷிகாந்த் கையிலிருக்கும் காகிதத்தைச் சுட்டிக்காட்டி) என்ன எழுதியிருக்கே?

ரிஷிகாந்த்: நாளைக்கு பேப்பர்ல படிச்சிக்கோ...

ரிஷிகாந்த் போக யத்தனிக்க, தீவிரவாதி சமிக்ஞை செய்கிறான். அவன் ஆட்களில் ஒருவன் ரிஷிகாந்தை வழிமறித்து அவன் எழுதிய காகிதத்தைப் பிடுங்கி தலைவனிடம் தருகிறான். தீவிரவாதி அதை மெல்ல பிரித்துப் படிக்கிறான்.

தீவிரவாதி: ‘பின்முதுகில் குத்தும் சகோதரன்: கசீஉகஅஓ

எந்த எதிரியை எதிர்த்துப் போராடத் துவங்கினோமோ, அதே எதிரியின் கையாளாகி கூலிக்கு மாரடிக்கும் ஒரு அபாயகரமான இயக்கமாக மாறி வருகிறது PREPAK. சென்ற வாரத் தகவல்படி, PREPAK இந்தியன் ஆர்மியிடம் ரகசிய ஆயுத உதவி பெற்று மணிப்பூர் லிபரேஷன் ஃப்ரெண்டுடனான போராட்டத்தில் பயன்படுத்துவதாகத் தெரிகிறது.’

அதைப் படிக்கப் படிக்க தீவிரவாதியின் கோபம் தலைக்கேறுகிறது. மிகுந்த கோபத்தோடு

ரிஷிகாந்த்தை அணுகி அவனை மிரட்டுகிற தொனியில் பேசுகிறான்.

தீவிரவாதி: அத்துமீறிட்ட ரிஷி... அத்துமீறிட்ட... துப்பாக்கி ஏந்தினவனைக்கூட சண்டை போட்டு ஜெயிக்கலாம், ஆனா உன்னை மாதிரி இன்டலக்சுவல்ஸை ஜெயிக்க முடியாது. எங்களுக்கு எதிரா துப்பாக்கி பிடிக்கறவங்களை ஒழிக்கறது எவ்வள முக்கியமோ அவ்வளவு முக்கியம் பேனா பிடிக்கறவங்களை ஒழிக்கறதும்...

அவன் சொன்னதைப் புரிந்துகொண்டது போல அவன் ஆட்களில் இருவர் ரிஷிகாந்தைப் பிடித்துக்கொள்கிறார்கள். ரிஷியைக் கீழே தள்ளுகிறார்கள். இன்னொருவன் தன் கால்சராய் பாக்கெட்டிலிருந்து கைத்துப்பாக்கியை உருவி, அதை முடுக்கிவிட்டுத் தீவிரவாதியிடம் தருகிறான். ரிஷிகாந்த் திமிறிக்கொண்டிருக்க அவன் அருகில் வந்து அவன் மார்பைக் குறி வைத்து விசையை அழுத்துகிறான். துப்பாக்கி வெடிக்கிறது.

விளக்கு அணைகிறது.

## காட்சி 5

விருந்து நடக்கும் ஆடம்பரமான அழகான அறை. கென்னி ஜியின் சாக்ஸஃபோன் இசை அறை பூரா நிரம்பியிருக்கிறது. ஆங்காங்கே ஓரிரு நடுத்தர வயது கணவான்கள் கையில் மதுக்கிண்ணத்தோடு சிரித்துப் பேசிக்கொண்டிருக்கிறார்கள். அவர்கள் உடையிலிருந்து அவர்கள் அரசு அதிகாரிகள் என்று தெரிகிறது.

அந்த பார்ட்டியை நடத்துபவரான நிதித்துறைச் செயலாளர் சீனிவாசன் அங்கே இங்கே நடந்து, உணவு பரிமாறுகிறவரிடமும், மதுவைப் பரிமாறுகிறவரிடமும் சின்னதாய்க் கட்டளைகள்

இட்டுக்கொண்டிருக்கிறார். யாருக்கோ காத்திருக்கிறார். கைக் கடிகாரத்தைப் பார்க்கிறார்.

கோட்டும் சூட்டும் போட்ட மிடுக்கான ஒரு அதிகாரி (உள்துறைச் செயலாளர்) உள்ளே நுழைகிறார். ஸ்டைலாக இருக்கிறார், பாதி வழுக்கை, தங்க ஃபிரேம் போட்ட மூக்குக்கண்ணாடி. நேராக நிதித்துறைச் செயலாளரிடம் போகிறார்.

உள்துறைச்
செயலாளர்: ஹலோ சீனிவாஸ்...

நிதித்துறைச்
செயலாளர்: ஈஸ்வரன்... வெல்கம்... ஹோம் செக்ரட்டரி நீங்க இல்லாம பார்ட்டி களை கட்டவே இல்லைய்யா...

ஈஸ்வரன்: மினிஸ்டர் வந்தாச்சா...

சீனிவாசன்: மினிஸ்டர்கள் எப்ப நேரத்துக்கு வந்திருக்காங்க...?

இருவரும் சிரிக்கிறார்கள்.

சீனிவாசன்: என்ன இவ்வளவு களைச்சுப்போய் இருக்க. மணிப்பூர் கலாட்டா உன்ன தூங்க விடல போலருக்கே... What will you have? Scotch on the rocks as usual?

உள்துறைச்
செயலாளர்: Yes please. கவர்மென்ட் பார்ட்டில இம்ப்போர்ட்டட் சரக்கு எப்பிடியா வருது...

சீனிவாசன்: ரகசியம்... சரக்கு இம்ப்போர்ட்டட்... ஆனா பாட்டில் லோக்கல் பிராண்ட்...

உள்துறைச்
செயலாளர்: நம்ம இண்டியன் எகனாமிக் பாலிசி மாதிரியா?

சீனிவாசன்: மினிஸ்டர் ஐடியா... ஏதோ நீ நம்ம ஃப்ரெண்டுன்னு உமக்கு தரேன். சத்தம் போடாம அடி.

உள்துறைச்
செயலாளர்: Sure... Thanks.

சீனிவாசன் மதுக்கோப்பைகளைப் பரிமாறுகிற சிப்பந்தியிடம் கையசைக்க அவர் வந்து தட்டை நீட்ட ஈஸ்வரன் அதில் ஒன்றைத் தேர்ந்தெடுத்து சியர்ஸ் சொல்கிறார். கொஞ்சம் போல உறிஞ்சுகிறார்.

உள்துறைச்
செயலாளர்: மணிப்பூர் ஆர்மி ஆப்பரேஷன்ஸ்க்கு அடிஷனல் பட்ஜெட் ரிக்வெஸ்ட் அனுப்பினா ஆயிரம் கேள்வி கேட்டு ஃபைல திருப்பியனுப்பற... ஆர்மி லத்தி வச்சிகிட்டு சண்டை போடுமா?

சீனிவாசன்: ஆரம்பிக்கும்போது அஞ்சு வருஷம்னீங்க... இருபது வருஷமா உக்காந்துகிட்டிருந்தா ஃபினான்ஸ் மினிஸ்ட்ரில எங்கிருந்துய்யா பணம் வரும்?

உள்துறை: காஷ்மீர்னா மட்டும் அள்ளித் தர்றீங்கல்ல...

சீனிவாசன்: காஷ்மீர் நம்ம பூர்வ ஜென்மப் பலன். கடவுளே பட்ஜெட் போட்டாலும் நிறுத்த முடியாது.

உள்துறைச்
செயலாளர்: ஸ்ரீலங்காலதான் ஓஞ்சிருச்சே. அதுல மிச்சம் பிடிச்சதை இங்க குடுக்கறது...

சீனிவாசன்: உம்ம மணிப்பூர் என்ன ஸ்ரீலங்காவா? காஷ்மீரா?

உள்துறைச்
செயலாளர்: ரெண்டுக்கும் என்ன வித்தியாசம்ங்கற?

சீனிவாசன்: காஷ்மீர்ல செத்துகிட்டிருக்கறது சிப்பாயிங்க தான். ஸ்ரீலங்கால நாம இழந்தது ராஜா. விட்டுருவோமா? இதுவும் ஒரு ஸ்ரீலங்கா ஆவறதுக்குள்ள அடிச்சி நொறுக்குங்கய்யா. பஞ்சாப்ல பண்ணல?

உள்துறை: ரொம்ப சலிச்சிக்காதய்யா... அடுத்தது நாகாலாந்துல ஆரம்பிக்குதாம்.

சீனிவாசன்: சொல்லவே மறந்துட்டனே... ஒரு லேடி உன்னை மீட் பண்ணணும்னு வெயிட் பண்ணிகிட்டிருக்காங்க...

ஈஸ்வரன்: யாரு?

சீனிவாசன்: எல்லாம் பரிச்சயமானவங்கதான்...

ஈஸ்வரன்: Who?

சீனிவாசன்: மல்லிகா.

உள்துறை: மல்லிகா... அந்த ஏதட்ச்ண Rights Ladyயா... ஐயோ, ஆளை விடுய்யா No way...

சீனிவாசன்: ஹா ஹா ஹா... ஏம்ப்பா... உன் ஃப்ரெண்ட் ஆச்சே...

உள்துறை: ஃப்ரெண்டா? இந்த ஸ்காட்ச் எடுத்துகிட்டு பின்பக்கமா ஓடிடறேன்...

சீனிவாசன்: ஹாஹா... பாரு அவங்களே வந்துட்டாங்க. ஹலோ மல்லிகா...

மல்லிகா: ஹலோ சீனிவாஸ். ஹலோ மிஸ்டர் ஈஸ்வரன்...

உள்துறை: ஹலோ மல்லிகா... எப்டி இருக்கீங்க?

மல்லிகா: I am fine. உங்க கிட்ட பேசணும்னுதான் வெய்ட் பண்ணிகிட்டிருக்கேன். ஃபோன் பண்ணா ஆன்சர் பண்ணமாட்டேன்றீங்க... ப்ரெஸ் கிட்டயும் பேச மாட்டேங்கறீங்க... உங்க கிட்ட ஒரு விஷயம் பேசணும்னா முன்னாலயே டைம் ரிஸர்வ் பண்ணணும் போலருக்கே...

உள்துறை: சொல்லுங்க, எதைப் பத்தி பேசணும்?

மல்லிகா: மணிப்பூர் மலோம் என்கவுண்டர் பத்தி...

உள்துறை: Oh... No... மல்லிகா, இது ஒரு ப்ரைவேட் பார்ட்டி. இங்க நான் மினிஸ்ட்ரி விஷயம் பேசறதா இல்லை.

மல்லிகா: ஜஸ்ட் ரெண்டு நிமிஷம் மிஸ்டர் ஈஸ்வரன். ஆஃப் த ரெக்கார்ட், இன்ஃபார்மல் பேச்சுன்னு வச்சிக்கங்களேன். I was hoping to get your version of the story.

உள்துறை: Firstly - அது என்கவுண்டர் இல்லை. தீவிரவாதிகளோட நடந்த சண்டை. Secondly there is no Story. Thirdly there is only one version.

மல்லிகா: ஐ விட்னஸ் எல்லாம் அதை ஒரு fake encounter அப்படிங்கறாங்களே...

உள்துறை: No. இண்டெல் டிப் ஆஃ வச்சி நாங்க அவங்களைத் துரத்தினோம். லொகேட் பண்ணோம். சண்டை நடந்தது. அவங்களைச் சுட்டுக்கொன்னோம். அவ்வளதான்.

மல்லிகா: சண்டைன்னா உங்க ஆளுங்க யாரும் சாகலையே எப்டி?

உள்துறை: எங்க சைடு ரெண்டு சோல்ஜர்ஸ்க்கு அடிபட்டிருக்கே.

மல்லிகா: கான்ஃபிசிகேட் பண்ண வெப்பன்ஸை அவங்க மேல வச்சி அவங்களை டெரரிஸ்ட்ன்னு சொல்றது உங்க ஆர்மி. We believe they are civilians.

உள்துறை: தீவிரவாதிங்க எல்லாரும் யூனிஃபார்ம் போட்டுகிட்டா திரியறானுங்க? அதுல டெரரிஸ்ட் யாரு சிவிலியன் யாருன்னு எப்பிடி சொல்றீங்க?

மல்லிகா: இப்பிடிச் சொல்லியே வருஷக்கணக்கா Special powers act வாபஸ் வாங்காம ஆர்மிக்கு அன்லிமிடட் பவர்ஸ் குடுத்து வச்சிருக்கீங்க. It is a militarized state.

உள்துறைச் செயலாளர்: It is because it is a war zone. அங்க என்ன நடந்துகிட்டிருக்குன்னு உங்களுக்கு தெரியுமா? ஒண்ணு இல்ல ரெண்டு இல்ல... முப்பதுக்கு மேல தீவிரவாத இயக்கங்கள் இருக்கு. பாதி சிவிலியன்ஸ் டெரரிஸ்ட்டுக்கு சப்போர்ட் பண்றாங்க. சைனாலந்து ஆர்ம்ஸ். மிலிட்டரி ட்ரெயினிங். The army is living on the edge.

மல்லிகா: அதுக்காக விசாரணை இல்லாம சுட்டுக் கொல்லலாமா? அவங்க டெரரிஸ்டோ, கிரிமினலோ அவங்களுக்கு மனித உரிமை இருக்கு இல்லையா?

சீனிவாசன்: Alright... கொஞ்சம் நிதானமா பேசுவோமே...

உள்துறை: One second, Srinivasan... I need to set this straight... அதெப்பிடி மேடம், கொலைகாரங்க, தீவிரவாதிங்க இவங்கல்லாம் செத்தா மட்டும் டாண்ணு ஆஜர் ஆகி ஹ்யுமன் ரைட்ஸ் பத்திப் பேசறீங்க? மிலிட்டரிகாரனுக்கு ஹ்யுமன் ரைட்ஸ் இல்லையா? டெரரிஸ்ட் அட்டாக்ல எட்டு ஆர்மி ஆளுங்க செத்தாங்களே... அப்ப நீங்க யாரும் ஹ்யுமன் ரைட்ஸ் பத்தி கேக்க வரலியே?

மல்லிகா: They signed up for this.

உள்துறை: Oh... தீவிரவாதிங்க சுட்டு ஆர்மி ஆளுங்க செத்தா பரவாயில்லை. ஏன்னா அதுக்குதான் அவங்க சம்பளம் வாங்கறாங்க. நாங்க தீவிரவாதியை சுட்டா தப்பு. அவங்க உரிமை பாழாயிடுமா... நல்ல லாஜிக்.

மல்லிகா: கேள்வி கேட்டா பதில் கேள்வி கேக்கறீங்க...

சீனிவாசன்: Ok, Mallika... Hold the fire... மணிப்பூர் கொஞ்சம் சிக்கல்தான். எங்க எல்லாருக்கும் தெரியும். Mallika, நீங்க வர்றதுக்கு முன்னால கூட

மணிப்பூர் ஆர்மி ஆப்பரேஷனுக்கு பட்ஜெட் அலகேஷன் பத்திதான் பேசிகிட்டிருந்தோம்.

மல்லிகா: அதான் பிரச்சனையே... நீங்க இத எதுவரைக்கும் பட்ஜெட் அலகேஷன் விஷயமாகவும், ஒரு டெட்லைன் போட்டு முடிக்கவேண்டிய ப்ராஜெக்டாகவும் பாக்கறீங்களோ... அது வரைக்கும் இந்தப் பிரச்சனை தீராது...

உள்துறை: என்ன பண்ணணும்கறீங்க?

மல்லிகா: இதை பாதிக்கப்பட்ட மக்கள் பார்வையில் இருந்து பாருங்க... அவங்களுக்குன்னு ஒரு ஹிஸ்டரி கல்ச்சர் இருந்த இடம் இது. காகிதத்துல கையெழுத்து வாங்கிட்டு நாளைலந்து நீ எங்க நாட்டோட ஒரு பகுதின்னு சொன்னா... மக்கள புரிஞ்சுக்க முயற்சி பண்ணுங்க... Diverse cultures இருக்கற நாடு இது. ஏன் தமிழ்நாடே ஒரு காலத்துல நாங்க தனியாப் போவோம்னு சொன்ன ஸ்டேட்தானே...

உள்துறை: ப்ளீஸ் மல்லிகா... spare me the lecture. உங்க மேடைப் பேச்சைக் கேக்க நான் இங்க வரலை.

மல்லிகா: அவங்க கேக்கறது அவங்களுக்குன்னு ஒரு அடையாளம். அது எதாவது ஒரு ஹூணிணூட்ல அவங்களுக்கு கிடைச்சா சமாதானமாயிருவாங்க. Thanks for the chat... என் ரிப்போர்ட்டை நான் ஃபைல் பண்ணப்போறேன்.

திரும்பிப் போகிறார்.

சீனிவாசன்: ஸாரிப்பா... இது மாலோம் என்கவுண்டர் பார்ட் 2 வா ஆயிடும்னு நான் எதிர்பார்க்கல... ஸாரி...

உள்துறை: நீ வேறயா... அவகிட்ட போய் பட்ஜெட் அலகேஷன் பத்தி சொல்லலன்னு யார் அழுதா?

சீனிவாசன்: ஓகே ஓகே... பரிகாரமா... இன்னொரு ஸ்காட்ச் ஆன் த ராக்ஸ்..?

உள்துறை: Make it a large...

சீனிவாசன்: Really? மினிஸ்டர் வர்ற நேரமாச்சுப்பா...

உள்துறை: இந்த ஹ்யுமன் ரைட்ஸ் லெக்சர் கேட்டப்பறம் கண்டிப்பா வேணும். I think having a large is my basic human right!

விளக்கு அணைகிறது.

## காட்சி 6

**ரா**ணுவ வீரர்கள் மேல் வெளிச்சம் விழுகிறது. கிஷோர் சாய்ந்துகொண்டு உட்கார்ந்திருக்க, விஜய் அடுத்த நகர்த்தலுக்கு யோசித்தபடி இருக்கிறான். பெரியவர் தொடர்ச்சியாய் இருமுகிறார். அது அவனை எரிச்சலடையச் செய்கிறது. விருட்டென்று எழுந்து வந்து அந்த வயதானவரை மிரட்டுகிறான்.

விஜய்: அப்படியே கொரவளைய நெறிச்சிடுவேன்... நானும் அப்பத்துலேருந்து பாத்துக்கிட்டிருக்கேன்... லொக்கு லொக்குன்னுட்டு... இவன இங்கேயே போட்டுத்தள்ளினாதான் என்னடா...

கிஷோர்: டேய்... டென்ஷனாவாத... ஆடு வா...

பெரியவர்: அய்யா...

விஜய்: பாரேன்... என்ன?

பெரியவர்: எங்களைதான் விசாரிச்சிட்டீங்களே... விட்டுடுங்களேன்யா...

விஜய்: இங்க மிலிட்டரி ஆசாமிங்களோடு பழகி ரொம்ப போர் அடிக்குது. உங்க மாதிரி ஆளுங்க வந்தா கொஞ்சம் பேசிப் பழகிட்டுதான் விடறது... (சிரிப்பு.)

பெரியவர்: அய்யா... உங்களுக்கு புண்ணியமாப் போகும்... நான் ஒரு தப்பும் பண்ணலை. என்னை விட்ருங்கய்யா...

கிஷோர்: ஏய்... அதான் சொல்றோம் இல்ல... விசாரிச்சிட்டுதான் விடுவோம்ன்னு... அப்பறம் சும்மா தொணதொணத்துக்கிட்டு...

விஜய்: பேசாம இவனுக்கு நம்ம விசாரணையோட டெமோ ஒண்ணு காட்டிருவோமா? அப்பறம் புரிஞ்சிப்பான்னு நினைக்கறேன்...

*(சற்றே யோசித்து கிஷோர் ம்ம் என்கிறான்.)*

கிஷோர்: இதப்பாருங்க, பெரியவரே... நீங்க பஸ் ஸ்டாப்புல என்ன பாத்தீங்கன்னு சரியாச் சொல்லமாட்டேங்கறீங்க... அது வரைக்கும் எப்டி விடறது? நீங்களா புரிஞ்சிப்பீங்கன்னு பாத்தோம்... ம்ம் ஹ்ம்ம்... கொஞ்சம் ட்யூப்லைட்டா இருக்கீங்க... போனவாரம் ஒத்தன் இப்பிடிதான் மாட்டினான். ஒண்ணுமே பாக்கலைன்னான். ஒரு ட்ரீட்மெண்ட் குடுத்தப்பறம்தான் இன்ஃபர்மேஷனை கக்கினான். என்ன ட்ரீட்மெண்ட்னா... ஆளை அம்மணமாக்கி, சில்லுன்னு தண்ணில குளிப்பாட்டி, சேர்ல உக்கார வச்சி, ஒயரால கட்டி... எலெக்ட்ரிக் கனெக்ஷன் குடுத்த வயரு. கொஞ்சமா கரன்ட் ஷாக் குடுப்பாங்க நம்ம பசங்க. அதமாதிரி ஒரு சின்ன நாடகம் போட்டு காமிக்கறோம்... பாத்துக்குங்க... அப்பறம் நாங்க ஒண்ணும் சொல்ல வேண்டியதில்ல... நீங்களே புரிஞ்சிப்பீங்க...

*(பயத்தில் ஒன்றும் புரியாமல் பார்க்கிறார்.)*

விஜய் தன் கைக்குட்டையால் தலையைச் சுற்றிக்கொண்டு அந்தப் பெரியவர் போல நடிக்கிறான். கிஷோர் கிஷோராகவே நடிக்கிறான்.

விஜய்: *(அந்தப் பெரியவர் பேசுவது போலவே*

பேசுகிறான்) ஐயா... எங்களைதான் விசாரிச்சிட்டீங்களே விட்டுடுங்களேன் ஐயா...

கிஷோர்: என்ன நடந்துச்சு பஸ் ஸ்டாப்ல? சொல்லு... (என்று மின்சாரம் பாய்ச்சுவதுபோல செய்கிறான்.)

விஜய்: பஸ் ஸ்டாப்புல... ஆ... அம்மா வலிக்குதே... (மின்சாரம் தாக்கினவன் போல நடிக்கிறான்.) அங்க... நாங்க பக்கத்து கிராமத்துக்குப் போறதுக்கு காத்துகிட்டிருந்தோம். ஆ ஆ... ஒரு பத்து பேரு... பசங்க... துப்பாக்கியும் கையுமா ஓடிவந்து ஒளிஞ்சிகிட்டாங்க.

கிஷோர்: அப்பறம் சொல்லு... (என்று மறுபடியும் மின்சாரம் பாய்ச்சுவது போல செய்கிறான்.)

விஜய்: (மின்சாரம் தாக்கப்பட்டது போல துடித்துக் கொண்டே) ஆ... எரியுதே... பின்னலயே ஆர்மி ஆளுங்க தொரத்திகிட்டு வந்தாங்க. அம்மா... உயிர் போவுதே... சொல்லிடறேன்யா... இவங்க சுட்டாங்க. ஆர்மி ஆளுங்களும் சுட்டாங்க. சண்டை நடந்தது. நான் ஓடி வந்துட்டேன்... அவ்வளதான்யா எனக்கு தெரியும். அவ்வளவுதான்... (என்று மூச்சு வாங்கி மூர்ச்சையாவது போல நடிக்கிறான்.)

(கிஷோர் குதூகலமாகச் சிரிக்கிறான்.)

கிஷோர்: நல்லா ஞாபகமிருக்குல்ல...

விஜய்: இருக்குங்க.

கிஷோர்: யாராவது கேட்டா இதையேதான் சொல்லுவீங்க இல்ல?

விஜய்:: ஆமாங்க... இதையேதான்...

கிஷோர்: நல்லவருடா நம்மாளு... சரி பெரியவரே நீங்க போலாம்.

விஜய்: நிஜமாவா... சரிங்க... ரொம்ப நன்றிங்க அய்யா... அந்தப் பொண்ணையும் என் கூட அனுப்பிச்சீங்கன்னா...

கிஷோர்: அடி செருப்பால... கெழவனுக்கு ஆசையப் பாரு... பொண்ணு வேற கேக்குதோ... ஓடுறா...

இருவரும் கெக்கலித்துப் பெரிதாய்ச் சிரிக்கிறார்கள். பெரியவர் குனிந்து நடுங்கிக் கொண்டே அழுகிறார்.

கிஷோர்: கைதிங்க மாட்னாலே மஜாதான். ஆம்பளங்கன்னா நிறைய விளையாடலாம் இல்லடா... நகத்தெல்லாம் பிடுங்கலாம். சிகரெட்டால முகத்துல பொட்டு வைக்கலாம். கயித்துல கட்டித் தொங்கவிட்டு மிளகாய்ப் பொடி தடவின குச்சியால பின்னால எரிச்சல் ஏத்தலாம். காட்டுல ஓட விட்டு பின் தலையில சுட்டுச் சாய்க்கலாம். (இடைவெளி விட்டு பிஜயந்தியை முறைத்துப் பார்க்கிறான்.) பொம்பளைங்களை அப்படி செய்ய முடியாது.

பிஜயந்தி: ஒரு லேடி ஆபீசர் இல்லாம என்னை அரெஸ்ட் பண்ண முடியாது.

விஜய்: ஓ... லா பாயிண்ட் பேசறா... பாரு. லா பாயிண்ட். புத்திசாலிப் பொண்ணு. யாரு கண்ணு சொல்லித் தந்தா, உன் பாய் ஃப்ரெண்டா?

கிஷோர்: உனக்கு பாய் ஃப்ரெண்டு இருக்கானா கண்ணு? அவனை ஃபோன் போட்டு வரச் சொல்லேன். எங்களோட சண்டை போட்டு உன்னை கூட்டிகிட்டு போவச் சொல்லேன். மஜாவா இருக்கும்ல. ஹிந்திப் படம் மாதிரி.

விஜய்: ஆமா வரச்சொல்லு... ரெண்டுல ஒண்ணு பாத்துருவோம்...

பிஜயந்தி தலையைக் குனிந்து கொள்கிறாள்.

விஜய்: நீ இவ்வள அழகா இருக்க. உனக்கு பாய் ஃப்ரெண்ட் இல்லாம இருக்காது. இருக்கான்ல? என்னா இல்லியா?

விஜய் அவள் அருகில் வந்து கொஞ்சலாய் விசாரிக்க... பிஜயந்தி தன் காதலன் நினைவில் தேம்பித் தேம்பி அழுகிறாள்.

வெளிச்சம் குறைகிறது.

## காட்சி 7

மெல்லியதாய்ப் புல்லாங்குழல் பின்னணியில் இசைக்க மேடையில் வெளிச்சம் பரவியதும் பூக்கள் பூத்துச்சொரியும் மரம் ஒன்றின் கீழ் சந்திரஜித்தும் அவன் மேல் சாய்ந்துகொண்டு பிஜயந்தியும் தெரிகிறார்கள்.

பிஜயந்தி: சந்து... உன்னை ரொம்ப மிஸ் பண்ணேன். ஒரு மாசம் ஆயிருச்சு... நீ ஊர் போய்...

சந்திரஜித்: ரெண்டு வாரம்தான் போனேன்.

பிஜயந்தி: போகும்போது கொஞ்ச நாளுன்ன. அங்க போனப்பறம் என்னையும் மறந்து அங்கியே ரெண்டு வாரம் தங்கிட்ட. அழகான பெங்காலி பொண்ணுங்களைப் பாத்துகிட்டு நேரம் போனதே தெரியலையா?

சந்திரஜித்: ஆமா... உயரமா... பெரிய கண்ணு, நீள மூக்கு, ரொம்ப அழகு பெங்காலிப் பொண்ணுங்க. மணிப்பூர் பொண்ணுங்க மாதிரி சப்பை மூக்கிங்க இல்லை.

பிஜயந்தி: ஓ... அப்படியா... நானும் கல்கத்தா போய்

உன்னை விட உயரமா, மூக்கு கூரா இருக்கற பெங்காலிப் பையனை கல்யாணம் பண்ணிக்கறேன். ஏன் இப்பிடி கறுப்பாயிட்ட? கண்ணைச் சுத்தி கறுப்பு வளையம்?

சந்திரஜித்: உன் ஞாபகமாவே இருந்தனா... சரியா தூங்கல.

பிஜயந்தி: ஹை ஹை... என்னா காதல் வசனம்...!

சந்திரஜித்: இந்தா... உனக்காக வாங்கிட்டு வந்தேன். (சட்டைப் பைக்குள்ளிருந்து ஒரு மாலையை எடுக்கிறான்.) கொல்கத்தால இருக்கற ஒரு ஷாப்பிங் மால்ல வாங்கினேன்.

பிஜயந்தி: ஓ...

சந்திரஜித்: தியேட்டர், ரெஸ்டாரண்டு, விளையாடற இடம் எல்லாம் இருக்கற மால்.

பிஜயந்தி: (அவன் அணிவிக்கிறான்.) ரொம்ப நல்லாயிருக்கு. தேங்க்ஸ்... (அவன் கன்னத்தில் பட்டும் படாமலும் முத்தமிடுகிறாள்.)

பிஜயந்தி: கொல்கத்தா பத்தி சொல்லு... பொண்ணுங்களைத் தவிர வேற என்ன விசேஷம்?

சந்திரஜித்: பிரமாதமான ஊரு. எவ்ளோ பெரிய மால்... இங்க இம்பால்ல இருக்கறதெல்லாம் தம்மாத்தூண்டு... எவ்ளோ விஷயம் நடக்குது தெரியுமா? மெட்ரோ ரயிலு, ஒரு பக்கம் சினிமா, இன்னொரு பக்கம் பாட்டு டான்ஸ்... பெரிசுபெரிசாக் கட்டடம். எவ்வளவு விதமான ஜனங்க. என்ஜினியர்ஸ், டாக்டர்ஸ், பாட்டுப் பாடறவங்க, நடிக்கறவங்க, கம்ப்யூட்டர் வேலை பண்றவங்க. எப்பப் பாத்தாலும் ஏதாவது நடந்துகிட்டிருக்கு.

பிஜயந்தி: வெளியூர் போனா அப்பிடிதான் இருக்கும். நம்ம ஊர் மாதிரி வருமா?

சந்திரஜித்: என்ன இருக்கு நம்மூர்ல? சந்தோஷம் இல்லாத ஊர்ல இருந்து என்ன பிரயோஜனம்? சண்டை, ஆர்மி, பாம் ப்ளாஸ்ட்.

பிஜயந்தி: நீ சொல்ற கல்கத்தாவிலயும் ஆயிரம் பிரச்சனைகள் இருக்கும். அங்க போய் வாழ்ந்தா தெரியும்.

சந்திரஜித்: நீ அந்த ஊரைப் பாத்திருந்தா நான் சொல்றது புரியும்.

பிஜயந்தி: சரி இன்னும் நீ கல்கத்தா மயக்கத்துல இருக்க. இப்பப் பேசி பிரயோஜனமில்லை. ரெண்டு நாள்ல கல்கத்தாவை மறந்துடுவ, அப்ப பேசிக்கலாம். (எழுந்திருக்கிறாள்.)

ஏய்... வீட்டுக்கு வாயேன்... உனக்கு பிடிச்சதெல்லாம் பண்றேன். ஷொய்பூம் டொங்க்பா, மங்கள் ஊட்டி, வரி வத்தாய்...

சந்திரஜித்: இல்ல பிஜி. இன்னொரு நாள் வர்றேன்... பிஜி, நான் ஒரு முடிவு பண்ணியிருக்கேன். அதை உங்கிட்ட சொல்லணும். இங்க வா. வந்து உக்காரு. நான் கொல்கத்தாக்கு போய் இன்ஜினியரிங் படிக்கலாம்னு இருக்கேன்.

பிஜயந்தி: எங்க தங்குவ?

சந்திரஜித்: என் ஃப்ரெண்ட் ஒருத்தன் இருக்கான். இன்ஜினியரிங் படிச்சா நல்ல வேலை கிடைக்கும்கறான். அதுவும் கம்ப்யூட்டர் சயன்ஸ்ல. அதனால... நான் அங்க போய் செட்டில் ஆயிடலாம்னு இருக்கேன்.

பிஜயந்தி: இந்த ஊரை விட்டு எங்களையெல்லாம் விட்டுப் போறேங்கறியா? நிலத்தை எல்லாம் என்ன பண்ணுவ?

சந்திரஜித்: அப்பாவும் அம்மாவும் பாத்துக்குவாங்க...

பிஜயந்தி: இந்த வயசுல தனியா அவங்களால நிலத்தை

பாத்துக்கமுடியுமா?

சந்திரஜித்: நாலு வருஷத்துக்குதான். ஒரு வேலை கிடைச்சு செட்டில் ஆனப்பறம் அப்பாவையும் அம்மாவையும் நிலத்தை வித்துட்டு கல்கத்தா வந்து இருந்துடச் சொல்லுவேன்.

பிஜயந்தி: நான்..? நம்ம...?

சந்திரஜித்: அதுல எந்த மாத்தமும் இல்லை. நான் செட்டில் ஆனப்பறம்...

பிஜயந்தி: வர்ற ஏப்ரல் லாய் ஹரோபா பண்டிகை அப்ப கல்யாணம் பண்ணிக்கலாம்னு சொன்னியே... நிலத்தையெல்லாம் நாம ரெண்டு பேரும் சேர்ந்து பாத்துக்கலாம்னு பேசினோமே...

சந்திரஜித்: நம்ம கல்யாணத்தை தள்ளிப்போட்டாகணும் பிஜி. நான் படிச்சி வேலை தேடறவரை. கல்கத்தால நிறைய சம்பாரிக்கலாம். நாம சந்தோஷமா வாழணும்னு நீ இஷ்டப்படலயா பிஜி? நீயும் வாயேன். வந்து ஏதாவது படி. கம்ப்யூட்டர் கோர்ஸ், நர்சிங் ஏதாவது... அங்க நிறைய பொண்ணுங்க கிராமங்கள்லந்து வந்து தங்கி படிக்கறாங்க. எல்லாரும் ஒண்ணா இருக்காங்க. பேயிங் கெஸ்ட் அப்படின்னு.

பிஜயந்தி: அப்பாவைத் தனியா விட்டுட்டு புது இடத்துல இருக்கமுடியாது. அப்பா அனுமதிக்கவே மாட்டாரு.

சந்திரஜித்: ஆனா, நான் போகணும் பிஜி. என் லைஃபை இங்க வேஸ்ட் பண்ண விரும்பல.

பிஜயந்தி: அப்ப என்னை விட்டுப் போறேங்கற... உன் ஞாபகமா நீ குடுக்கற கடைசிப் பரிசா இது?

சந்திரஜித்: இல்ல. நான் உன்னை விட்டுப் போகலை. புதுசா ஒரு லைஃப் தேடிப் போறேன்.

பிஜயந்தி: புது லைஃப் புதுசா ஒரு லைஃப் பார்ட்னரையும்

தேடித்தரும்...

சந்திரஜித்: இல்ல பிஜி. நான் ஹாலிடே அப்ப உன்னை வந்து பார்ப்பேன். லெட்டர் எழுதறேன். நான் செட்டில் ஆனப்பறம் திரும்பி வந்து உன்னை கல்யாணம் பண்ணிக்கறேன்.

பிஜயந்தி: புது ஊரு எல்லாத்தையும் மாத்திடும் சந்து. புது வாழ்க்கை, புது பழக்கம், புது ஃப்ரெண்ட்ஸ், எல்லாம் மாறிடும். எனக்குத் தெரியும் நீ திரும்பி வரமாட்ட. வந்தாலும் என்னை மாதிரி கிராமத்துல விவசாயம் பண்ற பொண்ணை கல்யாணம் கட்டிக்க மாட்ட. வேற யாராவது, உன்னை மாதிரி இன்ஜினியரிங் படிச்சி நிறைய சம்பாரிக்கற பொண்ணுதான் மனசுக்கு பிடிக்கும்.

சந்திரஜித்: நீ கோவத்துல பேசற பிஜி...

பிஜயந்தி: மனசு சரியில்ல Chandu. நீ சொல்றது புரியுது. உனக்கு நல்லா வாழணும்னு ஆசை. நீ போ. நான் காத்திருக்கேன் சந்து... நீ போ.

விளக்கு அணைகிறது.

## காட்சி 8

**வி**ஜய் ஒரு காயை நகர்த்திவிட்டுக் காத்திருக்கிறான். அந்தப் பெரியவர் அவ்வப்போது இருமிக்கொண்டிருக்கிறார். கிஷோர் பிஜயந்தி முன்னால் உட்கார்ந்து அவளை வெறித்துப் பார்த்துக் கொண்டிருக்கிறான்.

விஜய்: இந்தாப்பா... நானு ஆடிட்டேன்... உன் மூவு.

கிஷோரிடமிருந்து பதில் இல்லை. விஜய் திரும்பிப்பார்க்க கிஷோர் இன்னும் பிஜயந்தியை முறைத்தபடி உட்கார்ந்திருக்கிறான்.

| | |
|---|---|
| விஜய்: | என்னாடா... என்ன ஆச்சு..? |
| கிஷோர்: | இல்ல... பாக்க இவ்வளவு அப்பாவியா இருக்காளே... இவ என்ன நெனக்கிறான்னு பாக்கறேன்... |
| | (தன் கைத்துப்பாக்கியை உருவி பிஜயந்தியின் முகவாயில் துப்பாக்கியை வைத்துத் தூக்குகிறான்.) |
| | ஏய்... என்ன பாக்கற? ஒரு சான்ஸ் கெடச்சா எங்க ரெண்டு பேரையும் போட்டுத் தள்ளிடு வல்ல... |
| | (பிஜயந்தி அவனை முறைத்துப் பார்க்கிறாள்.) |
| | (துப்பாக்கியை அவள் நெற்றிக்கு எடுத்துச் செல்கிறான்.) |
| | உன் உசுரு என் வெரல் நுனியில... பாத்தியா... டமால்... மூளை செதறிடும்... |
| விஜய்: | டேய்... என்னாச்சு உனக்கு இப்ப... |
| கிஷோர்: | இதே மாதிரி அப்பாவியாதான்டா இருந்தான் அவனும்... |
| விஜய்: | யாரு? |
| கிஷோர்: | (அவனை கவனிக்காமல்) சின்னப் பயடா... பத்து பன்னண்டு வயசிருக்கும்... கையில ஒரு பையோட வந்தான். இதோ இதே மாதிரி அப்பாவியா இருந்தான். சுள்ளி பொறுக்க வந்த பயன்னு நெனச்சோம்... பாத்தா, உள்ள நாட்டு வெடிகுண்டு. ஒரே நிமிஷம், ட்ரக் உள்ள வீசிட்டான்... எட்டுப் பேர் உடம்பு சிதறி செத்தானுங்கடா... ரெஜிமெண்ட்ல எட்டு பசங்க... கூடவே வளந்தவனுங்க... ஒண்ணா தெனம் சோறு தின்னுருக்கோம். ஆளு அடையாளம் கூட தெரியாதமாதிரி துண்டு துண்டா ரத்தக்களறில... |

இந்த ப்ரெஸ்ஸு அவங்க வெடி வீசுறப்ப ஃபோட்டோ பிடிக்க வரமாட்டாங்க... தீவிரவாதிங்க சுட்டு ஆர்மி ஆளுங்க செத்தாப் பரவாயில்லை. ஏன்னா நாம சண்டை போட்டு உயிரை விடறதுக்கே பொறந்த ஜென்மங்க. அதுக்குதான் சம்பளம் வாங்கறமாம். நாம தீவிரவாதியை சுட்டா தப்பு. அவங்க உரிமை பாழாயிடும்.

இந்தச் சப்ப மூக்கு கும்பல்ல எவன் சிவிலியன் எவன் டெரரிஸ்ட்ன்னு எப்டி கண்டுபிடிக்கறது... இவனுங்க பேசற பாஷை புரியலை, ஒரு மயிரும் புரியலை... பசங்க கொதிச்சிப் போயிருந்தானுங்க. எல்லாரும் வெறில இருந்தானுங்க. கட்டுப்படுத்த முடியலடா. கட்டுப்படுத்தறது நியாயமில்லன்னு கூட தோணிச்சி. பைத்தியம் பிடிச்சிடும்போல இருந்துச்சு... சரின்னு அவுத்து விட்டேன்.

ஜீப்புல ஏறிப் போனோம்... எவன் மாட்டினாலும் ஒழிச்சுடணும்னு... பஸ் ஸ்டாப்ல நின்னுட்டிருந்தது அந்தக் கூட்டம். சும்மா விசாரிச்சோம்... எவனக் கேட்டாலும் ஒண்ணும் தெரியாதுன்னான்... ஒருத்தன் தெனாவட்டா பதில் சொன்னான். செம்ம கடுப்பு. சுடுங்கடான்னேன். பசங்க சுட்டுத் தள்ட்டானுங்க... அஞ்சே நிமிஷம், அத்தன பேரும் காலி... இதோ இவங்க ரெண்டுபேரு தான் மிச்சம்.

என்னா பெரியவரே...

*(வயதானவர் பஸ் நிறுத்தத்தில் நடந்தது நினைவுக்கு வந்தவராய் விசும்புகிறார். பிஜயந்தி சற்றே நிமிர்ந்து பார்க்கிறாள்.)*

*கிஷோர்:* மொறைக்கறா பாரேன்... *(மனதிற்குள் வசை.)*

*விஜய்:* சரி வா... ஆட்டம் பாக்கி இருக்கு...

கிஷோர்: இந்த ஊரு பொம்பளங்களுக்கு திமிரு ஜாஸ்திடா... பொத்திகினு ஊட்ல உக்காந்து பொங்கிப்போட்டுகினு இருக்காம, போராட்டம்னு வீதியில வந்து ரகளை பண்ண வேண்டியது... மைரா பைபீயா மயிரு பைபியா...

பிஜயந்தி: அது தீவிரவாத இயக்கம் இல்லை. பெண்கள் இயக்கம். இந்த ஊர் பெண்கள் சுதந்திரமான வங்க, தைர்யமானவங்க... ராத்திரி தெருவில ஊர்வலம் போவோம் அவ்வளதான். இது மணிப்பூருக்கான போராட்டம்... அமைதியான போராட்டம்.

கிஷோர்: பாத்தியா... இவளும் அந்தக் கும்பலைச் சேர்ந்தவதான்.

விளக்கு அணைகிறது.

## காட்சி 9

இருட்டு. துடிக்கும் முரசு ஒலி மெல்ல மெல்ல பெரிதாகிறது. மேடையின் இடது பக்கம் தீப்பந்தங்கள் தெரிகின்றன. அதை ஏந்திக்கொண்டு நான்கு பெண்கள் நடந்து வருகிறார்கள். இரவில் வீதியில் ரோந்து போகும் மைரா பைபியின் பெண்கள். ஒரு கவிதையைப் படித்துக்கொண்டே அவர்கள் மேடையை வலம் வந்து ஊர்வலமாய் வெளியேறுகிறார்கள்.

என் நாடு எனதில்லை என்கிறான்...

எவளோ ஒருத்தியின் அண்ணன்...

அவனுக்கு அறிவிப்போம் வா...

மணிப்பூரின்றி நான் இல்லை... நான் இல்லாத மணிப்பூரும் இல்லை...

நானே மணிப்பூர்... நாமே மணிப்பூர்....

வீடு வீடாய், வீதி வீதியாய் பவனி வருவோம்...

காலில் வலு இருக்கும் வரை... உடலில் மூச்சிருக்கும் வரை...

என் ஒவ்வொரு மூச்சிலும் நீ இருக்கிறாய்...

உனது ஒவ்வொரு மூச்சிலும்... நானிருப்பேன்...

மணிப்பூரின்றி நான் இல்லை... நான் இல்லாத மணிப்பூரும் இல்லை...

நானே மணிப்பூர்... நாமே மணிப்பூர்....

நான் செல்லும் பாதை அமைதிப்பாதை... முள்ளாலான அமைதிப்பாதை...

என் வலி... உன் வலிமை... நம் வலிமை...

கையில் திரியும், நெஞ்சில் தீயுமாய், காத்திருக்கிறேன்... வா...

நான் தேர்ந்தெடுத்த பாதை... காத்திருக்கிறது உனக்காக...

மணிப்பூரின்றி நான் இல்லை... நான் இல்லாத மணிப்பூரும் இல்லை...

நானே மணிப்பூர்... நாமே மணிப்பூர்....

தீப்பந்தங்களுடன் கவிதையைப் படித்துக்கொண்டே அவர்கள் போகிறார்கள்.

விளக்கு அணைகிறது.

## காட்சி 10

ஒளி சிப்பாய்களின் மேல் விழுகிறது. விஜய் யோசித்து ஏதோ ஒரு பெரிய உத்தி தோன்றினார்போல கையைச் சொடுக்கிவிட்டு, ஒரு காயை வெட்டுகிறான்.

கிஷோர்: அவசரம்டா... வெட்டுற அல்ப சந்தோஷத்துல ஆட்டத்தை கோட்டை விட்டுராத...

விஜய்: என்ன பண்றது... வெட்டி ஆடிப் பளக்கமா

யிருச்சு... ஆடுறதே வெட்டிப்போடத்தான்னு ஆயிருச்சு...

(கிஷோர் தன் மூவுக்காக யோசிக்கிறான்.)

விஜய்: (பலகையைப் பார்த்து) மவனே... இன்னிக்கி தோக்கப்போறதில்லடா...

கிஷோர்: (யோசித்துக்கொண்டே) ஹ்ம்ம்... முடிவா இருக்க? ஏதோ ஒரு ப்ளானோடதான் வந்திருக்க போல... நேரா ராணிக்கு குறி வெக்கிறியே... நான் பொறுமையா குதிரை, யானைன்னு ஒண்ணொண்ணா கவுத்துட்டு வர்றதுக்குள்ள ஆட்டம் முடிஞ்சிரும் போலருக்கே...

கிஷோர் ஒரு காய் நகர்த்துகிறான்.

விஜய்: நெனச்சேன்... இப்போ பாரு... உன் யானை காலி... (மற்றொரு காயை வெட்டுகிறான்.)

கிஷோர்: எங்க வெச்சாலும் வெட்டுற... பெரிய ப்ரச்சனையா இருக்கே உன்னோட....

விஜய்: இன்னிக்கு மொத்தமா உன்னை காலி பண்றேன்...

(கிஷோர் விஜயையே பார்த்துக்கொண்டு அடுத்த மூவ் என்ன என்று தெரிந்தார்போல் தன் காயை நகர்த்துகிறான்.)

விஜய்: என்னா மொக்க மூவ் இது... (உரக்கச் சிரிக்கிறான்.) இப்ப பார்...

(மற்றொரு காயை வெட்டி வீழ்த்துகிறான்.)

(கிஷோர் தீவிரமாக யோசிக்க, விஜய் எழுந்து கை கால்களை நீட்டி மடக்கி உடற்பயிற்சி செய்வதுபோல செய்கிறான்.)

விஜய்: மூணு தடவை தோத்தேன்... மவனே இன்னிக்கி எல்லாத்துக்கும் சேத்து பழி தீத்துக்கறேன். பயந்து பயந்து ஆடுன காலம்

மலையேறிப்போச்சு... இன்னிக்கிப் பாரு தடாலடி ஆட்டம்தான். என்னா... ரொம்ப யோசிக்கிறபோல... FIRE KARO... BANDH KARO... நீ என்னா பண்ணப் போற... (சிரிக்கிறான். தன் துப்பாக்கியைக் கையில் எடுத்துக்கொள்கிறான்.) இன்னிக்கி நான் ஃபயர் கரோ... நீ எல்லாத்தையும் பந்த் கரோ...

*விகாரமாகச் சிரிக்கிறான். ஃபயர் கரோ பந்த் கரோ என்று சொல்லிக்கொண்டே கிஷோரை நெருங்கி அவன் முகத்துக்கு நேரே துப்பாக்கியை நீட்ட, கிஷோர் அவனை முறைத்துப் பார்த்து அவனைத் தள்ளிவிடுகிறான். விஜய் கீழே விழுகிறான். அவன் கையிலிருக்கும் அவனது கைத்துப்பாக்கி கையிலிருந்து விடுபட்டு தரையில் பிஜயந்தியின் முன்னே போய் விழுகிறது.*

*பிஜயந்தி அந்தத் துப்பாக்கியைப் பார்க்கிறாள். பார்வை அதன்மேல் நிலைகுத்தி நிற்கிறது. கிஷோர் ஆட்டத்தில் கவனமாய் இருக்க விஜய் இன்னும் சிரித்துக்கொண்டிருக்க, வேறு எந்த நினைப்பும் இல்லாதவளாய் அதையே பார்க்கிறாள். சட்டென்று எழுந்து கைத்துப்பாக்கியைக் கையில் எடுத்துக் கொள்கிறாள்.*

*வெறிபிடித்தவள் போல கிறீச்சிடுகிறாள். விஜயை நோக்கி அவனைச் சுடப்போவது போல குறி வைக்கிறாள்.*

*விஜய் திரும்பிப் பார்த்து அவள் கையில் துப்பாக்கியையும் அவள் கண்களில் தெரிகிற ஆக்ரோஷத்தையும் பார்த்துப் பயந்து பின்வாங்குகிறான்.*

*ஓர் ஆயுதம் கிடைத்த உத்வேகத்தில் பிஜயந்தி திரும்பத் திரும்ப கதறிக்கொண்டு சுட்டு விடுவேன் என்பது போல மிரட்டுகிறாள்.*

சட்டென்று அந்த இடத்தில் பதற்றம் பற்றிக் கொள்கிறது. கிஷோர் மட்டும் கொஞ்சம் பதற்றப்படாமல் இருக்கிறான்.

பிஜயந்தி: எங்கள விட்டுடு...

கிஷோர்: இந்தாம்மா, வுடத்தான் போறம்... ஆனா இப்போ நைட் டைம்... ரூல்ஸ் படி விடிஞ்சப்பறம்தான் உங்கள வுட முடியும்... டென்ஷனாவாத... துப்பாக்கிய கீழ வெச்சிடு.

பிஜயந்தி வெறிபிடித்தவள் போல கர்ஜனையுடன், கிஷோரைக் குறி வைக்கிறாள்.

கிஷோர்: இது என்ன பொம்ம துப்பாக்கின்னு நெனச்சியா... சுட்டா உசுரு போயிடும்... விளையாடாத... ஒரு ஆர்மி ஆபீஸரைச் சுட்டா என்ன தண்டனை தெரியுமா... டேய்... என்னாடா பாத்துக்கிட்டு நிக்கிற... போய் துப்பாக்கியை வாங்கிக்க... போடா.

விஜய் தயங்கி ஒரு அடி எடுத்து வைக்க பிஜயந்தி துப்பாக்கியால் சுடுகிறாள். பின்னால் ஏதோ சிதறி உடைகிறது.

விஜய்: டேய்... சுடறா டா...

கிஷோர்: ஹ்ம்ம்... சொன்னா கேக்க மாட்டியா? ஹ்ம்ம்... கடைசீயாச் சொல்லுறேன்... கீழ வெச்சிடு... வேண்டாம்... விபரீதமாயிடும்...

பிஜயந்தி கூக்குரல் இட்டுக்கொண்டே இரு வரையும் மாத்தி மாத்தி குறி வைக்கிறாள்... கிஷோர் இடுப்பில் இருக்கும் தன் கைத்துப் பாக்கியைப் பொறுமையாக எடுத்து அதை கார்க் செய்து அந்த வயதானவரைக் குறி வைக்கிறான்.

கிஷோர்: சரி, ஒரு முடிவா இருக்க... நீ சுடு, நானும் சுடுறேன்... கடசீல யாரு மிச்சம் இருக்காங்கன்னு பாத்துக்குவம்...

(பெரியவர் ஒன்றும் புரியாமல் முழிக்கிறார். பிஜயந்தி என்ன செய்வது என்று தெரியாமல் ஒரு சில வினாடிகள் தவிக்கிறாள்.)

கிஷோர்: என்னாச்சு... சுடலியாம்மா? ம்ம்... சீக்கிரம். டேய்... நீ தப்பிச்சிக்கறது உன் பாடு, புரியுதா... அவ சுட்டான்னா நான் இதோ இருக்காரே வயசானவரு, அவரைப் போட்டுத் தள்ளுவேன்... அதுக்கப்புறம், யாரு உசுரோட இருக்காங்களோ அவங்க அவங்களுக்குள்ள ப்ரச்சினையைத் தீத்துக்கிறது... என்ன சொல்ற?

(விஜய் அவள் மேல் பாய்ந்து துப்பாக்கியைப் பிடுங்க தக்க சமயம் பார்க்க, அவள் இன்னும் துப்பாக்கியை விடாமல் அவனைக் குறிபார்த்து விறைப்பாய் நிற்கிறாள்.)

கிஷோர்: எல்லாம் செஸ் மாதிரிதான்... எதிர்த்து ஆடறவன் வெட்டி ஆடணும்னு முடிவு பண்ணிட்டா அப்பறம் என்னா பண்றது... ஒனக்காச்சு எனக்காச்சு பாத்துக்க வேண்டியது தான்...

(குறி வைக்கிறான். சிரிக்கிறான்.)

கிஷோர்: டேய்... உனக்கு மிலிட்டரி ட்ரெய்னிங் இருக்கு. அப்புடி இப்புடி ஜம்ப் அடிச்சு தப்பிக்கலாம்... ஆனா இந்தப் பெரியவரை நெனச்சாதான் எனக்கு ரொம்ப வருத்தமா இருக்கு... என்னா பெரியவரே, விடிஞ்ச ஒடன வீட்டுக்குப் போலாம்னு நெனச்சிட்டு இருந்தீங்க இல்ல... இப்ப இந்தப் பொண்ணு இப்டி செய்யுதே... சுடு கண்ணு சுடு...

(பிஜயந்தி அழத் துவங்குகிறாள். வயதானவர் நடுங்குகிறார். பிஜயந்தி தடுமாறுகிறாள். அழுதுகொண்டு தன் துப்பாக்கியைக் கீழே இறக்குகிறாள். விஜய் பாய்ந்து வந்து துப்பாக்கியை அவளிடமிருந்து பிடுங்குகிறான்.

அவளை அறைகிறான்.)

கிஷோர் திடீரென அந்தப் பெரியவரைச் சுட்டுச் சாய்க்கிறான். அந்த இடத்தில் துப்பாக்கி வெடித்ததில் புகை சூழ்கிறது. பிஜயந்தி அதிர்ச்சியில் உறைந்து போய் இருக்கிறாள். விஜயும் அதிர்ச்சியுடன் பார்க்கிறான். சுதாரித்துக்கொண்டு சிரிக்கிறான். பிஜயந்தி களைத்துப்போய்க் கீழே விழுகிறாள்.

கிஷோர் உட்கார்ந்து விளையாட ஆரம்பிக்கிறான். ஒரு காயை நகர்த்துகிறான்.

கிஷோர்: சரி, விளையாடு, இப்ப உனக்கு செக்கு.

விஜய்: செக்கா... ஏய்... நீ எப்டி இங்க வந்த... சீ இந்தச் சிறுக்கி பண்ண கூத்துல ஆட்டத்தை கவனிக்காம வுட்டுட்டேன்...

(கிஷோர் விஸ்கியை எடுத்துக் கவிழ்த்துக் கொள்கிறான். சிரித்துக்கொண்டே எழுந்து நிற்கிறான். பாட்டு பாடுகிறான். லேசாக நடனம் ஆடுகிறான். நடனம் ஆடிக்கொண்டே தன் சொக்காயை அவிழ்க்கிறான். அதைத் தலைக்கு மேல் சுற்றி சுற்றிப் பாடுகிறான். விஜய் அவனை முறைத்துவிட்டுத் தலையைக் கவிழ்ந்து கொள்ள, கிஷோர் சட்டையைச் சுருட்டி அவன் முகத்தின் மேல் விட்டெறிகிறான். அது விஜயின் முகத்தை மூடிக் கொள்கிறது.)

விஜய்: நிறுத்துடா. என்னை கான்சென்ட்ரேட் பண்ண விடு...

கிஷோர்: கான்சென்ட்ரேட் பண்ணி என்ன புடுங்கப் போற? (சிரிக்கிறான்.) நீ யோசி... நான் போய் ஒரு பாட்டில் எடுத்தாறேன்.

(உள்ளே போய் ஒரு விஸ்கி பாட்டிலை எடுத்து வருகிறான். விஜய் யோசித்துக்கொண்டிருக்க

*இவன் குடிக்கிறான். கிஷோரின் ஆர்ப்பாட்டத்தை அடக்க வேண்டியாவது உடனடியாக காய் ஒன்றை வெட்ட வேண்டும் என்கிற பதற்றத்துடன் கிஷோரின் காய் ஒன்றை வெட்டி அந்தக் காயை எடுத்து சந்தேகத்துடன் தரையில் வைக்கிறான்.)*

விஜய்: உன் குதிரை காலிடா…

கிஷோர்: குதிரையை வெட்டிப்புட்டான்யா… நாங்க உடனே பயந்துடுவோமா? இந்த மூவ் பாரு. என் சிப்பாயை இப்பிடி ஒரு அடி மூவ் பண்ணா, என் ராணியோட கடைக்கண் பார்வை உன் ராஜா மேல விழும். மச்சி… மறுபடி செக்குடா… செக்கு…

*(எகத்தாளமாய்ச் சிரிக்கிறான். மறுபடியும் டான்ஸ் ஆடுகிறான். ஆடிக்கொண்டே மெல்ல தன் பெல்ட்டைக் கழற்றி விஜயின் முகத்துக்கு எதிரே தொங்கவிட்டு ஆடுகிறான். விஜய் அவனிடமிருந்து அதைப் பிடுங்கித் தூர எறிகிறான்.)*

நீ செக்குக்கு பதில் சொல்லு. இனி நீ செக்கு மாடு மாதிரி சுத்தி சுத்தி வரணும்டா…

*(விஜய் ராஜாவை எடுத்து பக்கத்துக் கட்டத்தில் வைக்கிறான்.)*

கிஷோர்: அவ்வளதான? ராஜா நொண்டிகிட்டே தாவி தாவி ஓடிகிட்டு இருக்கவேண்டியதுதான். என் மூவ் பாக்கறியா? என் ரூக் இப்பிடி மூவ் பண்ணினா மறுபடி செக்கு… செக்கு செக்கு செக்கு…

*(விஸ்கியை எடுத்துக் கவிழ்த்துக்கொண்டு கண்ணாடிக் குடுவையைக் கீழே வைக்கிறான். சிகரெட்டைக் கடைசி உறி உறிஞ்சி விரலால் சுண்டி ஜன்னல் வழி எறிகிறான். அவன்,*

முகத்துக்கு நேராய் எழுந்து ஆடுகிறான்.)

விஜய்: டே, அநாவசியமா வெறுப்பேத்தாத... மரியாதை கெட்டுடும்.

(கிஷோர் அவனை உந்தித் தள்ளுகிறான். விஜய் தோற்றுப்போன அவமானத்தில் அவனை இன்னும் தள்ளி விடுகிறான். கிஷோர் வெற்றி பெற்ற களிப்பில் அவனை வெறுப் பேற்றுகிறார்போல கொக்கரிக்கிறான். அவர்கள் இருவருக்கும் சண்டை மூளுகிற சூழல் வருகிறது. ஒருவரை ஒருவர் தள்ளிவிட்டுக் கொள்கிறார்கள். கீழே விழுந்த கிஷோர் எழுந்து அவனை சமாதானப்படுத்துகிறான்.)

கிஷோர்: ஏன் மச்சி டென்ஷன் ஆவுற? ஆடு, எதை வேணும்னாலும் நகத்து கண்ணு... எந்தப் பக்கம் போனாலும் உன் ராஜா காலி... தோக்கறது கஷ்டமான சமாசாரம்தாண்டா. தாங்கிக்க... ஒரு தடவை தோத்தாலே கஷ்டம் தான். (சிரிக்கிறான்.) வரிசையா மூணு தடவை தோத்தாக்க கஷ்டமாதான் இருக்கும்...

(விஜய் அவனிடமிருந்து விலகி, ஆக்ரோஷத் தோடு கத்துகிறான். எதையாவது செய்ய வேண்டும் என்கிற வெறி வந்தவன்போல மேஜை மேலிருக்கும் விஸ்கி பாட்டிலை எடுத்துக் குடிக்கிறான். கோபத்தின் உச்சத்தில் வந்து அந்தச் சதுரங்கப்பலகை இருக்கும் சிறிய டேபிளை எட்டி உதைக்கிறான். காய்கள் சிதறுகின்றன.)

மேடையில் நிறம் மாறுகிறது. இசை துடிக்க ஆரம்பிக்கிறது... கிஷோர் நடந்து வந்து பிஜயந்தியிடம் வந்து நிற்கிறான், பிஜயந்தி களைத்துப்போய் அங்கே என்ன நடக்கிறது என்று தெரியாமல் தலைகுப்புறப் படுத்துக் கிடக்கிறாள்.

கிஷோர்: எப்பவுமே நான் எச்சை பண்ணதுதான்

உனக்குன்னு ஒன் தலையெழுத்துடா. காத்திரு பொறுமையா... அடக்கமா... நான் விட்டு வைக்கறேன் அந்த எச்சையை வந்து பொறுக்கிக்கோ. (சிரிக்கிறான்.)

கிஷோர் குனிந்து பிஜயந்தியின் கைகளைப் பிடித்து இழுக்கிறான். பிஜயந்தி கண்விழித்துப் பார்த்து அலறுகிறாள். அவள் அலறிக் கொண்டிருக்க கிஷோர் அவளைத் தரதர வென்று வெறியுடன் உள்ளே இழுத்துப் போகிறான்.

மேடையில் மெல்ல ஒளி மங்குகிறது. விஜய் மேல் ஒளிவட்டம் விழுகிறது. விஜய் மெல்ல தன் சட்டையை அவிழ்க்கிறான்.

இன்னொரு முறை பிஜயந்தி அலறுவது கேட்கிறது...

**திரை**

●

# சுருதி பேதம்

## கதாபாத்திரங்கள்

இளையாங்குடி பஞ்சாபகேசன்

அம்பி

கல்யாணி

நித்யா

ராமநாதன்

சபா செக்ரட்டரி

பாஸ்போர்ட் ஆபீஸ் அலுவலர்

அலுவலக அதிகாரி

நிருபர்

பக்கத்து வீட்டுப் பெண்மணி

பாட்டு டீச்சர்

வாத்தியக்காரர்கள்

●

## அரங்க அமைப்பு

ஒரு பக்கத்தில் பூஜை அறையும் இன்னொரு பக்கத்தில் வரவேற்பறையும் கொண்ட கல்யாணியின் வீட்டிலேயே பெரும்பாலான காட்சிகள் நடக்கும். பாட்டுக் கச்சேரி நடக்கும் மேடை, கோயில், அலுவலகம் போன்ற இடங்கள் வீடு இருக்கும் செட்டின் இருபுறமும் சின்னச் சின்ன ப்ராப் அமைப்புகள் மூலம் நடிக்கப்படும்.

# காட்சி 1

இருட்டு... மழையும் காற்றுமாகப் பின்னணி ஓசை. வீட்டின் செட். ஆனால் அது இருளில் மூழ்கடிக்கப்பட்டிருக்கிறது. மேடையின் இடது பக்க மூலையில் சோபாவில் யாரோ உட்கார்ந்திருப்பது மெல்லிய வெளிச்சத்தில் தெரிகிறது.

நிருபர்: மேடம்... காத்தும் மழையுமா இருக்கு. இன்னைக்கு கரன்ட் வராதுன்னு நினைக்கறேன். மெழுகுவர்த்தி கிடைச்சதா மேடம்? எங்கிட்ட சிகரெட் லைட்டர் இருக்கு, வேணுமா?

உள்ளே இருந்து ஒரு பெண்மணியின் குரல் கேட்கிறது.

'இல்ல வேண்டாம். சாமியுள்ளுல விளக்கு இருக்கு. பத்த வச்சிண்டுட்டேன்.'

அந்த அம்மாள் உருவம் மேடையில் இடது பக்கத்தி லிருந்து ஒரு விளக்கை ஏந்திக்/ கொண்டு வந்து வைக்கிறது. அந்த அம்மாளின் உருவம்

தெரிகிறது. அறுபது வயது நித்யா. தளர்ச்சியுடன் நடந்து வந்து சோபாவில் நிருபர் எதிரே உட்காருகிறார்.

நித்யா: கேளுங்கோ. கரன்ட் போறதுக்கு முன்னால என்ன கேள்வி கேட்டேள்? மறந்துபோச்சு.

நிருபர்: அந்தக் காலத்து கர்நாடக சங்கீதத்துக்கும் இந்தக் கால கர்நாடக சங்கீதத்துக்கும் என்ன வித்தியாசம்னு கேட்டேன்.

நித்யா: அந்தக் காலத்துல கீர்த்தனைகள் ரொம்பப் பெரிசா விஸ்தாரமா இருக்கும். சங்கதிகள் அதிகம் இருக்கும். கல்பனா ஸ்வரங்கள் எல்லாம் பேருக்கு ஏத்த மாதிரி கற்பனையா இருக்கும். இப்ப கற்பனை சுவரங்கள் குறைஞ்சு போச்சு. வேகமும் புதுமையும் கூடியிருக்கு. குத்தம் சொல்லக் கூடாது. காலத்துக்கு ஏத்தா மாதிரி சங்கீதத்துல ஏதாவது மாத்தம் இருந்துண்டுதான் இருக்கும். ஆதரவு இல்லாம நலிஞ்சு போயிண்டிருக்கற இந்தக் கலையைத் தொடர்றதுதான் முக்கியம். குத்தம் சொல்லிண்டு பாடறவா உற்சாகத்தைக் கெடுக்கப்படாது.

இன்னைக்குதான் கடைசி நாள்னு சொன்னேள் இல்லையா? இன்னைக்குப் பாத்து கரன்ட் போயிடுத்து. பாவம், நீங்களும் ஒரு வாரமா வந்து நான் சொல்றதையெல்லாம் நோட் பண்ணிண்டு போறேள். உங்களுக்குதான் சிரமம் பாவம்.

நிருபர்: பரவால்ல மேடம். உங்களை மாதிரி பெரிய பாடகியை சந்திச்சி இன்டர்வியூ பண்ற சான்ஸ் கிடைச்சதுல எனக்கு ரொம்ப சந்தோஷம். கிட்டத்தட்ட முடிஞ்சிபோச்சு.

நிருபர்: கடைசியா ஒரு கேள்வி கேக்கணும். கொஞ்சம் பர்சனலான கேள்விகூட.

நித்யா: கேளுங்கோ.

நிருபர்: உங்க அப்பா பத்தி...

நித்யா: சங்கீதத்துல நாட்டமே இல்லாதிருந்த நான் பாட காரணமா இருந்தது அவர்தான். கொஞ்ச வருஷங்கள்லேயே பெரிசா வளந்து அவருக்கு ஈடா பாடினதுக்குக் காரணமும் அவர்தான்.

நிருபர்: ஆரம்ப காலத்துல உங்க ரெண்டு பேருக்கும் அவ்வளவு சுமுகமான உறவு இருந்தா மாதிரி நான் கேள்விப்படலை மேடம். அவரைப் பத்தி கொஞ்சம் கடுமையாவே பேசியிருக்கீங்க. சங்கீதம்கூட நீங்க அவர்கிட்ட கத்துக்கிட்டதா தெரியலை.

மௌனம்.

நிருபர்: மேடம்...

நித்யா: ஆமா... நீங்க நாசூக்கா சொல்றேள். அப்பாமேல கோபமும் ஆத்திரமுமா அவரை எதிரியா நினைச்சி ஒதுக்கி... அது பெரிய கதை. அது என்னத்துக்கு இப்போ?

நிருபர்: இல்ல மேடம். இன்டர்வியூக்காகக் கேக்கலை. உங்க ரசிகர்ங்கற முறைல ஒரு ஆர்வத்துல கேக்கறேன். ஆட்சேபனை இல்லன்னா சொல்லுங்க.

மூக்குக் கண்ணாடியைக் கழற்றிவைத்துக் கொண்டு கண்களை மூடியபடி நித்யா பேசுகிறார்.

நித்யா: எங்கப்பா அந்தக் காலத்துல இந்தியா முழுக்கப் பிரபலமான வித்வான். சங்கீதத்துக்கு சாஸ்திரமே அவர் பாட்டுதான்னு சொல்லுவா. அவ்வளவு ஞானம் அவ்வளவு பாவம். நீங்க அவர் பாட்டு எதுவும் கேட்டிருக்கீங்களா?

நிருபர்: இல்ல மேடம். எதாவது ஒண்ணு பாடி காமிங்களேன்...

நித்யா தொண்டையைக் கனைத்துக்கொள் கிறார். பாட ஆரம்பித்து இயல்பாய் மறுபடியும்

தொண்டையைக் கனைத்துக்கொண்டு மெல்லியதாய் ஒற்றைக் குரலில் பக்கவாத்தியம் இல்லாமல் பாடுகிறார்.

பிவரே ராமரசம், ரசனே பிவரே ராமரசம்
ஜனன மரண பய சோக விதூரம்
சகல சாஸ்த்ர நிகமா சம சாரம்
*பிவரே ராமரசம் (ஆஹிர் பைரவி)*

பாட்டு சன்னக் குரலில் ஆரம்பித்து உச்சஸ்தாயியை எட்டி நீளும்போது மெல்ல இருட்டு படர்கிறது. பாட்டின் ஓசை மெல்லக் குறைகிறது. மேடையின் வலப்பக்கத்தில் இன்னொரு வெளிச்ச வட்டம் வந்து அதில் ஒரு பாடகர் பக்கவாத்தியக்காரர்களோடு சேர்ந்து செய்யும் கச்சேரி பளிச்சென்று ஆரம்பிக்கிறது.

பாடல் ஒரு நிமிஷம் நீடிக்கிறது.

பாடல் முத்தாய்ப்புடன் முடிகிறது. முடிந்தவுடன் கரகோஷம் கேட்கிறது. சபா செக்ரட்டரி கையில் ரோஜாப்பூ மாலையோடு வந்து அவருக்கு அணிவிக்கிறார். அவர் ஜனங்களை நோக்கிக் கைகூப்புகிறார். சபா செக்ரட்டரி மைக்கின் முன்னே வந்து ஜனங்களைப் பார்த்துப் பேசுகிறார்.

'வணக்கம். வித்வான் இளையாங்குடி பஞ்சாபகேசன் அவர்களின் கச்சேரியைக் கேட்க வந்திருக்கும் மகாஜனங்களுக்கு வந்தனம்.

மதுரை மணி ஐயரின் எளிமை, அரியக்குடியின் கற்பனை வளம், செம்மங்குடியின் சுருதி சுத்தமும் வாக்குச் சுத்தமும் அத்தனையும் ஒண்ணா அமையப் பெற்றவர் பஞ்சாபகேசன். இன்னைக்குக் கச்சேரியே அதற்கு உதாரணம். கரஹரப்பிரியால சக்கநி ராஜ மார்கமுவை கனமான பிரயோகங்கள்ள ஆரம்பிச்சு தெளிந்த குரல்ல மேல போயி குட்டி பிருகாக்களை அளவா தூவி மயங்க வச்சுட்டார். ராகம் தானம்

பல்லவிக்கு அசாவேரியை எடுத்துண்ட அழகைச் சொல்றதா, சாவேரி, சுத்த சாவேரின்னு ஸ்வர ராகமாலிகையைச் சொல்றதா? இந்தக் குரல் வளமும் ஞானமும் தெய்வ கடாட்சம்னு தான் சொல்லணும். அசுர சாதகம் பண்ணுவார். அவ்வளவு உழைப்பு இன்னைக்கு அவரை இந்தப் பெரிய நிலைமைக்கு உயர்த்தி வச்சிருக்கு. சங்கீதத்துக்கே தன்னை அர்ப்பணிச்சிண்டவர்.'

கீழே உட்கார்ந்து கைகளைப் பின்னால் ஊன்றிக்கொண்டு உட்கார்ந்து பேச்சை ரசிக்கிறார்.

'இளையாங்குடி பஞ்சாபகேசன் இந்தியாவின் தலைசிறந்த சங்கீதக் கலைஞர்களில் முதன்மை யானவர். கலைமாமணி, பத்மஸ்ரீன்னு பட்டங் களுக்குப் பெருமை சேர்த்தவர். நல்ல சேதி சொல்லணும்னு வந்து நான் என்னன்னமோ பேசிண்டிருக்கேன். இந்த வருடம் மியூசிக் அகாடமியின் சங்கீத கலாநிதி பட்டத்தை அவருக்குத் தர பரிந்துரைக்கப்பட்டிருக்கிறது என்கிற மகிழ்ச்சியான செய்தியை உங்களிடம் பகிர்ந்துகொள்ள ஆசைப்படுகிறேன். (கரகோஷம்) இளையாங்குடி அண்ணாவின் சங்கீதப் பிரவாகத்தில் நாங்கள் மூழ்கித் திளைக்க அவர் இன்னும் பல்லாண்டு காலங் கள் சிறப்பாக வாழ்ந்து சங்கீதச் சக்கரவர்த்தி யாக நிலைக்க வேண்டும் என்று இறைவனை வேண்டி விடைபெறுகிறேன், வணக்கம்.'

மறுபடியும் கரகோஷம். (பஞ்சாபகேசன் அலட்சியமாய்க் கைகூப்புகிறார்.) பக்க வாத்தியக்காரர்கள் இயல்பாக எழுந்து கொள்கிறார்கள். அவர்களுக்குள் பேசிக்கொள் கிறார்கள். பிரதான பாத்திரங்கள் பேசிக் கொள்ள ஆரம்பித்தவுடன் அவர்கள் எழுந்து அவரை நமஸ்கரித்துவிட்டு விலகிப் போகிறார்கள்.

இளையாங்குடி: திவ்யமா வாசிச்சேள். ரொம்ப சந்தோஷம் ராமபத்ரன். தனில ஜமாய்ச்சிட்டீர் போம்.

எல்லாம் அண்ணா தயவு... (கிளம்பு கிறார்கள்.)

இளையாங்குடி: அம்பி... டே அம்பி... எங்கடா போனே?

அம்பி: இங்க இருக்கேண்ணா. வெளிய பத்திரிகைக் காரா எல்லாம் உங்களை பேட்டி எடுக்கணும்னு காத்துண்டு இருந்தா. அவாளோட பேசிண்டிருந்தேன்.

இளையாங்குடி: என்ன வேணா பேசு. சங்கீதத்தைப் பத்தி மட்டும் பேசி வக்காத. பத்திரிகைக்காராகிட்ட என்னைப் பத்தி ஏதாவது ஏடாகூடமா சொல்லிவக்காத.

அம்பி: சே சே... அதெல்லாம் சொல்லுவனா? நான் உங்க அடிமை. உங்க நாக்குல பொரள்ற ஸ்வரம் மாதிரி. நீங்க இழுத்த இழுப்புக்கு வான்னா வருவேன். நில்லுன்னா நிப்பேன். ஆடுன்னா ஆடுவேன்.

இளையாங்குடி: ஆமா பாட்டெல்லாம் கேட்டியா? இல்லை புகையிலை போட்டுண்டு பொழுதைப் போக்கிண்டு இருந்தயா?

அம்பி: எல்லாப் பாட்டையும் கேட்டுண்டுதான் இருந்தேண்ணா.

இளையாங்குடி: எந்தப் பாட்டு நன்னாயிருந்தது சொல்லு.

அம்பி: ஆபோகில சங்கதி பண்ணேளே... அது பிரமாதம்ண்ணா.

இளையாங்குடி: ஞானசூன்யம். அது ஆபோகி இல்ல, ஸ்ரீரஞ்சனி. ஒவ்வொரு ராகத்துக்கும் உருவும் அழகும் சேக்கறது ஸ்வரஸ்தானங்களும் அனுஸ்வரங்களும்தான். இதை எழுதியோ புஸ்தகத்துல படிச்சோ கத்துக்க முடியாது. கேள்வி ஞானத்துலதான் தெரிஞ்சிக்க முடியும். பாட்டுதான் வரலை. சிரத்தையா கேக்கவாவது

செய்யலாம் இல்லையா? அதுவும் பண்ணாத. எனக்குன்னு வந்து வாய்ச்ச பாரு.

அம்பி: ஆமா, நான் பாட்டு கேட்டுண்டு இருந்தா உங்களுக்கு கூடமாட ஒத்தாசை பண்றது யாரு? கால் பிடிச்சிவிடணுமா, அம்பீ... (அவர் மாதிரி கூப்பிட்டுக் காண்பிக்கிறான்) பொட்டி தூக்கணுமா, அம்பீ... ஃபோனு எடுக்கணுமா, அம்பீ... பாட்டு வர்லன்னுதான எடுபிடியா ஆயிட்டேன்.

இளையாங்குடி: சபா செக்ரட்டரி சார். நீங்க சொல்லுங்கோ, எந்த ஐட்டம் இன்னைக்கு நல்லாயிருந்தது?

செக்ரட்டரி: நீது சரண பாடினேளே... என்ன அழகு! 'ஓ ஜக ஜனனி' அடில நிரவல் பிரமாதம்ண்ணா. கல்யாணிய உங்க நாக்குலேயே ஒளிச்சுவச்சிண்டு இருக்கேள்ணா. வேற யாரும் இவ்வளவு அழகாப் பாட முடியுமா?

இளையாங்குடி: சரியாச் சொன்னீர்ய்யா. கல்யாணி என் நாக்குல மட்டும் இல்லய்யா. மனசுலயும் இருக்கா. (கொஞ்சம் யோசிக்கிறார்.) டே அம்பி பானகம் எடுத்துண்டு வா, போ.

அம்பி: இப்பவேவா? கார்ல போகும்போது தாகசாந்தி பண்ணிக்கலாமே அண்ணா.

இளையாங்குடி: எடுத்துண்டு வாடா. நான் போய் பத்திரிகைக் காராளைப் பாத்துப் பேசிட்டு வந்துடறேன். (போகிறார்.)

அம்பி: இதோ வரண்ணா.

சபா செக்ரட்டரி: பானகமா? சில்லுன்னு ஏதாவது சாப்ட்டா தொண்டை கெட்டுப் போகப்போறது. இருங்களேன்... கேன்டீன்லந்து சூடா ஃபில்டர் காப்பி போட்டு எடுத்துண்டுவரச் சொல்றேன்.

(அம்பி அவர் கையைப் பிடித்து இழுத்து வருகிறான்.)

புரியாமப் படுத்தாதேயும். இது எங்களுக்குள்ள பரிபாஷை. (சுற்றுமுற்றும் பார்க்கிறான்.) பானகம்னா பீர்னு அர்த்தம்.

சபா செக்ரட்டரி: பானகம்னா பீரா? ராம ராம...

அம்பி: ஆமா. ரசம்னா ரம்மு.

சபா செக்ரட்டரி: அடக் கண்றாவியே... எங்கிட்ட இதெல்லாம் ஏன் சொல்லித்தொலைக்கற? நான் சபா செக்ரட்டரி. எனக்கு இதெல்லாம் தெரிய வேண்டாம். தெரியவே வேண்டாம். ராம ராம. நான் என்னைக்காவது பானகமோ ரசமோ குடிச்சி நிதானமில்லாம உளறிட்டேன்னா வம்பு. அம்பி ஒரு சந்தேகம். நிஜமாவே பானகம் சாப்பிடணும்னா என்னன்னு கேப்பார்?

அம்பி: வெறுமன பானகமும் மோரும் சாப்ட அவர் என்ன ஸ்ரீராம நவமிக்கு பஜனை பண்ற வெத்துப் பாடகர்னு நினைச்சீரா? உலகம் போற்றும் பெரிய வித்வான் அய்யா. பானகம் மோரு எல்லாம் எங்க சிஸ்டத்துலயே கிடையாது. ஸ்டேடஸ் ஏற ஏற உடம்புல போடற தீர்த்தங்களும் மாறணும் ஓய். அதை விட பெரிய தப்பு ஒண்ணு பண்ணுனீர். உம்மை தான் உதைக்கணும்.

சபா செக்ரட்டரி: நான் என்ன பண்ணேன்?

அம்பி: என்ன பண்ணுனீரா? சும்மா இருக்காம என்னதுக்கு அந்தக் கல்யாணி ராகம் பத்தி சிலாகிச்சி சொன்னீர்? கல்யாணி ராகத்தை ஞாபகப்படுத்தி இப்ப பானகம் கேக்கறார். அது உள்ள போனா நிஜ கல்யாணியைத் தேடிண்டு போவார். இப்ப பக்கத்துல மயிலாப்பூர் ஆத்துக்குப் போகவேண்டிய காரு, இப்ப யூ டர்ன் எடுத்துண்டு நான் கோடம்பாக்கம் வரைக்கும் ஓட்டிண்டு போகணும். வாயை வச்சிண்டு சும்மா இருக்கமாட்டீரா ஐயா? நீர்

இப்ப கச்சேரி பத்தி சிலாகிச்சிப் பேசலன்னு யாரு அழுதா?

சபா செக்ரட்டரி: கல்யாணி பத்தி பேசினா நீர் பதினைஞ்சி கிலோ மீட்டர் ஓட்டணும்னு எனக்குத் தெரியாதுய்யா. முதல்லயே சொல்லியிருந்தீர்னா நான் சொல்லி யிருக்கமாட்டேன்.

அம்பி: ஏன்தான் ராகத்துக்கெல்லாம் பொம்மனாட்டி கள் பேரை வச்சி என் உசுரை வாங்கறாளோ தெர்ல.

கல்யாணியில் பாடிக்கொண்டே பஞ்சாபகேசன் வருகிறார்.

அம்பி: இந்தாங்கண்ணா பானகம்.

சபா செக்ரட்டரி: சாப்புடுங்கோ... ஏலக்கா, ஜாதிக்கா, பட்டை எல்லாம் தட்டிப்போட்டு அமோகமா... (அம்பி முறைக்க நிறுத்துகிறார்.)

இளையாங்குடி ஒரு மிடறு குடிக்கிறார். லேசாக கல்யாணி ஆலாபனை செய்கிறார்.

இளையாங்குடி: அம்பி... இன்னைக்கு கோடம்பாக்கம் போகணும்.

அம்பி: சரிண்ணா. போனா போச்சு. (சொல்லிவிட்டு சபா செக்ரட்டரி கழுத்தை நெறிக்கறார்போல செய்கிறான்.)

சபா செக்ரட்டரி: அப்ப நான் உத்தரவு வாங்கிக்கறேன். நீங்க நிதானமா பானகம் சாப்டுங்கோ. நான் வரட்டா..?

சாப்பிடுவதை நிறுத்தாமல் இடது கையால் ஆசீர்வதிப்பதுபோல கைதூக்கி வழியனுப்புகிறார்.

சபா செக்ரட்டரி: நான் வரேன். அம்பி, பாத்து கீழ சிந்தாம சாப்டச் சொல்லு. கீழ கொட்டி மேடை யெல்லாம் கும்முன்னு பானக வாசனையா

ஆயிடப்போறது. அடுத்த கச்சேரி ரங்கநாதன். எழுபது வயசுல தள்ளாடிண்டு பாடறதே பெரிசு. இந்த வாசனை அவரை இன்னும் தள்ளாட வக்கப்போறது. நீங்க சாப்டுங்கோ. நான் வரேன்.

அவர் கல்யாணி பாடிக்கொண்டே போக அம்பி பின்னால் போகிறான்.

## காட்சி 2

கல்யாணியின் வீடு. கல்யாணி சுவாமி படத்தின் முன் விளக்கேற்றிக்கொண்டோ பூ போட்டுக்கொண்டோ இருக்க, சிறுமி நித்யா வருகிறாள்.

கல்யாணி: நித்யா ரோட்ல விளையாடினது போதும். போ முகத்தை அலம்பிண்டு பாட்டுப் புஸ்தகத்தை எடுத்து வச்சிண்டு ஒரு மணி நேரம் பாடு, போ. பன்னண்டு வயசாறது இன்னும் ஒரு வர்ணம் ஒழுங்காப் பாட வர்ல!

அவள் சேரில் காலை ஆட்டிக்கொண்டு அலட்சியமாய் உட்கார்ந்திருக்கிறாள்.

கல்யாணி: நான் சமயக்கட்ல வேலையை முடிச்சுட்டு வரும்போது சாதகம் பண்ணிண்டு இல்லன்னா எனக்கு கெட்ட கோவம் வரும் சொல்லிட்டேன். *(உள்ளே போகிறாள்.)*

நித்யா சேரில் உட்கார்ந்தபடியே தாளம் போட்டுக்கொண்டு நாலு வரி பாடுகிறாள். சங்கீதம் கற்றுக்கொள்கிற சின்னப் பெண் பாடுகிற மாதிரி அவ்வளவாக நேர்த்தி இல்லாமல் பாடுகிறாள்.

கல்யாணி: *(உள்ளேயிருந்து)* நித்யா சேர்ல உக்காந்துண்டு பாடாதே. முகம் அலம்பிண்டு வந்து சுருதிப்

பெட்டி எடுத்து வச்சிண்டு சுவாமி படத்து முன்னால உக்காந்துண்டு பாடு.

நித்யா சலித்துக்கொண்டே எழுந்து வந்து சுருதிப்பெட்டியைவைத்துக்கொண்டு உட்கார்ந்து பாடிக்கொண்டிருக்கும்போதே வாசலில் சப்தம் கேட்கிறது. இளையாங்குடி வந்து நிற்கிறார்.

நித்யா பாடுவதை ரசிக்கிற மாதிரி தாளம் போட்டுக்கொண்டே நிற்கிறார். பாட்டு கொஞ்சம் பிசிறடிக்கிறது.

இளையாங்குடி: அப்பிடியில்ல குழந்தை... சுருதி விலகிப் போறது பாரு.

நித்யா சட்டென்று பயந்துபோய் பாட்டை நிறுத்திவிட்டு அவரைப் பார்க்கிறாள்.

இளையாங்குடி: நித்யா நன்னாயிருக்கியா?

அவள் எழுந்து அவரிடமிருந்து எதிர்ப்பக்கம் போகிறாள். வீட்டிற்குள் பார்த்து, ‘அம்மா... அம்மா...’ என்று கூப்பிடுகிறாள்.

பின்னாலேயே பையைத் தூக்கிக்கொண்டு அம்பி வருகிறார்.

கல்யாணி: (உள்ளேயிருந்து) என்னடி? யாரு வந்திருக்கா?

நித்யா: (அவரை ஓரக் கண்ணால் பார்த்துக்கொண்டு சமையல்கட்டுப் பக்கம் பார்த்து)

அந்த பாட்டுப் பாடற மாமா வந்திருக்கார்.

அம்பி: (பையைத் தூக்கிக்கொண்டு உள்ளே வந்து கொண்டே) பாத்தேளாண்ணா... பாட்டுப் பாடற மாமாவாம், தேவையா? அப்பா மூஞ்சியே மறந்து போயிடுத்து அவளுக்கு. குழந்தை ஏன் சொல்லாது பாவம்? பழைய பேப்பர் வாங்கறவன்கூட ஆத்துக்கு மாசம் ஒரு

தடவை வருவான். நீங்க பாத்தரத்துக்கு ஈயம் பூசறவன் மாதிரி ஆறு மாசத்துக்கு ஒரு தரம்...

இளையாங்குடி: உனக்கு வேற உதாரணமே தெரியாதாடா?

அம்பி: வேடிக்கைக்கு சொல்லல. உங்க சார்புல நான் இங்க வாரத்துல நாலு நாள் வந்து நீங்க வாங்கிக்குடுக்கறதைக் கொண்டுவந்து குடுத்துண்டு போயிண்டு இருக்கேன். என்னை அப்பான்னு நினைச்சுக்கப் போறது.

இளையாங்குடி: சும்மார்ரா. வாடி குழந்தை... உனக்காக என்னல்லாம் வாங்கிண்டு வந்திருக்கேன் பாரு.

கல்யாணி: (உள்ளேயிருந்து வருகிறார்.) யாருடி? வாங்கோ... வாங்கோ... நன்னாயிருக்கேளா?

இளையாங்குடி: எனக்கென்ன நன்னா இருக்கேன். நீதான் இளைச்சிப்போனாப்பல தெரியற. பாவாடை தாவணி எல்லாம் போட்டுண்டு அசப்புல உன்னை மாதிரியே இருக்கா உம்பொண்ணு!

கல்யாணி: அதென்னது உம்பொண்ணு? அவ உங்க ஜாடைதான். (நித்யாவை இழுத்து) நித்யா, அப்பா..டி... போ, கூப்படறார் பாரு.

நித்யா அவரிடம் போகாமல் அம்மாவின் முந்தானையைப் பிடித்தபடியே நிற்கிறாள்.

நித்யா ஓடிப்போய் அம்பி கையைப் பிடித்துக் கொள்கிறாள். அவர் கையில் இருக்கும் பையில் இருந்து பாவாடை தாவணி எல்லாம் எடுத்துப் பார்க்கிறாள்.

கல்யாணி: என்னத்துக்கு புதுசா இப்ப இதெல்லாம்? போன வாரம்தான் ஏகத்துக்கு வாங்கி அனுப்பிச்சேள்.

இளையாங்குடி: தீபாவளி வர்றதே. அப்ப நான் ஊர்ல இருப்பனோ இல்லையோ? லண்டன்ல ஒரு கச்சேரி ஏற்பாடு பண்ணியிருக்கா. போக

வேண்டிவரும். அதான் இப்பவே வாங்கிண்டு வந்தேன்.

நித்யா பைக்குள் இருந்து எடுத்துப் பார்த்து, ‘இந்தக் கலர் எங்கிட்ட இல்லவே இல்லை. ரொம்ப நன்னாயிருக்கு. ரொம்ப தேங்க்ஸ்’ என்கிறாள் அம்பியைப் பார்த்து.

அம்பி: பாட்டு பாடற மாமா, குழந்தை தேங்க்ஸ் சொல்றது. அப்பாக்கு தேங்க்ஸ் சொல்லும்மா. அவர்தான் வாங்கினார், நான் சும்மா அவருக்கு எடுபிடி. இதெல்லாம் தூக்கிண்டு வந்தேன் அவ்வளதான்.

நித்யா அப்பாவை முழுசாகப் பார்க்காமல் ‘தேங்க்ஸ்’ என்கிறாள்.

அம்பி: வாயைத் திறந்து நன்னா தேங்க்ஸ் சொல்லு.

மன்னி இந்தப் பைல உங்களுக்கு துணிமணி இருக்கு. இதுல ஸ்வீட்ஸ். வரும்போது ரங்கநாதன் தெருல ஃப்ரெஷ்ஷா காய்கறி வாங்கிண்டுவந்தேன். இந்தப் பைல பணம் இருக்கு. இந்தாங்கோ, அதை நீங்க பத்திரமா வச்சிக்கங்கோ. நான் இதல்லாம் உள்ள வச்சிடறேன்.

கல்யாணி இளையாங்குடி அருகில் ரொம்ப ஆசையுடன் தரையில் உட்கார்ந்துகொள்கிறாள்.

கல்யாணி: இன்னைக்கு கச்சேரி எப்படி நடந்தது?

அம்பி: வழக்கம்போல பிச்சி உதறிட்டார் மன்னி. ஆபோகில ஒரு சங்கதி பாடினார் பாருங்கோ...

இளையாங்குடி: அது ஸ்ரீரஞ்சனிடா பிரம்மஹத்தி.

கல்யாணி: கேக்கவே வேண்டாம். அமோகமா இருந்திருக்கும். எங்களுக்குதான் நேர்ல கேக்கக் குடுத்துவைக்கல. ரேடியோலயும் டேப்புலயும் கேக்க வேண்டியிருக்கு.

அவர் குடித்த நிலையில் சேரில் சாய்ந்து கொண்டே தலையை உத்திரத்தைப் பார்த்த படியே இருவரும் கைகளைப் பிடித்துக் கொண்டே பேசுகிறார்கள்.

அம்பி: மன்னி தோடில தாயே யசோதாவும் ஒரு தில்லானாவும் பாடினார் பாருங்கோ அமர்க்களம். உங்களைத்தான் நினைச்சிண்டேன். அவர் பாட நீங்க அந்தப் பாட்டுக்கு அபிநயம் பண்ணா என்ன பிரமாதமா இருக்கும்னு தோணித்து.

கல்யாணி: (வெட்கத்துடன்) ஆமா, அது ஒண்ணுதான் குறச்சல்.

இளையாங்குடி: ஆடினா என்ன? ஏண்டா அம்பி. நீ சொல்றா மாதிரி ஒரு சின்ன கச்சேரி வச்சிப்பமே ஆத்துக்குள்ள. நாலைஞ்சி தில்லானா ரெண்டு வர்ணம். ஆடேண்டி. நமக்குள்ள வச்சிக்கலாம். உன் ஆத்துக்காரியைக் கூட்டிண்டு வா. நமக்கு நெருக்கமா இருக்கறவா நாலைஞ்சு பேரை கூப்டுக்கலாம். என்னடி சொல்ற?

அம்பி: நெருக்கமானவா? மயிலாப்பூர்லருந்து மூத்தாளைக் கூப்ட்டா வருவா...

இளையாங்குடி: போடா அசத்து. இவ ஆடி நீ பாத்ததில்லையே அம்பி. அவளோட முதல் கச்சேரி இன்னும் எனக்கு ஞாபகம் இருக்கு. அவ அப்பாதான் நட்டுவாங்கம் பண்ணினார். எந்த இடம் மறந்துபோச்சு. மயிலாப்பூர் சங்கீத சபாலயாடி?

கல்யாணி: சி.வி. நரசிம்மன் நடத்தின சபா. மைலாப்பூர் கே.எஸ். ஹைஸ்கூல் மைதானம். அப்ப சபா எல்லாம் ஏது? மைதானத்துல கொட்டகை போட்டிருக்கும்.

இளையாங்குடி: அன்னைக்கு அரங்கேற்றத்துக்கு நான் போயிருந்தேன். வழக்கமான அலாரிப்பு, ஜதிஸ்வரம், வர்ணம் எல்லாம் முடிஞ்சப்பறம்

தான் போனேன். பிரஹதீஸ்வரர்மேல காதல் கொண்டா மாதிரி இவ ஆடினதைப் பாத்து நான் இவமேல காதலா இவ பின்னால பைத்தியமா அலைஞ்சிருக்கேண்டா.

அம்பி: சொன்னாரா மன்னி? சங்கீத கலாநிதி அவார்டு அகாடமில குடுக்கப்போறா.

கல்யாணி: அப்பிடியா! கை குடுங்கோ. இவருக்கு குடுக்காம யாருக்கு குடுப்பாளாம்? என்ன கையெல்லாம் சோர்வா இருக்கு. கண்ணு சிவந்து கிடக்கு? உடம்பு சரியில்லையா?

அம்பி: உடம்புல்லாம் சரியாத்தான் இருக்கு மன்னி. இன்னைக்கு சங்கீத கலாநிதி ஆயிட்டார். கச்சேரி பிரமாதமா நடந்தது. அதனால அண்ணா கொஞ்சம் சந்தோஷத்துல பானகம் சாப்ட்டார். (வலது கையைக் குடிக்கிற மாதிரி செய்து அபிநயிக்கிறான்.)

கல்யாணி: சொல்லப்படாதோ? பசிக்குமே! வாங்க சாப்டலாம். அம்பி நீங்களும் வாங்களேன். ரெண்டு பேரும் ஒண்ணா சாப்புடுங்களேன்.

அம்பி: இல்லை மன்னி, அவர் சாப்டட்டும். நான் குழந்தையோட விளையாடிண்டு இருக்கேன்.

இளையாங்குடி: என்னடி சமையல்? (எழுந்து அவள் பின்னால் போகிறார்.)

கல்யாணி: வத்தக் குழம்பு, புடலங்கா கூட்டு, வாழக்கா பொறியல்.

அம்பி: கேக்கறச்சயே பசிக்கறது மன்னி.

உள்ளேயிருந்து நித்யா வருகிறாள்.

நித்யா: அம்பி மாமா, நாம பரமபதம் விளையாடலாமா?

அம்பி: விளையாடலாமே... எனக்கு ஏணியே ஆப்படாது. எப்பவுமே பாம்பு வாய்தான்.

நித்யா: ஏன் மாமா?

அம்பி: என் ஜாதக ராசி அப்பிடி.

(விளையாடிக்கொண்டே பேசுகிறார்கள்.)

நித்யா: மாமா உங்களை ஒண்ணு கேக்கணும்.

அம்பி: என்ன வேணா கேளு. சங்கீதத்தைப் பத்தி மட்டும் கேக்காத.

நித்யா: இந்த மாமாதான் என் அப்பாவா?

அம்பி: ஆமாண்டி குழந்தை.

நித்யா: உங்களுக்கு எப்பிடி தெரியும்?

அம்பி: எப்பிடி தெரியுமா? நாந்தான் உங்கம்மா அப்பா ரகசியமா திருநீர்மலைல கல்யாணம் பண்ணிண்டபோது கூட இருந்தேன்.

நித்யா: என் அப்பான்னா ஏன் எங்காத்துல இருக்க மாட்டேங்கறார்? எப்பவாவதுதான் வரார்.

அம்பி: ஏன்னா... அது அந்த மாதிரிதான் குழந்தை.

நித்யா: ஏன்னு சொல்லுங்க.

அம்பி: அது... உங்கப்பா இருக்காரே அவர்... இன்னொரு வீட்லயும் அப்பாவா இருக்கார்.

இளையாங்குடி: (உள்ளேயிருந்து பஞ்சாபகேசன் குரல் மட்டும் கேட்கிறது) என்னடா, குழந்தைகிட்ட ஏடாகூடமா சொல்லிண்டிருக்கயா?

அம்பி: ஏடாகூடமா பண்றது இந்த பிராமணர். நான் நாசூக்கா சமாளிச்சா, நான் ஏடாகூடமாப் பேசறனாம். எனக்கு வேணுமடா இது!

நித்யா: சொல்லுங்கோ... இன்னொருத்தர் வீட்டலயும் அப்பான்னா என்ன அர்த்தம்? அவருக்கு ஏற்கனவே கல்யாணம் ஆயிடுத்து அப்பிடிதான?

அம்பி: உனக்கு யாரு இதெல்லாம் சொல்றா குழந்தை?

நித்யா: எனக்கு தெரியும். இத பாருங்கோ... (புஸ்தகம் எடுத்துக் காண்பிக்கிறாள்.) இந்த வார கல்கில

ஃபோட்டோ வந்திருக்கு பாருங்கோ. அவர், அவர் பக்கத்துல நிக்கறது அவர் வொய்ஃபாம். அம்மா ஃபோட்டோ வர்ல பாருங்கோ. அம்மா ஃபோட்டோ வராதாம். பக்கத்தாத்து மாமி சொன்னா? அம்மா அதுதான் வீட்டோட கிடக்காளாம். இன்னொண்ணுகூட கேக்கணும்... வப்பாட்டின்னா என்ன?

அம்பி: என்னது?

நித்யா: வப்பாட்டி.

அம்பி: ஏன்? எதுக்கு கேக்கறம்மா?

நித்யா: அம்மா அவரோட வப்பாட்டியாம். பேசிக்கறா... அப்பிடின்னா வொய்ஃப் இல்லையா?

அம்பி: குழந்தை, இதெல்லாம் உனக்கு தெரிய வேண்டாம். அவர் உனக்கு அப்பா அவ்வள தான். யாரு என்ன சொன்னாலும் அவர் உன்னோட அப்பா.

இளையாங்குடி: (உள்ளேயிருந்து) என்னடா கேக்கறா அவ?

அம்பி: நீங்க நன்னா வத்தக்குழம்பு சாப்டுண்டு இருங்கோ. என்னைக் கேள்வி கேட்டு வாட்டி எடுத்துண்டு இருக்கா உங்க பொண்ணு.

நித்யா: அப்ப அவர் ரெண்டு கல்யாணம் பண்ணிண்டு இருக்காரா?

அம்பி: குழந்தை என்ன விட்டுடேன். அவரையே கேளேன்.

நித்யா: அவரைக் கண்டாலே எனக்கு பிடிக்கலை. அதான் உங்களை கேக்கறேன்.

அம்பி: அப்பிடியெல்லாம் பேசக் கூடாது குழந்தை. அவர் உன் அப்பா.

நித்யா: நீங்ககூட ரெண்டு கல்யாணம் பண்ணியிருக்கேளா?

அம்பி: எங்கம்மா..! ஒருத்தியை வச்சிண்டே சமாளிக்க முடியலை. எங்க ரெண்டு பண்ணிக்கறது?

நித்யா: பின்ன ஏன் இவர் ரெண்டு பேரை கல்யாணம் பண்ணிண்டு இருக்கார்?

அம்பி: ஏன்னா அது அப்பிடிதான். இந்த சங்கீத வித்வான்கள், சினிமா ட்ராமால நடிக்கறவா, கவிதை எழுதறவா, டான்ஸ் ஆடறவா, கதை எழுதறவா... இவாள்ளாம் ஒரு தினுசு.

நித்யா: ஒரு தினுசுன்னா?

அம்பி: இவாள்ளாம் ஒரே ஜாதி. பைத்தியம்னு வச்சிக்கயேன். உலகமே தங்களுக்காகதான் இயங்கறதுன்னு நினைப்புல இருப்பா. கால் தரையில பாவாது. ஆகாசத்துலயே உலவிண்டு இருப்பா. நாலு பேரு கைத்தட்டணும்னா தலைகீழாக்கூட நிப்பா. தன்னைப் பத்திதான் நாள் பூரா நினைச்சிண்டு இருப்பா. இது மாதிரிதான் கிறுக்குத்தனமா ஏதாவது பண்ணிண்டு இருப்பா.

நித்யா: இரண்டு கல்யாணம் பண்ணிண்டா என்ன பண்ணுவா?

அம்பி: என்ன பண்ணுவா? வெளிய போய் சொன்னா போலீஸ் ஜெயில்ல போட்டுடுவா...

நித்யா: அப்ப நான் போலீஸ்ல சொல்றேன்.

அம்பி: ஐய்யோ... அவர் பெரிய வித்வான் அம்மா. உன் அப்பா. நான் வெளையாட்டுக்கு சொன்னேன். என் பொழப்பைக் கெடுத்துடாத. நீ என்ன பண்ற (திசை திருப்புகிற தொனியில்) நாங்க வரும்போது ஒரு வர்ணம் பாடிண்டு இருந்தயே, அதைப் பாடு. நான் கேக்கறேன்.

நித்யா: பாடினா அவர் தப்பு சொல்றாரே?

அம்பி: அவர் கிடக்கார்... நீ பாடு. நான் கேட்கறேன். பாடு...

நித்யா பாடுகிறாள். மெல்ல வெளிச்சம் குறைகிறது.

## காட்சி 3

இந்தக் காட்சியமைப்பு முழுக்க மேடையின் ஒரு பக்கம் இளையாங்குடி பாடுவதும் இன்னொரு பக்கம் காட்சிகள் வருவதுமாக இருக்கும். இளையாங்குடி பஞ்சாபகேசன் பெரிய பாடகராக ஊர் ஊராகப் போய்ப் பாடிக்கொண்டு வருகையில் அவள் மகள் சமூகத்தில் தொடர்ந்து அவமானப்படுகிறாள் என்பதைச் சொல்லும் காட்சி.

மேடையில் இடப்பகுதியில் கச்சேரிச் சூழல். அவர் உடை மாறியிருக்கிறது. பாடுகிறார்.

முப்பது நொடிகள் அவர் பாடல் பின்னணிக்குச் சென்று மெல்ல ஒலிக்கும். அவர் பக்கவாத்தியக்காரர்களுடன் பாடுவதும் மறையும். வலது பக்கம் கல்யாணி வீடு. கொஞ்சம் வளர்ந்த நித்யா.

*கல்யாணி:* நித்யா, எங்கடி போயிருந்த இத்தனை நேரம்?

*நித்யா:* ஃப்ரெண்ட் வீட்டுக்கு.

*கல்யாணி:* விஸ்வநாதன் மாமா வந்திருந்தார். கோயில்ல இந்த வருஷ உற்சவத்துக்கு நம்ம தெருவில இருக்கற குழந்தைகள எல்லாம் சேத்துண்டு பஞ்சரத்ன கீர்த்தனை சொல்லித் தரப் போறாராம். உன்னையும் வரச் சொன்னார். தினமும் ஒரு மணி நேரம்.

*நித்யா:* எனக்கு அதுலல்லாம் இஷ்டம் இல்ல. நான் போகல.

*கல்யாணி:* நீயாதான் பாடமாட்டேங்கற. இப்படி யாராவது கூப்பிட்டா போய் பாடலாமில்லயா?

*நித்யா:* சும்மா இரும்மா. பாட்டு பாட்டுனு உயிரை வாங்கிண்டு...

கல்யாணி: குரல் நன்னாயிருக்கு. கொஞ்சம் பழகினாத்தான...

நித்யா: குரலைப் பழக்கி என்ன பண்ணப் போறேன்?

கல்யாணி: என்ன பண்ணணும்? மேடைல ஏறி பாட வேண்டாம். கத்துண்ட கலையை பாதில கைவிடுவானேன்?

நித்யா: இதப் பாரு. இந்தாத்துல பாட்டும் டான்ஸும் உன்னோட இருக்கட்டும்... போதும்.

கல்யாணி: அப்பா உலகம் பூரா பிரசித்தமான வித்வான். பொண்ணுக்கு சங்கீதத்துல இஷ்டமே இல்லை. யாராவது கேட்டா சிரிப்பா.

நித்யா: திருட்டுப் பொண்டாட்டிக்குப் பொறந்த பொண்ணுக்கு பாட்டு வர்லன்னு யாரும் கவலைப்படமாட்டா. என்னமோ ரொம்பத் தான் வருத்தப்படற...

கல்யாணி: என்ன சொன்ன?

நித்யா: ஒண்ணுமில்ல.

கல்யாணி: நாளைக்கு உங்கப்பாக்கு பொறந்த நாள். கோயில்ல அர்ச்சனைக்கு சொல்லியிருக்கேன். ஊரைச் சுத்திட்டு லேட்டா வந்து நிக்காத.

நித்யா: நான் வர்ல. நீ மட்டும் போயிக்கோ. (போகிறாள்.)

மறுபடி இடது பக்கம் வெளிச்சம் வர இளையாங்குடி பாடுகிறார். பாட்டின் ஒலி அடங்குகிறது. இருட்டு சூழ்கிறது. வலது பக்கம் காட்சி ஆரம்பமாகிறது. டிராவல் ஏஜெண்ட் அலுவலகம். ஒரு மேஜை நாற்காலி போட்டு பாஸ்போர்ட் அலுவலகம். ஒரு பாஸ்போர்ட் ஏஜெண்ட். நித்யா வளர்ந்திருக் கிறாள். இருபத்து ஐந்து வயதுத் தோற்றம்.

ஏஜெண்ட்: பாஸ்போர்ட் அப்ளை பண்றதுக்கு இந்த டாக்குமெண்ட்ஸ் போறாதுங்கம்மா. ரேஷன் கார்டு இல்லாம முடியாதுங்க.

நித்யா: ரேஷன் கார்டு இல்ல சார்.

ஏஜெண்ட்: பேப்பர் சரியா இல்லைன்னா ஒண்ணுக்கு ரெண்டா பணம் கேப்பான் அந்த ஆபீசரு.

நித்யா: கொஞ்சம் ஹெல்ப் பண்ணுங்க ப்ளீஸ். சிங்கப்பூர்ல வேலை கிடைச்சிருக்கு. பாஸ்போர்ட் நம்பர் இல்லாம அப்ளிகேஷன்கூட போட முடியாது. கொஞ்சம் அதிகம் செலவானாலும் பரவாயில்லை. குடுத்துடறேன்.

ஏஜெண்ட்: ரேஷன் கார்ட் இருந்தே ஆகணும்மா. கார்ட் அப்ளை பண்ணலயா?

நித்யா: என்னமோ பண்ணல. விடுங்களேன்.

ஏஜெண்ட்: அது ஒண்ணும் அவ்வளவு கஷ்டம் இல்லீங்களேம்மா. இப்பவே சிவில் சப்ளைஸ் ஆபீஸுக்குப் போய் ஒரு அப்ளிகேஷன் குடுத்து கொஞ்சம் செலவு பண்ணீங்கன்னா முடிச்சிடலாம்.

நித்யா: இல்லைங்க. எனக்கு அதெல்லாம் தெரியாதுங்க.

ஏஜெண்ட்: நீங்க போக வேணாங்க. வீட்ல யாரையாவது அனுப்புங்க.

நித்யா: இல்லைங்க, வீட்டுல நானும் என் அம்மாவும் தான்.

ஏஜெண்ட்: அப்பா இல்லையா?

நித்யா : இல்ல, அவரு அடிக்கடி வெளியூரு போயிடு வாருங்க.

ஏஜெண்ட்: பர்த் சர்டிஃபிகேட்கூட இல்லையா?

நித்யா: இதோ இருக்கே...

ஏஜெண்ட்: குடுங்க. மின்ன மாதிரி இல்லம்மா. ரொம்ப கெடுபிடி. டாக்குமெண்ட்ஸ் கறாரா இருக்கணும். (படிக்கிறார்.) கல்யாணி. ஃபாதர்ஸ் நேம் பஞ்சாபகேசன். ப்ளேஸ் ஆஃப் பர்த் இளையாங்குடி. இத வச்சி சமாளிக்க

முடியுதா பாக்கறேன். இளையாங்குடியா உங்க ஊரு? அப்பா பேரு பஞ்சாபகேசனா? யாரு வித்வான் இளையாங்குடியா? இளையாங்குடி யோட பொண்ணாம்மா நீங்க?

நித்யா: (சங்கடமாய் நெற்றியைக் கையால் தடவி விட்டபடி) ஆமாங்க...

ஏஜெண்ட்: அட சொல்லவே இல்லையே... நான் அவரு ரசிகம்மா. நீங்களும் பாடுவீங்களா?

நித்யா: இல்லைங்க ஏதோ சுமாரா...

ஏஜெண்ட்: கச்சேரி எதாவது..?

நித்யா: இல்லைங்க, அவ்வளவு நல்லா பாட வராது.

ஏஜெண்ட்: என்னம்மா, இளையாங்குடி பொண்ணு பாட வராதுங்கறீங்க? உங்க அண்ணன் சுந்தர்ராஜன் கூட நல்லா பாடறாரே! நீங்க ரெண்டு பேரும் ஒண்ணா சேர்ந்துதான் கத்துப்பீங்களா?

நித்யா: இல்ல சார்... இப்ப அப்ளை பண்ணா எப்ப பாஸ்போர்ட் கிடைக்கும்?

ஏஜெண்ட்: ஒண்ணா கத்துக்கமாட்டீங்களா? சுந்தர்ராஜன் குருவே உங்கப்பாதானாமே? நீங்க அவருகிட்ட பாட்டு கத்துக்கலியா?

நித்யா: இல்லைங்க... எப்ப கிடைக்கும்னு சொன்னீங்கன்னா...

ஏஜெண்ட்: உங்கண்ணன் உங்க ஜாடையாவே இல்லை.

நித்யா: அவரு என்கூடப் பொறந்த அண்ணன் இல்லைங்க. இந்தக் கவர்ல நீங்க கேட்ட ஆயிரம் ரூபா இருக்கு.

ஏஜெண்ட்: கூடப் பொறந்த அண்ணன் இல்லையா? என்னம்மா சொல்றீங்க?

நித்யா: (எரிச்சலுடன்) இல்லைங்க. அவரு முதல் சம்சாரம் பையன்ங்க.

ஏஜெண்ட்: ஓ... அப்பிடியா... ஏதோ அரசல்பொரசலா பேசிக்கறாங்களே என்னடான்னு பாத்தேன். (முனகுவதுபோல வார்த்தைகளைப் பாதி விழுங்குகிறார்.) நீங்க ரெண்டாவது சம்சாரத்துப் பொண்ணுங்களா?

நித்யா: ரெண்டாவது சம்சாரமா இருநூறாவது சம்சாரமா எனக்கு தெரியாதுங்க.

ஏஜெண்ட்: தினமும் வருவாருங்களா இல்ல..?

நித்யா: நீங்க கொஞ்சம் புஷ் பண்ணி பாஸ்போர்ட் வாங்கித் தாங்க ப்ளீஸ். நான் அடுத்த வாரம் வரேன். ஃபோன் பண்ணுங்க ப்ளீஸ். (விடுவிடுவென்று நடக்கிறாள். விளக்கு அணைகிறது.)

இடது பக்கம் விளக்கு பளிச்சென்று ஒளிற, மீண்டும் இளையாங்குடி பாடுகிறார்.

வலது பக்கம் வெளிச்சம். அலுவலக அறை. சிறிய மேஜை எதிரில் சேர். அதில் நித்யா உட்கார்ந்திருக்கிறாள்.

அதிகாரி: அடுத்த மாசம் வேலைல ஜாயின் பண்ணிடும்மா. அப்பாயின்ட்மெண்ட் லெட்டரை என் செக்ரட்டரிகிட்ட வாங்கிக்கோ. டைப் அடிக்க அரை மணி ஆகும். இப்ப லஞ்ச் அவர். வெளிய ஹோட்டல் இருக்கு பாரு, நீ அங்க சாப்ட்டுட்டு வந்துடு. முடிஞ்சப்பறம் இருந்து வாங்கிட்டுப் போயிடும்மா.

நித்யா: சரி சார்.

அதிகாரி: ரெண்டு பேர் ரெஃபரன்ஸ் வேணும்மா. ஜாயின் பண்றதுக்கு முன்னால அப்ளிகேஷன் ஃபார்ம் தருவாங்க. அதுல எழுதிடு. அப்ளிகேஷன்லகூட ரெஃபரன்ஸ் குடுக்க லைன்னா, கெஜடட் ஆபீசர் யாராவது ஒருத்தர் இருந்தா நல்லது.

நித்யா: எனக்கு கெஜடட் ஆபீசர் யாரையும் தெரியாது சார்.

அதிகாரி: அப்பாவோட ஃப்ரெண்ட்ஸ் யாருகிட்டயாவது வாங்கிக்குடு போதும். சும்மா ஃபார்மாலிட்டிக்குதான். உங்கப்பா என்ன ப்ரைவேட் செக்டாரா?

நித்யா: இல்ல சார். ஹி இஸ் அ மியூசீஷியன். அவர் பேரு பஞ்சாபகேசன்.

அதிகாரி: இளையாங்குடி பஞ்சாபகேசனா? அவரு டாட்டரா நீ?

இளையாங்குடி வித்வான் மேல் வெளிச்சம் விழுகிறது. அவர் பாடும் பாடல் கேட்கிறது. இடது பக்கம் அந்த இன்டர்வியூ செய்பவரும் நித்யாவும் உரையாடும் காட்சி பாட்டின் ஒலியில் சைகையின் ஊடே மௌனமாகத் தெரிகிறது. அவர் என்னமோ கேட்கிறார். இவள் சங்கடமாகத் தலையாட்டிவிட்டு, எழுந்திருக்கிறாள். பேசி முடித்து வணக்கம் சொல்லிவிட்டுப் பதற்றத்துடன் போகிறாள். விளக்கு அணைகிறது.

வலது பக்கம் காட்சி.

பையைத் தூக்கிக்கொண்டு நித்யா வீட்டிற்குள் வருகிறாள். அம்மா சோபாவில் கழுத்துவரை போர்த்தியபடி கிடக்கிறாள். மேடையில் இடது பக்கத்தின் உள்ளிருந்து பக்கத்து வீட்டு அம்மாள் வருகிறாள்.

அம்மாள்: வந்தியா? அந்தச் சாத்துகுடியை ஜூஸ் புழிஞ்சி குடு. சாப்பாடே உள்ள போகலை. கொஞ்சம் சாப்ட்டதையும் வாந்தி எடுத்துட்டா. எனக்கென்னமோ டைபாய்டு ஜுரம் மாதிரிதான் தோண்றது. நூத்திநாலு டிகிரி இருக்கு. எதுக்கும் வேற டாக்டர்கிட்ட காமி. உங்கப்பாவுக்கு சொல்லி அனுப்பினயா?

நித்யா: இல்ல.

அம்மாள்: ஏன் ஊர்ல இல்லயா?

நித்யா: கச்சேரிக்கு வெளியூர் போயிருக்காராம்.

அம்மாள்: ஆமா உள்ளூர்ல இருந்தாலே வந்து பாக்க மாட்டார். கச்சேரின்னு வெளியூர் வேற போயாச்சா? ரொம்ப சந்தோஷம். வயசு இருந்தப்பவாவது ஆசையா அப்பப்போ வந்துண்டிருப்பார். இப்ப சதை வத்திப் போயிண்டிருக்கே.... இனிமே எங்க வரப்போறார்?

ஆம்பளைப் பையனா இருந்தாலாவது அப்பாவை மென்னியைத் திருகி இழுத்துண்டு வருவான். உன்னைப் பாரு என்னைப் பாருன்னு ரெண்டு பொம்மனாட்டிகளும் உக்காந்துண்டு இருங்கோ. இப்பவே இந்த கதி... நாளைக்கு நீயும் கல்யாணத்தைப் பண்ணிண்டு போயிட்டயானா இவ பாடு அவ்வளவுதான். தள்ளாமை வந்து கட்டிலே கதின்னா இவளை யாரு பாத்துப்பாளோ? அம்மாவும் பொண்ணுமா இப்பிடித் தனியா மாட்டிண்டு அல்லாடறேளே? என்ன குடும்பமோ? என்ன அப்பாவோ? போ. நீயாவது புத்திசாலியா இருந்துக்கோ. உங்க அம்மா மாதிரி புத்திகெட்டுப் போய் மாட்டிக்காதே.

நன்னா தூங்கிண்டு இருக்கா. அப்பறமா இந்த ஜூஸைக் குடு.

(பக்கத்து வீட்டு அம்மாள் சொல்லிக் கொண்டே போகிறாள். நித்யா துவண்டுபோய் நாற்காலியில் உட்காருகிறாள்.)

மறுபடியும் இசை. இளையாங்குடி பாடுகிறார். இடது பக்கம் கச்சேரிக் கரகோஷம். வலது பக்கம் நித்யா வீட்டில் சேரில் தனியே ஒளி வட்டத்தில் தலையைக் கவிழ்த்துக்கொண்டு சோகமாய் உட்கார்ந்திருக்கிறாள்.

# காட்சி 4

கல்யாணியின் வீடு. இளையாங்குடியின் பாடல் கேட்கிறது. கல்யாணி சேரில் உட்கார்ந்து டேப்ரிக்கார்டரில் கேட்கும் அந்தப் பாடலைக் கண்ணை மூடிக்கொண்டு கேட்டுக்கொண்டிருக் கிறாள்.

நித்யா உள்ளே நுழைகிறாள். நடையில் அவசரமும் எரிச்சலும் தெரிகின்றன. உள்ளே வருபவள் டேப்ரிக்கார்டரை பொட்டென்று அணைக்கிறாள். தலையை ஆட்டி ரசித்துக் கேட்டுக்கொண்டிருந்த கல்யாணி திடுக்கிட்டுத் தலைநிமிர்ந்து பார்க்கிறாள்.

கல்யாணி: நான் கேட்டுண்டு இருக்கேன்ல. படக்குன்னு ஆஃப் பண்ணா என்ன அர்த்தம்?

நித்யா: அதான் இருபத்து அஞ்சி வருஷமா இந்தக் குரலைக் கேட்டுண்டு இருக்கேல... இன்னும் சலிக்கலையாக்கும். ஆளையே கண்ல காண்றதில்ல. என்னிக்காவது ஒரு நாள் ஆத்துக்கு வராரு. அதுவும் சாராய வாசனை யோட. எப்பப் பாத்தாலும் அவர் குரல் மட்டும் கேட்டுண்டு எரிச்சலா இருக்கு...

கல்யாணி: பாக்க வேண்டாண்டி. எனக்கு அவர் குரலைக் கேட்டாலே அவரைப் பாத்த மாதிரி சந்தோஷமா இருக்கு. நேர்ல பாத்தாதான் எரிஞ்சி விழற. அவர் பாட்டைக்கூட உன்னால் கேக்க முடியலையா?

நித்யா: போதும், கேட்டவரைக்கும் போதும்.

கல்யாணி: அவர் உன் அப்பா..டி.

நித்யா: அப்பப்ப சொல்லிண்டிரு. இல்லன்னா மறந்துடும். என்னதான் இருக்கோ அந்த ஆள்கிட்ட... அவரைக் கட்டிண்டு இப்பிடி அழற.

கல்யாணி: நீ அவரை அப்பாவா மட்டும் பாக்கற. நான் அவரை வித்வானா பாக்கறேன். உன்னோட

வெறுப்புக்கும் என்னோட விருப்பத்துக்கும் காரணமே அதுதான். உனக்கு புரியாது.

நித்யா: ஊருக்குதான் அவர் வித்வான். எனக்கு வெறும் அப்பாதான? எவ்வளவு பெரிய வித்வானா வேணா இருக்கட்டுமே! எனக்கு என்ன? என்னப் பொறுத்தவரை அவர் கையாலாகாத புருஷன். அப்பான்னு சொல்லிக்க அருகதை இல்லாத ஆளு, அவ்வளதான்.

கல்யாணி: உன்கூட சண்டை போட நான் தயாரில்ல.

கல்யாணி உள்ளே போகிறாள். இளையாங்குடி வருகிறார்.

இளையாங்குடி: (வந்து நிற்கிறார்.) நித்யா நன்னாயிருக்கியா?

நித்யா: (சோபாவில் இருந்து எழுந்திருக்காமலேயே) ஓ... நீங்களா? என்ன திடீர்னு இந்தப் பக்கம்?

இளையாங்குடி: உங்களை பாத்துட்டுப் போலாம்னுதான். ரெண்டு வாரம் முன்ன கல்யாணிக்கு உடம்பு சரியில்லையாமே? என்னால வர முடியலை. டெல்லியில இசை விழாவுல மாட்டிண்டுட்டேன்.

நித்யா: டெல்லில நீங்க பாட்டும் படாடோபமுமா இருந்தபோது உங்க பொண்டாட்டி சாகக்கிடந்தது உங்களுக்கு தெரியுமா?

இளையாங்குடி: அதான் வந்தவுடனே விஷயம் கேள்விப்பட்டு பாக்கவந்தேன்.

நித்யா: இப்பவாவது வந்தேளே..! அம்மாவைதான பாக்க வந்தேள்? உள்ள இருக்கா. போங்கோ.

இளையாங்குடி: உன்னையும்தான் பாக்க வந்தேன். நித்யா, நீயேன் கொஞ்சம் இளைச்சா மாதிரி ஆயிட்ட.

நித்யா: நான் அப்பிடியேதான் இருக்கேன். என்னைக் காவது ஒரு நாள் பாத்தா, இப்பிடிதான் குண்டானவாகூட இளைச்சா மாதிரி தெரிவாங்க.

இளையாங்குடி: கோபமா இருக்கேபோல.

நித்யா: நீங்க வர்றவரைக்கும் நன்னாதான் இருந்தேன்.

கல்யாணி: (உள்ளேயிருந்து வருகிறாள்.) யாரோட பேசிண்டிருக்க? வாங்கோ வாங்கோ...

இளையாங்குடி: கல்யாணி உடம்பு தேறிடுத்தா? என்ன இப்டி இளைச்சுப் போயிட்ட? என்ன உடம்புக்கு? சாரி... என்னால வர முடியலை.

கல்யாணி: முதல்ல மலேரியான்னா, அப்பறம் டைபாயிடுன்னா. ரெண்டு கைலயும் மாறி மாறி ரத்தம் எடுத்து டெஸ்ட் பண்ணா. அதுக்குள்ள வியாதிக்கே சலிச்சுப்போயி விட்டுட்டுப் போயிடுத்து. என்னமோ இப்ப சரியாயிடுத்து. நின்னுண்டே இருக்கேளே... உக்காருங்க முதல்ல.

கல்யாணி: நித்யா, இத்தனை நேரம் அவரை நிக்க வச்சா பேசிண்டிருந்த? உக்காரச் சொல்லத் தெரியாதா?

நித்யா: அவர் இந்தாத்துக்கு உட்கார வர்றதில்லையே?

கல்யாணி: நித்யா...

நித்யா: என்கிட்ட சத்தம் போடாத. ஊர்முழுக்க உன்னை அப்பிடிதான் பேசறா. நீ ஒரு ஜடம். நாலு செவுத்துக்குள்ள ஆத்துக்குள்ள உக்காந்துண்டு டேப்ரிக்கார்டர் கேட்டுண்டு இரு. வெளிய போய் நாலு பேரோட பழகிப்பாரு. அப்ப தெரியும் உன் ஸ்டேடஸ் என்னன்னு. வப்பாட்டின்னு பாதிப் பேரு. வச்சிண்டு இருக்கார்ன்னு பாதிப் பேரு. இரண்டாம்தாரம்னு கொஞ்சம் பேர். அவர் சொத்துக்காக அவரை மயக்கி வச்சிண்டுருக்கன்னு சிலர். ஆளாளுக்கு வாய்ல வந்தபடி பேசிண்டிருக்கா.

கல்யாணி: யாரு என்ன பேசினாலும் எனக்கு கவலை இல்லை. இது நானா இஷ்டப்பட்டு ஏத்துண்டதுதான்.

நித்யா: நீ இஷ்டப்பட்டு ஏத்துக்கோ. சொரண கெட்டுப் போய் ஆத்துக்குள்ளயே இரு. ஏளனப் பார்வையும் ஏச்சுமா நாந்தானே வாங்கிக்கறேன். எனக்குதான அந்த வேதனை தெரியும். எங்க போனாலும், ‘இளையாங்குடி பொண்ணா? இளையாங்குடி பொண்ணா?’ன்னு கேட்டுண்டு... எனக்கு ஒரு முகமே கிடையாது. என் பேர்ல இருக்கறது அவர் இனிஷியல் இல்ல. என்னைத் தொரத்திண்டு வர்ற அவமானம். என்னைப் பெத்து எங்கியாவது அனாதை விடுதில கொண்டு போய்ப் போட்டிருக்கறதுதான? பெத்தவா யாருன்னு தெரியாம சந்தோஷமா இருந்திருப்பேன்.

இளையாங்குடி: ஏன் நித்யா இப்பிடிப் பேசற? இப்ப உனக்கு என்ன வேணும்மா?

நித்யா: எனக்கு அப்பா வேணும்.

இளையாங்குடி: யார் என்ன சொன்னாலும் நான் உன் அப்பாதான் நித்யா. என்னைக்குமே நான் உன் அப்பாதான்.

நித்யா: இல்லை. எனக்கு என்னோட அப்பா வேணும். மடியில உக்காரவச்சிண்டு கதை சொல்லிண்டே சாதம் ஊட்டிவிடற அப்பா. சைக்கிள்ல கூட்டிண்டு போய் கடைத்தெருவில மிட்டாய் வாங்கித்தர்ற அப்பா. வீட்டுக்குள்ள நுழையும் போது நம்பள பாதுகாக்க வீட்ல ஒரு ஆம்பளை இருக்கார்னு மனசுக்குள்ள தைர்யம் தர்ற அப்பா. ‘அந்த மேடையில பாடறது என் அப்பாவாக்கும்’ன்னு நாலு பேர்கிட்ட பெருமையா சொல்லிக்கற அப்பாவா... எனக்கு என்னோட அப்பா வேணும். நீங்க தந்ததெல்லாம் அப்பா ஸ்தானத்துலந்து அவமானம். உங்க பேரைச் சொன்னாலே கூனிக் குறுகிப்போகவைக்கற அவமானம். உங்க பொண்ணுன்னு யாரும் அடையாளம்

கண்டுபிடிச்சிடக் கூடாதுன்னு ஒளிஞ்சி ஒளிஞ்சி வாழவைச்ச அந்தஸ்து…

இளையாங்குடி: இப்ப நான் என்ன பண்ணணுங்கறம்மா?

நித்யா: அம்மாவை கல்யாணம் பண்ணிக்கோங்க. இன்னொரு தடவை. எல்லார் முன்னிலைலயும். பத்திரிகைக்காரா எல்லாரையும் கூப்ட்டு சொல்லுங்கோ. ஹிண்டுலயும் தினமணிலயும் ஃபோட்டோ வரணும். நாங்க ரெண்டு பேரும் திருட்டுத்தனமா கல்யாணம் பண்ணிண்டம். இவ எங்களுக்குப் பொறந்த குழந்தைன்னு ஊரறியச் சொல்லுங்கோ.

இளையாங்குடி: அது மாதிரி என்னால செய்ய முடியாதும்மா. அதுல நிறைய சிக்கல் இருக்கு. இது பத்தி நாங்க நிறைய பேசியிருக்கோம். அவளும் மனப்பூர்வமா ஒத்துண்டா.

நித்யா: அப்ப வாழ்க்கை பூரா நீங்க எச்ச பண்ணிப் போட்ட வஸ்துவாட்டம் மத்தவா எங்களை நடத்தறதைச் சகிச்சிண்டு அவமானப் பட்டுண்டு இருக்கணுமா?

இளையாங்குடி: நான் இருக்கற நிலைமைல என் தகுதிக்கும் அந்தஸ்துக்கும் இப்பப் போய் என்னால இதுக்கு ஒத்துக்க முடியாது. யாரும் மதிக்க மாட்டா. நாலு எடத்துல பெரிய மனுஷனா என்னை மதிச்சிக் கூப்டமாட்டா. என் பேரை பத்மஸ்ரீக்கு ரெகமண்ட் பண்ணியிருக்கா. ஆச்சு ஒரு மாசமோ ரெண்டு மாசமோ ப்ரெசிடண்ட் கையால மெடல் தரப்போறா. இப்பப் போய் நான் இதைச் சொல்லி என் தலைல நானே மண்ணை வாரிப் போட்டுண்டா மாதிரி… எப்பிடி முடியும்?

நித்யா: அப்ப எங்க நிலைமையைப் பத்தி உங்களுக்கு கவலை இல்லை. அப்பிடிதான?

இளையாங்குடி: நான் சொல்றனோ இல்லையோ, இப்ப

எல்லாருக்கும் தெரிஞ்சிதான் இருக்கு. அப்பிடியே இருந்துட்டுப் போகட்டும்.

நித்யா: கேட்டியா அம்மா? என்ன சொல்றார்ன்னு புரியறதா? இப்பிடியே வப்பாட்டியா நாலு சுவத்துக்குள்ள முடங்கிக்கெடங்கறார். அவர் நினைச்சப்பல்லாம் வந்து விளையாடற பொம்மை மாதிரி இயங்கிண்டு அப்பிடியே செத்துப்போங்கறார். நீ இங்க டைபாயிடோ மஞ்சக்காமாலையோ வந்து இழுத்துண்டு கிடந்தா அவர் பாம்பேலயோ லண்டன்லயோ பாட்டு பாடிண்டிருப்பார். நீ செத்துப்போனப்பறம் பத்தாம் நாள் தகவல் தெரிஞ்சிண்டு வந்து நிப்பார். உன் ஞாபகமா ஒரு ராகம் கம்ப்போஸ் பண்ணி அதை மேடைல மனசுருகப் பாடி அப்ளாஸ் வாங்கிண்டு பதக்கம் வாங்கிக் குத்திப்பார்.

கல்யாணி: ஏண்டி இப்பிடிப் பேசற?

இளையாங்குடி: நான் செஞ்சது தப்பா இல்லையான்னு எனக்கு தெரியலை. ஆனா இப்ப காலங்கடந்து அதை ஒத்துக்கற பெருந்தன்மையோ அதனால் ஏற்படப்போற விளைவுகளையோ தாங்கிக்கக் கூடிய நிலைமைல நான் இல்லைம்மா. வேற எப்பிடிச் சொல்றது? நான் வேற என்ன செய்ய முடியும்? தெரியலைம்மா...

மெல்ல நடந்து வெளியே போகிறார்.

நித்யா: அவர் போட்டும் விடும்மா. அவர் அந்தஸ்துக்கு நம்மை ஏத்துக்கமாட்டாராம். ஏத்துக்க வேண்டாம். போட்டும். திமிரு... எல்லாரும் பெரிய வித்வான்னு தலைல தூக்கிவச்சிண்டு கொண்டாடற திமிரு. அந்த மிதப்புல செய்யற தப்புகூட உரைக்கல அவருக்கு. அவருக்கு இருக்கற புகழ்தான் இப்பிடி மமதை யோட நடந்துக்கவைக்கறது. அந்தப் புகழ் எல்லாம் நாசமாப் போயிடட்டும்.

கல்யாணி: அவர் சொல்றதும் நியாயம்தான? அவர் பிரபலமானவர். அவருக்கு இதனால சங்கடம் வரலாமில்லையா?

நித்யா: அவர் பெருமைதான் அவரை நம்மகிட்ட சேக்க விடமாட்டேங்கறது. நாம கையாலாகாத வாளா இருக்கறதாலதான அவர் நம்மை உதாசீனப்படுத்தறார். நானே இப்ப பெரிய பாடகியா பிரபலமான ஆளா இருந்தா... இவர் இப்பிடிப் போவாரா? அப்ப எல்லார்கிட்டயும் சொல்லுவார், இவ எம் பொண்ணுன்னு. இல்லையா?

கல்யாணி: இது என் தப்பு. நானா வரவழைச்சிண்டது. என்னைக் கோச்சுக்கோ. எனக்குப் பொண்ணா பொறந்த பாவத்துக்கு நீயும் அப்பிடியே இருந்துடு. அவ்வளவுதான்.

நித்யா: இல்லம்மா, எனக்கு அப்பிடி அடையாளம் இல்லாம வாழ மனசு ஒப்பலை.

கல்யாணி: இப்ப நீ என்ன பண்ண முடியும்? நீ சொல்றபடி அவர் நிலைமைல தாழ்ந்துபோய்தான் நம்மை ஏத்துக்கணுமா? நாம ஏன் அப்பிடி எதிர்பார்க்கணும்? இல்லை அவரோட போட்டி போட்டுண்டு நீதான் பெரிய ஆளா ஆக முடியுமா? என்னவோ போ... என் நிலைமை இப்பிடி உன் வாழ்க்கையைப் பாழாக்கும்னு நான் நினைக்கலை.

நித்யா: ஏம்மா நான் பெரிய பாடகியா ஆக முடியாது..?

கல்யாணி: நீ கோபமா இருக்க. இப்ப யோசிக்கற தெல்லாம் தப்பாதான் இருக்கும். நீ நல்ல உத்தியோகமா தேடிக்கோ. கைநிறைய சம்பாரி. அடையாளம் அடையாளம்னு சதா சொல்லிண்டு இருக்கியே, அதை உனக்குன்னு சம்பாரி. சௌக்கியமா இரு. வேற என்ன சொல்ல?

கல்யாணி எழுந்து உள்ளே போகிறாள்.

மேடை இருண்டு போய் நித்யாவின் மேல் மட்டும் ஒளிவட்டம் விழுகிறது. நித்யா நிலைகுத்திய பார்வையுடன் தீவிரமாய்ச் சிந்தித்தபடி இருக்க, அவள் குரல் ஒலிக்கிறது.

நித்யா: ஏம்மா ஆக முடியாது? எனக்கும்தான் பாடத் தெரியும். ஆர்வமில்லாம பாட்டு பழகாம விட்டுட்டேன். மறுபடியும் கத்துக்கறேன். அவர் ஆறு மணிநேரம் சாதகம் பண்ணுவார்னு சொல்லுவல்ல. நான் ராப்பகலா வேற சிந்தனை இல்லாமல் சாதகம் பண்றேன். பத்து வயசுல கத்துக்காததை இப்ப கத்துக்கறேன். நான் ஏன் பெரிய பாடகியா ஆக முடியாது? ஆகறம்மா. நான் ஏன் பஞ்சாபகேசனோட அங்கீகாரமில்லாத பொண்ணா இருக்கணும்? நித்யாவோட அங்கீகரிக்கப்படாத அப்பாவா இளையாங்குடி பஞ்சாபகேசன் இருக்கட்டுமே...

அவள் பேசப் பேச பின்னணியில் தம்பூரா சுருதி சேருகிறது.

## காட்சி 5

மூன்றாம் காட்சியைப் போன்ற காட்சியமைப்பு. இடது பக்கம் நித்யா பாடுகிறாள். இன்னொரு பக்கம் நிகழ்வுகள். தம்புரா சுருதி இன்னும் வலுவடைகிறது. இருட்டில் இருக்கும்போதே ஒரு பெண் குரல் பாட்டை ஆரம்பிக்கிறது. அருகில் ஓர் அம்மாள் உட்கார்ந்திருக்கிறாள். அந்த அம்மாள் பாட நித்யாவும் பாட ஆரம்பிக்கிறாள். அந்த அம்மாள் திருத்திப் பாடுகிறாள். இன்னொரு பக்கம் காட்சி ஆரம்பிக்கிறது.

அம்பி வருகிறார்.

அம்பி: மன்னி சௌக்கியமா? இந்தப் பக்கமா வந்தேன். அண்ணா பொங்கலுக்கு ஜவுளி எடுத்திருந்தார். உங்களுக்கும் நித்யாவுக்கும் சேத்து எடுத்து அனுப்பிவச்சிருக்கார்.

கல்யாணி: நான் எங்க போறேன் புடவையும் நகையையும் போட்டுண்டு?

அம்பி: இந்தாங்கோ இதுல பத்தாயிரம் ரூபா இருக்கு. குடுக்கச் சொன்னார்.

கல்யாணி: வேண்டாம் அம்பி. நித்யாவுக்குத் தெரிஞ்சா வைவா. பணமெல்லாம் வாங்கிக்கப் படாதுன்னு சொல்லியிருக்கா. அசிங்கமா ஏதாவது திட்டுவா. வேண்டாம்.

அம்பி: நித்யா எங்க? வீட்டுப் பக்கமும் வரதில்லை. அவளோட பேசி ரொம்ப நாளாறது. யாரு பாடறா?

கல்யாணி: அவதான்.

அம்பி: நித்யாவா? என்னது புதுசா இருக்கு?

கல்யாணி: கேக்காதீங்கோ. சாப்பிடற தூங்கற நேரம் போக வெறி புடிச்சாப்ல சாதகம் பண்றா. அவங்கப்பா மாதிரி பெரிய பாடகியா வரப்போறாளாம். கங்கணங்கட்டிண்டு இருக்கா. வெளிய போறதில்லை. ஃப்ரண்ட்ஸை பாக்கப் போறதில்லை. சினிமா இல்லை. பைத்தியம் புடிச்சி அலையறா.

அம்பி: (கொஞ்சம் கேட்கிறார்.) தேவலியே! நன்னாதான் பாடறா! அப்பாவுக்கும் பொண்ணுக்கும் நடக்கற யுத்தத்துல நீங்க இடிபடறேள் போலருக்கு? வெரி குட்.

கல்யாணி: உங்களுக்கு என்ன அத்தனை சந்தோஷம்?

அம்பி: நான் பாத்து வளர்ந்த பொண்ணு பெரியவரைப் பாத்து நாலு கேள்வி கேக்கறதுன்னா... சரி, நான் வரட்டா? அவகிட்ட நான் வந்துட்டுப் போனதா சொல்லுங்கோ. அப்பறமா ஆத்துப் பக்கம் வரச்சொல்லுங்கோ. வரேன் மன்னி.

விளக்கு அணைகிறது. இடது பக்கம் தம்பூராவுடன் பாட்டு பாடும் நித்யா.

அம்மாள்: கீர்த்தனை இன்னும் எடுப்பா இருக்க வேண்டாமா?

அந்த அம்மாள் பாடிக் காட்டுகிறார்.

நித்யா பாடுகிறாள்.

அம்மாள்: இந்தப் பாட்டு உங்க அப்பாவோட ஸ்பெஷாலிட்டி. நளினகாந்தி ராகத்தோட நளினத்தை வெளிப்படுத்தறா மாதிரி அழகாப் பாடுவார். அவர் கேசட் ஏதாவது இருந்தா கேட்டுப்பாரு.

நித்யா இன்னும் வெறியோடு பாடுகிறாள்.

மறுபடி வலது பக்கம் காட்சி.

சபா செக்ரட்டரி போய்க்கொண்டிருக்கிறார். பின்னாலேயே அம்பி வருகிறார்.

அம்பி: அண்ணா... நமஸ்காரம்.

சபா செக்ரட்டரி: நமஸ்காரம். நீ காரியம் இல்லாம நமஸ்காரம் பண்ணமாட்டியே? என்ன சங்கதி?

அம்பி: நான் கேட்ட சமாசாரம் என்னாச்சு? அகாடமில நாலரை மணிக் கச்சேரி?

சபா செக்ரட்டரி: ஓய்... நாலரை மணிக் கச்சேரி ஸ்லாட் பெரிய வித்வான்களுக்கு மட்டும்தான். அந்தப் பொண்ணுக்குத் தர முடியாதுங்காணும்.

அம்பி: அவ இளையாங்குடி பொண்ணாக்கும்.

சபா செக்ரட்டரி: அந்த தாட்சண்யத்துக்காகத்தான் மத்தியான கச்சேரி சான்ஸ் குடுத்தேன். போறாதா?

அம்பி: இப்பதான பாட ஆரம்பிச்சிருக்கா. சான்ஸ் வர வரதான் இம்ப்ரூவ் பண்ண முடியும். அன்னைக்கு சுத்தசாவேரில நீகே தெலியக பாடினாளே... கொன்னுபுட்டால்ல.

சபா செக்ரட்டரி: அது ஆனந்த பைரவி இல்லையோ? ஏன்யா இப்பிடி மாத்தி மாத்திச் சொல்லிச் சொதப்புறீர்?

எனக்குத் தெரிஞ்ச கொஞ்ச நஞ்ச சமாசாரத்தையும் மறக்கடிச்சிருவீர் போலருக்கு!

அம்பி: அவ சரியாப் பாட நான் கியாரண்டி. மாட்டேன்னு அடம்பிடிச்சீர்னா... கேன்டீன்ல போண்டால பல்லி இருந்ததுன்னு கமிட்டிக்கு மொட்டைக் கடுதாசி எழுதிப்போட்டுடுவேன். ஜாக்கிரதை! வர்றவா பாதிப் பேர் போண்டாக்குதான் வர்றா.

சபா செக்ரட்டரி: படுத்தாதய்யா. ஒண்ணு ரெண்டு கச்சேரி பாக்கறேன். நன்னா பாடினா நான் ஏதாவது பண்றேன். போம்.

அம்பி: தேங்க்ஸ் ஸ்வாமி... (ஓடுகிறார். திரும்பி வந்து) நாந்தான் இந்த சான்ஸ் கேட்டு சிபாரிசுக்கு வந்தேன்னு அவகிட்ட சொல்லிடாதேயும்.

இடது பக்கம் கச்சேரி மேடை.

பக்கவாத்தியக்காரர்கள் சூழ நித்யா பாடுகிறாள். வலது பக்கம் ஒளி விழுகிறது. இளையாங்குடி போய்க்கொண்டிருக்கிறார். பக்கத்தில் ஒரு நிருபர் பின்னாலேயே வருகிறார்.

நிருபர்: சார்... இளையாங்குடி சார். ஒரு நிமிஷம். இந்த சீசன்ல உங்க கச்சேரி அதிகம் கேக்க முடியல.

இளையாங்குடி: ஆமா என் சீசன் முடிஞ்சி போச்சு. இப்ப இளைஞர்களின் சீசன்.

நிருபர்: நித்யா... பத்தி..?

இளையாங்குடி: நல்லாப் பாடறா. இன்னும் இம்ப்ரூவ் பண்ணணும்.

நிருபர்: பாடற பாவம் உங்களை மாதிரி இருக்குன்னு சொல்றாங்களே? நீங்க என்ன நினைக்கறீங்க?

இளையாங்குடி: ஆமா என் பொண்ணுதான? என்னை மாதிரி பாடறதுல என்ன அதிசயம்?

நிருபர்: ஆனா இளையாங்குடி சார். அவங்க அப்பிடி சொல்றதில்லை. நேத்து நாரதகான சபால கச்சேரி முடிச்சிட்டுத் திரும்பிவந்தபோது சின்னதா இன்டர்வியூ பண்ணினேன். அப்ப அவங்க சொன்னது கேக்கவே நல்லால்ல சார்.

இளையாங்குடி: என்ன சொன்னா?

நிருபர்: இளையாங்குடியோட பொண்ணுங்கறதுல எனக்கு எந்தப் பெருமையும் இல்லை. என்னோட அப்பாங்கறதுல அவருக்கு வேணா பெருமையா இருக்கலாம்னு அலட்சியமா சொன்னாங்க. எனக்கு பகீர்னு ஆயிடுச்சு. அதான் உங்ககிட்ட சொல்லலாம்னு வந்தேன்.

இளையாங்குடி பேசாமல் நடக்கிறார்.

நிருபர்: சார், இளையாங்குடி சார்...

இருட்டு.

கச்சேரி மேடையில் மறுபடி நித்யா பாடுகிறாள். வலது பக்கம் காட்சி. கல்யாணியும் பஞ்சாபகேசனும் வீட்டில் இயல்பாய் உட்கார்ந்து பேசிக்கொண்டிருக்கிறார்கள்.

கல்யாணி: நாலு வருஷத்துல இவ்வளவு வேகமா முன்னேறுவான்னு யாரும் நினைச்சிப் பார்த்துருக்கமாட்டா. ஆஹா ஓஹோன்னு தலைல தூக்கிவச்சிண்டு ஆடறா. போறாத்துக்கு இளையராஜா வேற அவள சினிமால பாட வச்சு அவ பாடின ஒண்ணு ரெண்டு பாட்டு பெரிய ஹிட்டு. இந்த வார கல்கி கவர் ஸ்டோரியே நித்யாதான் தெரியுமா?

இளையாங்குடி: கேட்க ரொம்ப சந்தோஷமா இருக்கு.

கல்யாணி: உங்க ரத்தம்தானே... அந்தத் திறமை எல்லாம் இருக்காதா பின்ன?

இளையாங்குடி சிரிக்கிறார்.

கல்யாணி: ஆனா ஒரு இடத்துலயும் உங்களைப் பத்தி ஒரு வார்த்தை சொல்லாம மௌனமா அவமானப் படுத்தறதைத்தான் தாங்க முடியலை.

கச்சேரி மேடையில் மறுபடி நித்யா. இன்னும் கம்பீரமாய். தேஜஸ்கூடிய நித்யா. பாடுகிறாள். மெல்ல ஒலி குறைந்ததும் வலது பக்கம் காட்சி ஆரம்பிக்கிறது. கல்யாணி வீடு. சோபாவில் உட்கார்ந்திருக்கிறார்கள்.

அம்பி: மன்னி விகடன்ல விஎஸ்வி என்ன எழுதியிருக்கார் படிச்சேளா?

கல்யாணி: என்ன?

அம்பி: ஆஹா ஓஹோன்னு எழுதியிருக்கார். ஒரு பாரா மட்டும் படிக்கறேன் கேளுங்கோ. 'ராணி சீதை ஹாலில் நித்யா அன்று கிட்டத்தட்ட ஒரு மணி நேரத்துக்கும் மேலாக கரஹரப்பிரியாவைத் தன்வசப் படுத்திக்கொண்டார். ராக ஆலாபனை யில், சக்கநி ராஜ கீர்த்தனையில், கண்டகி சுந்தர் இடத்தில் நிரவலில், பின்னர் ஸ்வரங்களில் நித்யா ஜாலம் புரிந்ததை தியாகராஜர் கேட்டிருந்தால் மெய்சிலிர்த்திருப்பார்.'

கல்யாணி: நல்லாத்தான் எழுதியிருக்கார்.

பாட்டு கேட்டுக்கொண்டே இருக்கிறது. இளையாங்குடி வாக்கிங் போய்விட்டு வந்தவர் மாதிரி வியர்த்திருக்கிறார். தோள் துண்டால் முகத்தைத் துடைத்துக்கொள்கிறார். யாரோ தண்ணீர் கொண்டுவந்து கொடுக்கிறார் கள். குடித்துவிட்டு டம்ளரைத் திருப்பிக் கொடுக்கிறார். தளர்வாக இருக்கிறார். சேரில் மெல்லச் சரிந்து உட்காருகிறார். கரகோஷம். மாலையைப் போடுகிறார்கள். வலது பக்கம் அவர் சோர்ந்து போய் உட்கார்ந்திருக்க நித்யா மாலையை வாங்கிக்கொண்டு கரகோஷத்துக்கு வணக்கம் சொல்கிறாள்.

# காட்சி 6

**பி**ன்புலம் கோயிலின் காம்பௌண்ட் சுவர் வரைந்திருக்கிற படுதா. கோயில் மணி ஓசை கேட்கிறது. மெல்லிசாய் எல்.ஆர். ஈஸ்வரி பாட்டு. கல்யாணியும் நித்யாவும் நடந்துபோகிறார்கள். எதிரே அந்த வயதானவர் (பாட்டு வாத்தியார் ராமநாதன்) வருகிறார்.

*ராமநாதன்:* என்ன மாமி எப்படி இருக்கேள்? பாத்தும் பாக்காதது மாதிரி போறேள்.

*கல்யாணி:* சே சே, நிஜமாவே பாக்கலை. இவளோட பேசிண்டே வந்தனா, பேச்சு சுவாரசியத்துல கவனிக்கலை. தெரியுமில்லையா, இது என் பொண்ணு நித்யா.

*ராமநாதன்:* சர்தான். ஊரு பூரா எல்லாருக்கும் தெரிஞ்ச வாளை எனக்கு அறிமுகப்படுத்தறேளா? என்னை இல்லை அவங்களுக்கு அறிமுகம் பண்ணணும்.

*கல்யாணி:* இவர்…

*ராமநாதன்:* இருங்கோ, நானே என்னைப் பத்தி சொல்லிண்டுடறேன்… என்னைப் பத்தி எனக்குதான தெரியும்? என் பேரு ராமநாதன். நுங்கம்பாக்கம் ஓவர்சீஸ் பேங்க் மெயின் ப்ராஞ்ச் இருக்குல்லயா அங்க வேலை பண்றேன். ப்ரான்ச்ல எல்லார் வேலையையும் நாந்தான் பண்றேன். அதாவது பிரான்ச் மேனேஜரா இருக்கேன்.

M.D. ராமநாதன் மாதிரி வரணும்னு கனவுகண்டு இப்ப வெறும் empty ராமநாதனா ஆனவன். கேகே நகர்ல இருக்கேன். அங்க அக்கம் பக்கத்துல இருக்கற பத்துப் பதினஞ்சு பசங்களுக்கு பாட்டு சொல்லித்தர்ற பாட்டு வாத்தியார்.

*நித்யா:* அப்பிடியா..!

ராமநாதன்: ஏதோ என்னால ஆனது. ஒண்ணும் பெரிய கலைச்சேவைன்னு சொல்லிக்க முடியாது. கத்துண்ட கலையை நாலு பேருக்குச் சொல்லித்தந்தா மாதிரி ஆச்சு. இந்த விடலப் பசங்கள்லாம் அவா பாடற அச்சு பிச்சு சினிமாப் பாட்டோட ஒண்ணு ரெண்டு கீர்த்தனையும் கத்துக்கட்டுமேன்னுதான்...

கல்யாணி: பெரிய சங்கீத ரசிகர்.

ராமநாதன்: பாட்டு கத்துண்டு மேடையேறிப் பாட முடியாதவாளுக்கெல்லாம் அதான் பேரு. அதைத்தான் உங்கம்மா நாசூக்கா சொல்லிக் காட்டறா.

கல்யாணி: அடடா என்ன சொன்னாலும் ஏடாகூடமா சொல்லிண்டு? இவர் எப்போதும் இப்பிடி தான். நீ பேசிண்டு இரு, நான் அர்ச்சனைத் தட்டு வாங்கிண்டு வந்துடறேன்.

ராமநாதன்: அர்ச்சனைத் தட்டா... மாமி, நீங்க அந்தச் சாக்கடையோரமா மூணாவது கடை இருக்கில்லையா, அவன்கிட்ட வாங்குங்கோ. அவன்தான் அம்பாள் பேர்ல சார்த்தின பூவையே ரீசைக்கிள் பண்ணாதவன்.

ராமநாதன் திரும்பி நித்யாவிடம் பேசுகிறார்.

ராமநாதன்: நித்யா, என்ன பிரமாதமா வளர்ந்துட்ட... நீ இவ்வள பெரிசா வருவேன்னு நான் எதிர்பார்க்கலை. போனவாரம் கிருஷ்ணகான சபா கச்சேரில பல்ஹம்ஸன்னு ஒரு அபூர்வ ராகத்தைப் பாடினப்ப சந்தோஷமா இருந்தது. இது மாதிரி அபூர்வமான ராகங்கள்லாம் உங்க அப்பா பாடிதான் கேட்டிருக்கேன். ஏற்கனவே உங்க வீட்ல இருக்கற ஒருத்தருக்கு நான் பெரிய ரசிகன். இப்ப ரெண்டாவதா உன்னோட ரசிகனாவும் ஆயாச்சு.

நித்யா: ஒருத்தர் யாரு... என் அப்பாவா?

ராமநாதன்: உங்கப்பாவுக்கு நான் ரசிகன்னு சொல்லக் கூடாது அபிமானின்னு சொல்லணும். ரசிகன்றது சாதாரண வார்த்தை. ஒரு கலைஞனோட திறமையை மட்டும் ரசிக்கறவனுக்கு ரசிகன்னு பேரு. கலைஞனையே ரசிக்கறவனை அபிமானின்னுதான் சொல்லணும். அட, நான் பாட்டுக்கு பேசிண்டு இருக்கனே? இந்தா கோயில் பிரசாதம். இன்னைக்கு கும்பல் ஜாஸ்தியில்லை போலிருக்கு, அர்ச்சகர் கைநிறைய கல்கண்டைக் கொட்டிட்டார். எடுத்துக்கோ.

நித்யா: நான் கோயிலுக்குதான போறேன்?

ராமநாதன்: அட எடுத்துக்கம்மா. கோயில் பிரசாதத்தை வேண்டாம்னு சொல்லாத. எனக்கு டயபடீஸ், அத்தனையையும் சாப்டவும் முடியாது.

நித்யா கொஞ்சம் கல்கண்டை எடுத்துக் கொள்கிறாள்.

ராமநாதன்: பாடறவா ரெண்டு வகை. சங்கீதம் தனக்குத் தெரிஞ்ச வித்தைன்னு எல்லாருக்கும் தெரியப் படுத்தறவாபோல மத்தவாளுக்குப் பாடறவா ஒரு வகை. அதை நான் தப்புன்னு சொல்லலை. பாடறதே மத்தவாளை திருப்திப்படுத்தத்தான். ஆனா அவாளுக்கு ரசிகர்கள்தான் வாய்ப்பா. இரண்டாவது வேற வகை. சங்கீதத்தை அனுபவமா, கடமையா நினைச்சி அதுல ஈடுபடறவா. இவா மத்தவாளுக்காகவும் பாடலை, தனக்காகவும் பாடலை. சங்கீத்துக்காகப் பாடறா. அது மாதிரி பாடகர்களுக்கு வெறும் ரசிகர்கள் வாய்க்கமாட்டாம்மா. என்னை மாதிரி அபிமானிகள்தான் வாய்ப்பா. அது மாதிரி பாடகர்தான் உங்கப்பா.

நித்யா: அப்ப இவங்க சங்கீதத்துக்கெல்லாம் நோக்கமே இல்லைங்கறீங்களா?

ராமநாதன்: இருக்கக் கூடாதுங்கறேன். நோக்கம்னு வந்தாலே கலை அடிபட்டுப் போறதே? இப்ப

உன்னையே எடுத்துக்கோ... நீ எதுக்கு பாடற?

நித்யா: நானா? நான்... (தடுமாறுகிறாள்.)

ராமநாதன்: யோசிக்காத. யோசிச்சா ஏதாவது காரணம் தோணும். காரணமே தெரியாம இருந்துக்கோ. சங்கீதத்துக்காக பாடு. இப்ப நாளைக்கே உன்னை மாதிரி இன்னொரு பாடகி வரலாம். உன்னைவிட நல்லா பாடலாம். அவளை மிஞ்சணும்னு நீ பாடினா உன் சங்கீத்துக்கு அற்பமான நோக்கம் வந்துடறது பாரு. இது மாதிரி இருளோன்னு இருந்த நடைல யாரோ ஒரு புண்ணியவான் ட்யூப் லைட் கொண்டுவந்து மாட்டியிருக்கான். நல்ல காரியம்தான். அத்தோட நிறுத்திண்டு இருக்கப்படாதா? ஆனா கொஞ்சம் உத்துப் பாரு. ட்யூப் லைட்ல என்னமோ எழுதியிருக்கு. தெரியறதா? கீழத்தெரு ராஜா உபயம்னு எழுதியிருக்கு பாரு. தன் பேரு தெரியணும்னு அல்பமான ஆசையினால அவன் பண்ண நல்ல காரியம் அசிங்கப்பட்டுப் போயிடுத்து பாத்தியா? ரொம்ப போர் அடிக்கறனா? வேற வழியில்ல, உங்கம்மா வரவரைக்கும் பொறுத்துண்டுதான் ஆகணும். இன்னொண்ணும் சொல்லுவேன். அதை முக்கியமா தெரிஞ்சுக்கணும். இந்தத் திறமை திறமைன்னு சொல்றமே... அதெல்லாம் நம்மோடது இல்லை.

நித்யா: பின்ன?

ராமநாதன்: இது ஏதோ ஒரு காரணத்துக்காக யாரோ நமக்கு குடுத்தது. அதை நாம எப்படி நம்ம சௌகர்யத்துக்காகவும் நம்ம சுயலாபத்துக் காகவும் பயன்படுத்தலாம்? அப்பிடில்லாம் முழிக்காத. அப்பறம் நான் உன்னை ட்யூப்லைட்னு சொல்லிடுவேன்.

நித்யா: என் திறமை என்னுதில்லையா? என்ன சொல்றீங்க சார்?

| | |
|---|---|
| ராமநாதன்: | நீ ட்யூப்லைட்டுதான். தப்பா நினைக்காதம்மா. உதாரணத்துக்கு சொன்னேன். மின்சாரம் இல்லன்னா இந்த ட்யூப் லைட்டு வெறும் ட்யூபாதான இருக்கும். அது மாதிரிதான். வேற யாரோ தந்த திறமையை வாங்கி சங்கீதமா வெளிய இறைக்கற ட்யூப்லைட்டு மாதிரிதான் நாம. சிலர் அஞ்சு வாட்டு. சிலர் ஐநூறு வாட்டு. அவங்க அவங்களுக்கு விதிச்ச மாதிரி. நாமல்லாம் வெறும் கருவிகள்... ஆனா அஞ்சு வாட்டும் ஐநூறு வாட்டு வெளிச்சமும் கரன்ட் வந்தாதான் இல்லையா? நாளைக்கே இந்த பல்பு ஃப்யூசா போட்டுதுன்னா இதைத் தூர எறிஞ்சிட்டு வேற மாட்டிடுவா! அது மாதிரிதான். வெளிச்சமே தன்னாலதான் வருதுன்னு ஒரு விளக்கு நினைக்குமா? அது மாதிரிதான் நம்ம திறமை நம்மோடதுன்னு நினைக்கறதும். |
| நித்யா: | அப்ப ராவும் பகலுமா உழைச்சி கத்துண்ட என் திறமை யாருதுங்கறேள்? |
| ராமநாதன்: | எனக்கு என்ன தெரியும்? இந்த அம்பாள்தா இருக்கலாம்... இல்ல, உங்க அப்பாவுதா இருக்கலாம்... |
| நித்யா: | என் அப்பாவுதா? |
| ராமநாதன்: | ஆமா... ஏன் இருக்கப்படாது? இப்ப உன்னையே பாரேன். அப்பிடியே உங்கப்பாவன்னா உரிச்சிவச்சிருக்க? கண்ணு வாய் கை காலு விரல்லாம் உங்கப்பா மாதிரிதான் இருக்கு. நீளமா முனைல மட்டும் கோணயா இருக்கே மூக்கு, அதுகூட அப்பாதுதான். பேசும்போது கோவத்துல வெடுக்குனு கழுத்தைச் சாச்சிக்கறயே... அதுகூட உங்கப்பா மாதிரிதான் இருக்கு. இந்த மாதிரி சின்னச் சின்ன விஷய மெல்லாம் உங்கப்பா மாதிரி இருக்கும்போது உன் திறமை மட்டும் உன்னுதுன்னா நான் எப்டி நம்பறது? |

நித்யா வாயடைத்துப்போய் நிற்கிறாள்.

கல்யாணி வருகிறாள்.

ராமநாதன்: அம்மா வந்துட்டா. அப்ப நான் வரேன் மாமி. ஆத்துப் பக்கம் வரது. அவ விசாரிச்சிண்டே இருக்கா. வரேம்மா.

கல்யாணி: வா, நேரமாச்சு அர்ச்சனை பண்ணிண்டு போலாம்.

நித்யா: இல்லம்மா. எனக்கு உடம்புக்கு முடியலை. நீ போயிட்டு வா. நான் வீட்டுக்கு போறேன். மாமா கையால பிரசாதம் வாங்கிண்டாச்சு, போறும்.

நித்யா திரும்பி நடக்கிறாள்.

## காட்சி 7

நித்யாவின் உருமாறிய வீடு. வீட்டின் மூலையில் நித்யா உட்கார்ந்திருப்பது சின்ன ஒளிவட்டத்தில் தெரிகிறது. தலை சாய்ந்து தூங்குகிற நிலையில் இருக்கிறாள். கனவுக்கும் நனவுக்கும் இடைப்பட்ட நிலையில் ஒரு சர்ரியல் பதிவாக விரியும் காட்சி.

இன்னொரு ஒளிவட்டம் வீட்டின் மூலையில் தோன்றுகிறது. அந்த இடத்தில் ஒரு சாய்வு நாற்காலி. அதில் கண்களை மூடியபடி இளையாங்குடி சாய்ந்து உட்கார்ந்திருக்கிறார். சுற்றி நடப்பவற்றின் எந்தப் பிரக்ஞையும் இல்லாதவர்போல தோன்றுகிறார்.

அவருக்குப் பின்னால் கையில் விசிறியோடு அம்பி அவருக்கு விசிறிக்கொண்டிருக்கிறார். அவர் விசிறுவதில் இயந்திரத் தன்மை இருக்கிறது.

அவர் காலடியில் ராமநாதன் உட்கார்ந்து இயந்திரத்தனமாய் அவர் காலைப் பிடித்துவிட்டுக்கொண்டிருக்கிறார்.

ராமநாதன்: சங்கீதத்தை அனுபவமா கடமையா நினைச்சி அதுல ஈடுபடறேள் அண்ணா. நீங்க மத்த வாளுக்காகவும் பாடலை, உங்களுக்காகவும் பாடலை. சங்கீதத்துக்காக பாடறேள். சங்கீதத்துக்காக பாடறேள் அண்ணா.

இளையாங்குடி இருக்கும் ஒளி வட்டத்துக்குள் அந்தச் சிறிய பெண் (நித்யா) வருகிறாள்.

இளம் நித்யா: அம்பி மாமா வப்பாட்டின்னா என்ன?

அம்பி: ஏன் கேக்கறம்மா?

இளம் நித்யா: அம்மா அவரோட வப்பாட்டியாம். எல்லாரும் பேசிக்கறா... அப்பிடின்னா வொய்ஃப் இல்லையா? அப்ப நான் அவரோட பொண்ணுன்னு சொல்லிக்க முடியாதில்லயா?

அம்பி: அவர் உங்க அப்பா அவ்வளவுதான். யாரு என்ன சொன்னாலும் அவர் உங்க அப்பா.

ராமநாதன்: அம்பி சார், இந்தப் பொண்ணு முகத்தைப் பாருங்கோ, அண்ணா மாதிரியே இருக்கு. கை காலு விரல்லாம்கூட அவர் மாதிரிதான் இருக்கு. நீளமா முனைல மட்டும் கோணயா இருக்கே மூக்கு அதுகூட அவர் மாதிரி இருக்கு. அப்பிடியே பொம்பளை இளையாங் குடி. (பரிகாசம் செய்கிறார்போல பெரிதாய்ச் சிரிக்கிறார்.)

இருட்டு. வெளிச்ச வட்டம் மறுபடி பஞ்சாபகேசன் குழுவினரின் மேல் விழுகிறது.

இளம் நித்யா: என்னைக்கோ ஒரு நாள் வரார். நான் பாடற பாட்டுல ஏதாவது தப்பு சொல்லிண்டே இருக்கார். அவரைக் கண்டாலே பிடிக்கலை.

ராமநாதன்: அவரைக் கண்டா பிடிக்கலைன்னு சொன்னியான்னா உன்னைக் கண்டாலே உனக்கு பிடிக்கலைன்னு அர்த்தம். (பெரிதாகச் சிரிக்கிறார்.)

இளம் நித்யா கோபமாய் நடந்து போய் விடுகிறாள்.

இன்னொரு ஒளிவட்டம் விழுகிறது. அதில் அந்தப் பாட்டு டீச்சர் உட்கார்ந்திருக்கிறாள்.

பாட்டு டீச்சர்: நோ நோ. இது உங்க அப்பா ஸ்பெஷாலிடி. நீ அவரைவிட பெரிய பாடகியாகி அவரை தலைகுனிய வைக்கணும்னா சரியா பாடு.

வெளிச்ச வட்டம் அணைந்து ராமநாதன் மேல் விழுகிறது. பாடு பாடு. நல்லா வெறியோட பாடு... ஐம்பது ரூபாய்க்கு ட்யூப் லைட் வாங்கிக் குடுத்துட்டு அதுல உன் பேரு போட்டுக்கோ. (மறுபடி சிரிக்கிறார்.)

வெளிச்ச வட்டம். அதில் கல்யாணி அமர்ந்திருக்கிறாள். பாட்டு வாத்தியாருக்கு அருகில் இருக்கிறாள்.

கல்யாணி: இவளை வயத்துல சுமந்துண்டு இருந்தப்போ, என்னை சுத்தி ஒரு ஜனம் இல்லை. சொந்தக்காரா கோச்சிண்டு வரலை. அவர் பக்கம் யாரும் வரலை. இவர் பாட்டுக் கச்சேரி எல்லாத்தையும் மூட்டைகட்டிவச்சிட்டு எங்கூட ரெண்டு மாசம் இருந்தார். கைக்குழந்தையை முழுக்க முழுக்கப் பாத்துண்டது அவர்தான்.

அம்பி: மன்னிக்கு முதல் குழந்தை. இவருக்கு அது ரெண்டாவதோ மூணாவதோ... கொஞ்சமாவது அனுபவம் ஆயிருக்குமில்லையா?

கல்யாணி: என்ன அழகா பாத்துப்பார் தெரியுமா? எனக்கு கைக்குழந்தையை எடுக்கவே பயம். இவர் கால்லபோட்டுண்டுஅவளைக்குளிப்பாட்டுவார். மசாஜ் பண்ணிவிடுவார். நாள் முழுக்க மடியில போட்டுண்டு கிடப்பார். இவர் மடியிலிருந்து இறக்கினா அழ ஆரம்பிச்சிடுவா. ராத்திரி பத்தரை மணிக்கு கொட்ட கொட்ட

உக்காந்துண்டு தூங்காம படுத்துவா. ராத்திரி முழுக்க மடியில போட்டுண்டு பைரவியும் அசாவேரியுமா பாடுவார். அவ தவழற வரைக்கும் அவர் சாதகம் பண்ணது எல்லாம் அவளை மடியில போட்டுண்டுதான். அவ வளர்ந்ததே அவர் பாட்டுலதான்.

பாட்டு டீச்சர்: அதான் யாரோ சொல்லிக்குடுத்தா மாதிரி படக்குன்னு சொன்னதுமே பிடிச்சுக்கறா.

ராமநாதன்: அவர்மூலம் ரத்தத்துல ஊறின சங்கீதம். அதாலேயே அவரை மிஞ்சப்போறா. ட்யூப் லைட். ட்யூப் லைட். (சிரிக்கிறார்.)

வெளிச்ச வட்டத்துக்குள் இளைய வயது நித்யா வருகிறாள். பாவாடையை விரித்துத் திருப்பித் திருப்பிப் பார்க்கிறாள்.

நித்யா: ரொம்ப நல்லா இருக்கு இந்தக் கலர். ரொம்ப தேங்க்ஸ்.

அம்பி: பிடிச்சிருக்கா? சரி தேங்க்ஸ் எல்லாம் வேண்டாம்.

நித்யா: தேங்க்ஸ் உங்களுக்கு சொல்லலை. அந்த பாட்டு பாடற மாமாகிட்ட சொன்னேன். இந்தக் கலர்ல பாவாடை எங்கிட்ட இல்லவே இல்லை.

அம்பி விசிறி விடுவதை நிறுத்திவிட்டு அவளையே பார்க்கிறார்.

நித்யா: விசிறுங்கோ. நிறுத்திட்டேளே? கையை வலிச்சா எங்கிட்ட குடுங்கோ நான் பண்றேன்.

நித்யா அவரிடமிருந்து விசிறியை வாங்கி விசிறுகிறாள்.

மெல்ல ஒளிவட்டம் மங்குகிறது.

# காட்சி 8

நித்யா வீடு. மேஜையில் உட்கார்ந்து என்னமோ எழுதிக் கொண்டிருக்கிறாள்.

அம்பி: (உள்ளே நுழைந்துகொண்டே) மன்னி எங்க?

நித்யா: கோயிலுக்கு போயிருக்கா. வர்ற நேரம்தான்.

அம்பி: கோயிலுக்கு போயிருக்காளா? அடடா மன்னி இருந்தா நல்ல சூடா ஒரு டம்ளர் காப்பி கிடைக்கும்னு பாத்தேன்.

நித்யா: சிரிக்கிறாள்.

அம்பி: சிரிக்கற... காப்பிதான வேணும் மாமா, நான் போட்டுத்தரேன்னு சொல்றயா பாரு?

நித்யா: ஸாரி. இதோ போட்டுண்டு வரேன். நேத்து கச்சேரி எப்படி இருந்தது சொல்லவே இல்லையே...

அம்பி: (உட்கார்ந்துகொண்டே) உனக்கென்ன... வழக்கம்போல பிச்சி உதறிட்ட.

நித்யா: பிலஹரி ராகம் தானம் பல்லவி கொஞ்சம் அவசரமா பாடிட்டனா?

அம்பி: ஆமா. இரண்டு மணிநேரக் கச்சேரிக்கெல்லாம் ராகம் தானம் பல்லவி பாடப்படாது. எடுத்துண்டா அப்பிடிதான் அவசரகதியில முடிக்கத் தோணும்.

நித்யா: கச்சேரி முடிஞ்சதும் ஒரு மாமி அதைத்தான் சொன்னா. உங்க அப்பா இதை ரொம்ப அழகா பாடுவார்னு ஒரு வார்த்தையும் சேர்த்துண்டா.

அம்பி: உடனே அவகிட்ட சண்டைக்கு போயிட்ட யாக்கும்?

நித்யா: அதல்லாம் இல்ல. எனக்கு தெரியும் நான் நேத்து அவ்வளவு சரியா பாடலன்னு.

அம்பி: இன்னொண்ணுகூட. பிரானவர கீர்த்தனை பாடினயே. காமிகார்தா வரியில நிரவல் பண்ணயே. அது என்னவோ அவ்வளவு எடுபடல.

நித்யா: வேற எந்த இடத்துல பண்ணியிருக்கணுமாம்?

அம்பி: உங்க அப்பா பண்ண கச்சேரி ஒண்ணு ஞாபகம் இருக்கு. ராத்திரிக் கச்சேரி. அவர் கல்யாணி எடுத்தபோது ஒம்பதரை மணியாய்டுத்து. ஷாமகிருஷ்ண சோதரி இடத்தில நிரவல் பண்ணினார். நேரம் போறதே தெரியாம பஸ் கிடைக்காத அவஸ்தையைப் பொருட் படுத்தாம எல்லாரும் கேட்டுண்டு இருந்தா. கச்சேரி பத்தரை மணிக்கு முடிஞ்சது. நாங்கல்லாம் ரோட்டோரமா வாழைப்பழமும் பாலும் வாங்கிச் சாப்டுட்டு பேசாமப் போய் படுத்துண்டுட்டோம். அந்தப் பாட்டப்ப ஒரு தமாஷ் நடந்தது.

நித்யா: என்ன நடந்தது?

அம்பி: கச்சேரி கேக்க இன்னொரு வித்வான் வந்திருந்தார். மாயவரம் சாமான்னு. பெரிய வித்வான். அவருக்கு அவசரமாப் போக வேண்டிய ஜோலி. பாதிக் கச்சேரில வெளியே வந்தார். சைக்கிள் ரிக்ஷா தேடிண்டு. ஒரு சைக்கிள் ரிக்ஷாகாரர் ரிக்ஷாவோட சீட்டை ஃபிளாட் பாரத்தில் போட்டுண்டு அதுமேல சாய்ஞ்சிண்டு கச்சேரி கேட்டுண்டு இருந்தார். சாமா போய் சவாரிக்கு கூப்பிட்டார். அவன் ‘சாமி இன்னைக்கு வண்டி வராதுங்க’ன்னான். சாமாக்கு அவசரம். கோபம். ‘அட கூட வேணா காசு வாங்கிக்கப்பா வண்டியை எடு’ன்னார் அலட்சியமா. அதுக்கு ரிக்ஷாகாரர், ‘காசு நாளைக்குக்கூட சம்பாரிச் சுக்குவேன். பஞ்சாபகேசன் பாட்டு போயிருச் சுன்னா அப்பறம் எப்ப கேக்கறது? வண்டி வராது’ன்னுட்டார்.

நித்யா: சுவாரசியமா இருக்கு.

அம்பி: உங்க அப்பா பாட்டுக்கு அவ்வளவு பேர் பைத்தியமா ரசிகர்கள் இருந்தா. அவர் பாட்டும் அவ்வளவு ஆத்மார்த்தமா இருக்கும். அவ்வளவு உழைப்பு. சங்கீதம் எல்லாருக்கும் போய்ச் சேரணும்னு ரொம்ப ஆர்வம். அதுவும் கோயில்ல பாடற கச்சேரின்னா இன்னும் உற்சாகமா எத்தனை மணிநேரம் வேணா பாடுவார்.

நித்யா: அவர் மொதல் கச்சேரி எந்த வயசுல பண்ணார்?

அம்பி: அதுகூட தமாஷான அனுபவம்தான். மதுரை புஷ்பவனம் ஐயர்ன்னு ஒரு பெரிய வித்வான். அவர் திருவையாறுல கச்சேரி பண்றதா இருந்தது. திடீர்னு உடம்பு சுகமில்லை. அவரால வர முடியலை. கச்சேரி ஏற்பாடு பண்ணவருக்கு உங்க அப்பா பத்தித் தெரியும். அவரைக் கூட்டிண்டு வந்தார். பக்கவாத்தியக்காரர் யாருன்ற?

நித்யா: யாரு?

அம்பி: பெரிய வயலின் வித்வான். திருச்சி கோவிந்தசாமி பிள்ளை. கச்சேரிக்கு புஷ்பவனம் வர்ல இவர்தான் பாடப் போறார்னு ஒல்லியா வெடவெடன்னு இருக்கற விடலப்பயலா உங்க அப்பாவைக் கொண்டுவந்து நிறுத்தினார் கச்சேரி ஏற்பாடு பண்ணவர். வயலின் வித்வான் கோவிந்தசாமி பிள்ளைக்கு அசாத்தியக் கோபம். இந்தப் பயலுக்கு தான் வாசிக்கறதாவதுன்னு. கச்சேரி ஆரம்பிச்சுது. பக்கவாத்தியக்காரர் பாடறவரைப் பாத்து உக்கார்றதுதான நம்ம பத்ததி. தன்னை மீறி என்ன பாடப்போறான் இந்தப் பயன்னு நேரே கச்சேரி கேக்க வந்தவாளைப் பார்த்து அவர் உக்காந்துண்டார். பாட்டுக்கு வயலின் பக்கவாத்தியமா, இல்லை வயலினுக்கு பாட்டு பக்கமான்னு பாக்கறவாளுக்கு

சந்தேகமே வந்துடுத்து. உங்க அப்பா பாட ஆரம்பிச்சார். ஆலாபனை பாடின தினுசைக் கேட்டவுடனே கோவிந்தசாமி பிள்ளை அவரைப் பார்த்துத் திரும்ப ஆரம்பிச்சார். நிரவல், ஸ்வரம்ன்னு ஒவ்வொண்ணா பாடப் பாட மெல்ல கீ குடுத்த பொம்மையாட்டம் வாசிச்சிண்டே கொஞ்சம் கொஞ்சமாத் திரும்பி அவரைப் பார்த்து உட்கார்ந்துண்டுட்டார். (வயலின் வாசித்துக்கொண்டே திரும்பித் திரும்பி உட்காருவதுபோல செய்துகாட்டுகிறார்.) ஜனங்கள்ளாம் சன்னமா சிரிச்சிண்டா.

நித்யா: (ரொம்ப ரசித்துக் கேட்டுக்கொள்கிறாள்.) வெரி இன்டரஸ்டிங். அப்புறம்?

அம்பி: நான் என்ன உங்க அப்பா பத்தி கதாகாலட்சேபமா சொல்லிண்டிருக்கேன்? அப்புறம் அப்புறம்னு கதை கேட்டுண்டு இருக்க? பரவால்ல, மன்னி மாதிரி இல்லன்னாலும் நல்லாதான் காப்பி போடற. சரி நான் வரேன். நாழியாறது. மன்னி வந்தா சொல்லிடு.

நித்யா: அம்மா இப்ப வந்துடுவா.

அம்பி: அதான் காப்பி சாப்டனே? வரேன்.

அம்பி போனதும் நித்யா மெல்ல அந்தக் கீர்த்தனையைப் பாடுகிறாள். தான் செய்த நிரவலைப் பாடிப் பார்க்கிறாள். மேடையின் ஒரு பக்கமாக இருக்கும் மேஜையை எட்டுகிறாள். உள்ளேயிருந்து ஒரு கேசட்டை எடுக்கிறாள். அருகிலேயே இருக்கும் டேப்ரிக் கார்டரில் போடுகிறாள். அழுத்தினவுடன் அப்பாவின் ஏதோ பாட்டு வருகிறது. கொஞ்சம் நிலை மறந்து கேட்க ஆரம்பித்து உணர்ந்தவளாய் டேப்பை Fast Forward செய்கிறாள். இளையாங்குடி பாடும் அதே பாட்டு நிரவலில் வருகிறது. கேட்கிறாள். கொஞ்சம் போனதும், நிறுத்தி, இயல்பாக அவளுக்குள் தலையாட்டிக்கொள்கிறாள்.

இப்போது டேப்பில் பாட அவளும் கூடப் பாடுகிறாள். அவருடன் போட்டி போட்டுக் கொண்டு பாடுவதுபோல பாடுகிறாள். இருவர் குரலும் சேர்ந்து இசைக்கின்றன. விடாமல் தொடர்கிறாள். பாட்டு உச்சஸ்தாயியை எட்டியதும் இவள் பாடுவதை நிறுத்தி விடுகிறாள். அவர் மட்டும் பாடுகிறார். கண்ணை மூடிக்கொண்டு கேட்க ஆரம்பிக்கிறாள். இவள் தலையை அசைத்து அசைத்து ரசித்து ஆழ்ந்திருக்கிறாள். மெல்ல கூடவே பாடுகிறாள்.

கல்யாணி கையில் கூடையோடு வருகிறாள். அம்மா வந்ததுகூட தெரியாமல் இவள் பாட்டை மெய்மறந்து கேட்டுக்கொண்டிருக் கிறாள். அம்மா வந்து நிற்கிறாள். இவள் ரொம்ப ரசித்து அவருடைய பாட்டைக் கேட்பதைக் கொஞ்சமாய் ஆச்சரியத்துடனும் சிரிப்புடனும் ரசிக்கிறாள். கல்யாணி டேபிளில் பூக்கூடையை வைத்துவிட்டு டேப்பை நிறுத்துகிறாள்.

நித்யா பதறி எழுந்துகொள்கிறாள்.

அம்மா ஒன்றும் பேசாமல் அவளை ஆழ்ந்து பார்த்தபடி இருக்கிறாள்.

நித்யா: எப்பம்மா வந்த? கச்சேரில இன்னைக்கு ஒரு கீர்த்தனை பாடினேன். அம்பி மாமா நிரவல் பண்ண இடம் சரியில்லைன்னார். அதான் அவர் கேசட்டை போட்டுப் பாத்து சரியாருக்கான்னு பாத்தேன்.

கல்யாணி மௌனமாய்ப் பார்த்துக் கொண்டிருக்கிறாள்.

நித்யா: ஒண்ணும் பெரிய வித்தியாசம் இல்லை. வழக்கமான ஸ்வரப் பிரயோகமாச்சேன்னு வேற இடத்துல பண்ணேன். அது கொஞ்சம் வேற மாதிரி இருக்கு அவ்வளதான். அதான்

அவர் கேசட்டை போட்டு கம்ப்பேர் பண்ணிண்டிருந்தேன்.

கல்யாணி தொடர்ந்து பார்த்துக்கொண்டிருக் கிறாள்.

நித்யா: எனக்கு தெரியும். நீ என்ன சொல்லப் போறேன்னு தெரியும். உன் புருஷனைப் பத்தி நீ சொல்ற வழக்கமான ஜம்பம்தான். நீ சொல்ல வேண்டாம். எனக்கே தெரியும். அவர் குரல்ல இருக்கற சாந்தமும் கம்பீரமும் எனக்கு வர்லம்ப.

கல்யாணி: நான் ஒண்ணுமே சொல்லலையே? நீதான் ஏதோ சொல்லிண்டு இருக்க.

நித்யா: நீ மனசுக்குள்ள அப்பிடிதான் நினைச்சிண்டு இருக்க.

கல்யாணி : ஆமா, என் மனசுக்குள்ள என்ன இருக்குன்னு கண்டுபிடிச்சுட்ட கெட்டிக்காரி. ஆனா சிலர் மனசுக்குள்ள என்ன நினைக்கறான்னுதான் தெரியமாட்டேங்கறது. வெளிய சொல்றது ஒண்ணு மனசுக்குள்ள வேற ஒண்ணு.

நித்யா: யாரைச் சொல்ற?

கல்யாணி: பொதுவா சொல்றேன்.

நித்யா: நீ என்னைதான் சொல்ற. எனக்கு தெரியும். போன வாரம் நீ வெளிய போயிருந்தபோது நான் இதே மாதிரி கேசட்ல அவர் பாட்டு கேட்டுண்டு இருந்தேன். அதை நீ வந்து பாத்த அன்னைக்கும் இப்பிடிதான் இளப்பமாப் பாத்துண்டு என்னமோ பேசினே.

கல்யாணி: நான் ஒண்ணுமே சொல்லலையே. உன் வீடு. உன் டேப் ரிக்கார்டர். என்ன பாட்டு வேணா கேக்கலாம். நான் யார் சொல்றதுக்கு? எனக்கு ஒரு சந்தேகம். ஒரே ஒரு கேள்விதான் கேக்கணும். கேக்கலாமா?

நித்யா: என்ன?

கல்யாணி: இந்த 'அவர் அவர்'ங்கறியே... யாரு அவர்?

நித்யா: ரொம்பதான் பண்ணாத. அவர் உன் புருஷன். அவரைதான் சொல்றேன்.

கல்யாணி: ஓ அவரா? அதாவது உங்க அப்பா. உன் பாஷைல சொல்லணும்னா... உன் அங்கீகார மில்லாத அப்பா. அவரா? சரி சரி. இப்ப புரியறது.

நித்யா: ஆமா ரொம்ப சந்தோஷமா உனக்கு? உனக்கென்ன? நான் எந்த கேசட் வேணுன்னாலும் கேப்பேன். என் டேப் ரிக்கார்டர் என் இஷ்டம்.

கல்யாணி: சித்த மின்னாடி நானும் அதேதான் சொன்னேன்.

நித்யா: சரி உன் பரிகாசம் போதும். தலையை வலிக்கறது, எனக்கு காப்பி வேணும்.

கல்யாணி: நான் பாட்டுக்கு உள்ள போயிண்டே யிருந்தேன். இவளா எங்கிட்ட பேச்சு குடுத்து அவர் பாடின நிரவல் பத்தியும் அவர் பாடின பல்லவி பத்தியும் என்னை இழுத்து வச்சி என்னன்னவோ சொல்லிட்டு என்ன வையறா.

கல்யாணி போன பிறகு இவள் டேபிள் அருகே சென்று டேப்ரிக்கார்டரை ஆன் செய்கிறாள். மறுபடி அவர் பாட்டு கேட்கிறது. இவள் என்னமோ மேம்போக்காகக் கேட்கிற மாதிரி முகத்தைத் தீவிரமாக வைத்துக்கொண்டு, ஆனால் காலாலும் கையாலும் தாளம்போட்டு ரசித்தபடி இருக்க, மெல்ல வெளிச்சம் குறைகிறது.

## காட்சி 9

**நி**த்யா வீடு. கொஞ்சம் வசதியான வாழ்க்கை நிலைமையைப் பிரதிபலிக்கிற மாதிரி வீடு மாறியிருக்கிறது. சுவரில் அவள்

படங்கள் நிறைய இருக்கின்றன. முதலமைச்சரோடு ஒரு படம், ஜனாதிபதியுடன் ஒரு படம் என்று இருக்கின்றன.

இளையாங்குடியும் கல்யாணியும் சோபாவில் உட்கார்ந்திருக்கிறார்கள். அவர் மாத்திரை ஒன்றைப் போட்டுக்கொள்கிறார்.

*கல்யாணி:* இது என்ன மாத்திரை?

*இளையாங்குடி:* BP அதிகமாயிடுத்து. உப்பு கம்மியா போட்டுக்கோ கம்மியா போட்டுக்கோன்னு சாப்பாட்டு ருசியே போயிட்டது போ.

*கல்யாணி:* ரத்தக்கொதிப்பா... நல்லாதானே இருந்தேள்? திடீர்னு என்ன?

*இளையாங்குடி:* வயசாயிடுத்துல்ல. வேலைவெட்டி இல்லாம உக்காந்துண்டிருக்கேன். படபடப்பு அதிகமாயிடுத்து. ஊரு ஊராப் போய் மேடை மேடையா கச்சேரி பண்ணி, கைத்தட்டல் வாங்கி வாங்கிப் பெருமிதப்பட்ட மனசு சும்மா ஒரு இடத்துல உக்கார முடியாம அல்லாடறது. இந்த பத்மஸ்ரீ, பத்மவிபூஷன் அவார்டெல்லாம் எதுக்குத் தரா தெரியுமா உனக்கு?

*கல்யாணி:* எதுக்கு? நீங்க பிரமாதமா பாடினதைப் பாராட்டதான்!

*இளையாங்குடி:* நானும் நீ சொல்ற மாதிரி அசடாட்டம் அப்பிடிதான் நினைச்சிண்டு இருந்தேன். யப்பா கிழவா, நீ இத்தனை நாள் நன்னா பாடிண்டு இருந்தது போறும் நிறுத்திக்கோ. இனிமே பாடிப் படுத்தாதேன்னு நைச்சியமா சொல்லி வாய மூடத்தான்னு இப்பதான் புரிஞ்சுண்டேன்.

இளையாங்குடி வீட்டைச் சுற்றிலும் பார்க்கிறார். ஃபோட்டோக்களையும் பார்க்கிறார்.

*இளையாங்குடி:* வீடெல்லாம் பிரமாதமா வச்சிருக்க. நித்யா என்னமா வளந்துட்டா! அவளுக்கு கல்யாணம் பண்ற ஐடியாவே இல்லையா உனக்கு? நான் சொன்னா கேக்கமாட்டா.

கல்யாணி: கல்யாணம் பண்ணிக்கப் போறதில்லையாம். லட்சியம் நிறைவேறணுமாம். பேசினா சண்டைக்கு வரா.

இளையாங்குடி: லட்சியம்தான் நிறைவேறிடுத்தே! (மேஜை மேலே இருக்கும் ஃபோட்டோ ஆல்பத்தை எடுத்துப் பார்க்கிறார்.) இந்த ஃபோட்டோ எப்ப எடுத்தது?

கல்யாணி: இது போன வருஷம் எடுத்தது. கவர்னர்கிட்ட என்னமோ அவார்டு வாங்கினா, அப்ப எடுத்தது. இது திருவையாறு உற்சவம்போது அவ ஃப்ரெண்ட்ஸோட சேர்ந்து எடுத்துண்டது. இது அமெரிக்கால எடுத்தது. அமெரிக்கால நிறைய எடமெல்லாம் போய் பாடினா. நானும் போயிருந்தேன்.

இளையாங்குடி: தெரியுமே... கல்கில படிச்சேன். அம்மாவும் பொண்ணுமா வொய்ட் ஹவுஸ் முன்னால் நின்னுண்டு ஒரு ஃபோட்டோ போட்டிருந் தானே. அட நம்ம பொண்டாட்டி ஃபோட்டோ கல்கில வந்திருக்கேன்னு சந்தோஷமா இருந்தது.

கல்யாணி: என்னென்னமோ ஊருக்கெல்லாம் போனோம். பேரு மறந்துபோயிடுத்து. எல்லா ஊர்லயும் உயர உயரமா கட்டடமா எல்லா ஊரும் ஒரே மாதிரி இருக்கு. ஒரு இடத்துல பெரிசா தியாகராஜர் உற்சவமே ஏற்பாடு பண்ணியிருந்தா! என்ன ஊர்னு பேர் ஞாபகம் இல்லை. கிள்ளியூரோ என்னமோ... அது மாதிரி ஒரு பேரு ஞாபகம் வச்சிண்டேன்.

இளையாங்குடி: க்ளீவ்லேண்ட்..டீ!

கல்யாணி: ஆ... அதான்.

இளையாங்குடி: வருஷக்கணக்குல இங்க முடங்கிக் கிடந்த உன்னை இப்ப ஒன் பொண்ணு நாலு எடத்துக்குக் கூட்டிண்டு போறா. அவ புண்ணியத்துல உனக்கு கொஞ்சம் விடுதலை கிடைச்சிருக்கு. நித்யா...

கல்யாணி: அவ கச்சேரிக்கு போயிருக்கா.

இளையாங்குடி: தெரியும், அதான் அவ இல்லாதப்ப வரலாம்னு வந்தேன். முன்ன மாதிரி இல்ல. நித்யா பெரிய பாடகியாயாச்சு. அவளைப் பாக்க யாராவது வந்துண்டு போயிண்டு இருப்பா. அந்த இடத்துல நான் இருந்தா அனாவசியமாப் பேச்சு வரும். தனக்குன்னு ஒரு முகமில்லை. ஐடண்டிட்டி இல்லைன்னு சொல்லிண்டிருப் பாள். இப்ப அந்த முகமும் ஐடண்டிட்டியும் கிடைச்சுடுத்தே! அவ ஆசைப்பட்டபடி அவ அப்பாவைவிட பெரிய ஐடண்டிட்டி. அப்பாவை விட பெரிய புகழ். எனக்கு சந்தோஷம்தான். ரேடியோவத் திருப்பினா அவ பாட்டுதான் கேக்கறது. சங்கீதத்தைப் பத்தி எது எழுதினாலும் பத்திரிகைல அவ பேர்தான் போடறான். டிவி என்ன சினிமா பாட்டு என்ன... ஜமாய்க்கறா. நான் வாங்கினதுக்கு நாலு மடங்கு சேத்து வச்சி திரும்பின திசை யெல்லாம் அவார்டா வாங்கிக் குவிக்கறா. பெருமிதமா இருக்கு கல்யாணி. பெருமிதமா இருக்கு.

போனவாரம் கிருஷ்ணகான சபால ஒரு கச்சேரி. என்ன கம்பீரம்... என்ன வேகம்! அந்த வேகத்துலேயும் தெளிவான குரல். அசந்து போயிட்டேன். என் கண்ணு முன்னால வளர்ந்த பொண்ணு. என் குழந்தை அதுகிட்ட இவ்வளவு அசாத்ய ஞானம் இருக்குன்னு எனக்கு தெரியாம போச்சே... நான் என்ன வித்வான்? நான் என்ன அப்பா? நான் என்ன அப்பா?

கல்யாணி: நீங்க அவ கச்சேரிக்குப் போய் கேட்டேள்னு தெரிஞ்சா அவ சந்தோஷப்படுவா.

இளையாங்குடி: நான் போகலை கல்யாணி. அம்பி அதை டேப் பண்ணி கொண்டுவந்து போட்டுக் காமிச்சான். நான் போகலை. எனக்கு போக மூஞ்சி இல்லை. எப்பிடி போவேன்? பாக்கறவா

எல்லாரும் 'உங்க பொண்ணா? உங்க பொண்ணா?'ன்னு கேக்கறச்சே, 'இவ்வளவு நன்னா பாடுவான்னு சொல்லவே இல்லையே?'ங்கறச்சே, 'இதெல்லாம் உங்க ட்ரெயினிங்கா?'ன்னு கேக்கறச்சே எனக்கு அவமானமா இருக்கே... நித்யா என்னைக்கோ சொன்னது இப்ப எனக்கு புரியறது. என் பேர் அவளைப் போற எடத்துலல்லாம் அவமானமா தொரத்தறதுன்னு சொன்னா... அன்னைக்கு புரியலை. இப்ப புரியறது.

கல்யாணி: அவ ஏதோ வேகத்துல சொல்லிட்டா.

இளையாங்குடி: இல்ல, அவ சொன்னது நியாயம்தான். அவ ஃபோட்டோவையும் உன் ஃபோட்டோவையும் பத்திரிகைல ஒண்ணா பாக்கறச்சே புரியறது. நடுவில நான் இல்லையேன்னு நினைக்கறச்சே தெரிஞ்சது. அவ சொன்னது நியாயம்தான்னு. பத்து வருஷத்துக்கு முன்னால எவ்வளவு பேர்கிட்ட நான் நித்யா பத்திப் பெருமையா சொல்லியிருப்பேன்? இன்னைக்கு அவ என் பொண்ணுதான் சொல்ல நாக்கு துடிக்கறது. ஆனா எனக்கு அதுக்கு அருகதை இல்லன்னு ஒடுங்கிப்போயிடறது. நான் பண்ணது தப்புதான். அவ மனசு என்ன பாடுபட்டிருக்கும்னு எனக்கு இப்ப புரியறது.

அதைத்தான் சொல்லணும்னு இத்தனை நாள் மனசு அலைபாஞ்சிண்டு இருந்தது. இன்னைக்கு மனசுவிட்டுச் சொல்லிட்டேன். நித்யாகிட்ட சொல்லிடு. அவ சொன்ன மாதிரி எல்லாருக்கும் தெரிய இதைச் செய்யணும்னாலும் நான் தயார்தான். எனக்கு இதுல எந்த அவமானமும் இல்லை. நான் செஞ்சிருக்க வேண்டியதை காலங்கடந்து செய்யற குற்ற உணர்ச்சி மட்டும்தான் மிஞ்சியிருக்கு. ஊருக்காக இல்லன்னாலும் எனக்காகவாவது அவகிட்ட இதெல்லாம் சொல்லணும்னு தோண்றது. ஆனா... அவ கேக்கற மனநிலைல இருக்காளான்னு தெரியலை. கலை

செழிக்கணும்னா அதைப் பழகற மனசு விகல்பமில்லாம இருக்கணும். திறமை இருக்கலாம் உழைப்பு இருக்கலாம். ஆனா அதுக்கும் மேல ஒரு உந்துதல் இருக்கு. அதுதான் சிலர்கிட்ட மட்டும் புகுந்துண்டு சங்கீத அனுபவமா வெளிவர்றது. அது தெய்வகடாட்சமோ இல்லை பூர்வஜென்ம பலனோ தெரியலை. ஆனா என்னமோ ஒரு சக்தி. நித்யாவை இயக்கற சக்தி என்னதுன்னு எனக்கு தெரியலை. அது என்னவேணு மானாலும் இருந்துட்டுப் போகட்டும். ஆனா அது என்மேல இருக்கற வெறுப்பா இருக்க வேண்டாம். துவேஷத்துல வளர்ற கலை நிலைச்சி நிக்காது. நான் பண்ண தப்புக்கு பகவான் என்னை தண்டிக்கட்டும். என் குழந்தை துவேஷத்துல வளர வேண்டாம்.

*(மெல்லத் திரும்பிப் போகிறார்.)*

## காட்சி 10

**நி**த்யா வீடு. சோபாவில் அம்பி உட்கார்ந்திருக்க, நித்யா தன் பெட்டியில் துணிகளை வைத்துக்கொண்டிருக்கிறாள்.

*அம்பி:* பாம்பேல எங்க தங்கப் போற? யாராவது துணைக்கு இருக்காளா?

*நித்யா:* ஃப்ரெண்ட் வீட்லதான்.

*அம்பி:* சீக்கிரமா ஒரு நல்ல பையனைப் பாத்து கல்யாணம் பண்ணிக்கப்படாதா? இவ்வள புத்திசாலியா இருக்க...

*நித்யா:* புத்திசாலியா இருக்கன்ல? அதான் கல்யாணம் பண்ணிக்கல.

*அம்பி:* வாய்ப்பாட்டு பாடற வித்வான் வேண்டாம்.

குடுமிப்பிடிச் சண்டையாயிடும். வாத்தியக் காரனாப் பாத்து புடிச்சிக்கோ. பக்கத்துல ஒக்காந்துண்டு சமத்தா பக்க வாத்தியம் வாசிக்கறா மாதிரி. நீ இழுக்கற இழுப்புக்கு கூடவே வர்றா மாதிரி. அப்பப்ப பொழச்சுப் போடான்னு தனி வாசிக்கவிட்டுட்டா கம்னு இருப்பான். உங்கப்பாவைவிட பெரிய பாடகியா வரணுங்கற லட்சியம் நிறை வேறிடுத்துல்லயா? உங்கப்பாவே உன் பாட்டைக் கேட்டு ரசிக்கற அளவுக்கு வந்துட்டயே!

நித்யா: நான் பாடறதை கேட்கறாரா?

அம்பி: கேக்காமயா பின்ன? 'என்ன மிஞ்சிட்டாடா அம்பி. என் பொண்ணில்லையா?' அப்படிம்பார். நீ பாடின கேசட்டெல்லாம் வச்சிருக்கார். கேப்பார். கேக்கும்போது என்ன நினைச்சிப்பாரோ கண்ல ஜலம் விடுவார். மனசுக்குள்ள என்னமோ வருத்தறது அவரை. உன்னோட வெற்றிலல்லாம் அவருக்கு ஒரு பங்கிருக்குன்னு நீ சொல்லு வியோன்னு எதிர்பார்க்கறார்னு தோணும்.

நித்யா: ஆத்திரமும் அவசரமுமா சாதிக்கணும்கற வெறியோட மேல வந்துட்டேன். ஆனா அந்த நிலையை அடைஞ்சப்பறம் என்னமோ சொல்ல முடியாத வேதனையும் விரக்தியுமா இருக்கு. இலக்கில்லாம ஒரு பாதைல ஓடி ஓடி களைச்ச மாதிரி ஒரு பிரமை. என்ன சாதிச்சோம்னு தெரியல.

அம்பி: நீ என்ன சாதிக்கலை? பாடாத மேடையா? வாங்காத அவார்டா...

நித்யா: இல்ல மாமா... என் குறிக்கோள் என்ன? என் அப்பாவை தோக்கடிக்கறதா? அப்பிடி அவரை நோகடிச்சு நான் என்ன சாதிக்கப்போறேன்? அவரை தோக்கடிக்கணும்னு நான் சங்கீதத்துல ஆழ்ந்து போனப்பறம்தான் எனக்கு தெரியறது, அவர் ஜெயிக்க முடியாதவர்னு.

அம்பி: அதான் அவருக்கு இணையா வந்துட்டியே?

நித்யா: நான் அவரோட நிழல்தான். அவரை மிஞ்சணும்னு இத்தனை நாள் நான் என்னை அறியாமயே அவரைதான் மானசீகமா தொடர்ந்திருக்கேன். நான் பாடும்போது எனக்குள்ள அவர் குரல் ஓடறது. பாட்டு முழுக்க என்னைத் தொடர்ந்து வராப்போல அவர் குரல் எனக்குள்ள ஒலிக்கறது. அவரை ரொம்ப நோகடிச்சுட்டமோன்னு வருத்தமா இருக்கு.

அம்பி: சரி என்ன பண்ண முடியும்? போனது போனதுதான். விட்டுத்தள்ளு.

நித்யா: அவரைப் பாத்து பேசணும். எனக்கு ஒரு ஆசை... அவரண்ட அதைச் சொல்லணும். நான் செஞ்சதுக்கெல்லாம் மன்னிப்பு கேக்கணும். நான் பேசின பேச்சுக்கெல்லாம் அவரை நோகடிச்சதுக்கெல்லாம் பிராயச்சித்தம் பண்றா மாதிரி ஏதாவது செய்யணும்.

அம்பி அவளைத் தோளோடு சேர்த்து அணைத்துக்கொள்கிறார்.

## காட்சி 11

**நி**த்யா வீடு. ஒளி கொஞ்சம் குறைந்து இருக்கிறது. அம்மா வீட்டின் பூஜை அறைக்கு முன் கண்கள் மூடியபடி நின்று கொண்டிருக்கிறாள்.

நித்யா: (வரும்போது அம்மா என்று கூப்பிட்டுக் கொண்டு வந்து தூக்கிக்கொண்டு வந்து தோள் பையை இறக்கி அதிலிருந்து பொருட்களை எடுத்து வைத்துக்கொண்டே பேசுகிறாள்.) பூஜைல இருக்கியா? பாம்பேல கச்சேரி அமர்க்களமா நடந்தது. ஷண்முகானந்தா ஹால்ல கூட்டம் அலைமோதித்து. நீகூட

வந்திருக்கலாம். ரெண்டு வார ப்ரோகிராம். இந்தியால எல்லா மூலைலருந்தும் வித்வான்கள் வந்திருந்தா. பண்டிட் ஜஸ்ராஜ் பாத்தேன். அப்பா பத்தி ரொம்ப விசாரிச்சார். ரொம்ப சிலாகிச்சிப் பேசினார். அவ்வளவு பெரிய ஆர்ட்டிஸ்ட் அப்பாமேல அவ்வளவு மரியாதை வச்சிண்டு இருக்கறதைப் பாத்தா பெருமையா இருந்தது. வரும்போது யோசிச்சிண்டே வந்தேன். அவர்கிட்ட போய் பேசணும். கச்சேரி ஒண்ணு ஏற்பாடு பண்ணப்போறேன். நாங்க ரெண்டு பேரும் சேர்ந்து பாடணும். அப்பா பக்கத்துல நான் உக்காந்துண்டு அவரோட சேர்ந்து ஒரு கச்சேரி. நான் கத்துண்ட சங்கீதமெல்லாம் இவர் மூலமா எனக்கு வந்த பெருமைன்னு ஒத்துக்கற மாதிரி. என் சங்கீதம் என் வெற்றியெல்லாம் அவர் காலடில போடவேண்டிய காணிக்கைன்னு காமிக்கற மாதிரி அவரோட சேர்ந்து அவர் பக்கத்துல உக்காந்து பாடணும்போல தோண்றது.

அம்மா லேசாக விசும்புகிறாள். நித்யா பேசுவதை நிறுத்தித் திரும்பிப் பார்க்கிறாள்.

*கல்யாணி:* இனிமே அவரால பாட முடியாதுடி. பக்கவாதம் வந்து வலது பக்கமே paralyse ஆயிடுத்து. வாய் கோணிண்டு பேசக்கூட முடியாம இழுத்துண்டு கிடக்கு. தீவிரமான அட்டாக். திரும்ப ரிகவரி ஆகற வாய்ப்பு ரொம்ப கம்மியாம். நீ திரும்பி வந்ததும் சொல்லிக்கலாம்னு சொல்லிட்டா. கம்பீரமா ஒலிச்சிண்டிருந்த குரல் இனிமே பேசக்கூட முடியாம முடங்கிப்போய் கிடக்கப்போறது.

நித்யா மெல்லச் சரிந்து உட்காருகிறாள்.

*நித்யா:* என்ன நோக்கத்துக்காக நான் சங்கீதம் கத்துண்டாலும் இப்ப அதுக்கு நல்ல அர்த்தம் கிடைச்சிருக்குப்பா. என்னைக்கோ மனசளவுல பிரிஞ்சுபோன என்னை மறுபடியும் உங்க

மகளா கொண்டுவந்து இணைச்சிருக்கு. துவேஷத்துல வளர்ந்த என் சங்கீதத்துக்குப் பிராயச்சித்தம் தேடிக்கற மாதிரி ஒரு வாய்ப்பு கிடைச்சிருக்கு. இளையாங்குடியோட சங்கீதம் இப்ப என் உருவுல தொடரப் போறதுப்பா. இனி நான் தொடர்ந்து பாடப் போறேன். இன்னும் அதிகமா இன்னும் தீவிரமா... எனக்காக இல்லை, உங்களுக்காக. உங்களுக்காக மட்டும்.

பின்னணியில் அந்த வயதான குரல். முதல் காட்சியில் பாடிய அந்த அறுபது வயது அம்மாவின் தளர்ந்த குரலில் 'பிபரே ராம ரசம்' பாடல் ஒலிக்கிறது.

இருட்டு முழுவதும் பரவிய பின்னும் பாட்டு மட்டும் ஒலிக்கிறது.

# தனிமை

## கதாபாத்திரங்கள்

மணி

மனைவி கோமதி

ப்ரொஃபசர் ஸ்ரீதர்

அப்பா

அம்மா கோதை

சுவாமிநாதன் சித்தப்பா

வரதராஜன் சித்தப்பா

சங்கர் சித்தப்பா

குழந்தைகள்

ரவி

அவன் மனைவி சுமதி

ரகு

சமையல்கார சேகர்

டாக்டர்

சேட்ஜி

பேத்தி ப்ரியா

●

## அரங்க அமைப்பு

ஒரு பக்கம் மணியின் வீடும், இன்னொரு பக்கம் அவரது கடந்த கால கூட்டுக் குடும்பச் சூழல் இயங்கும் இடமுமாக மேடை இரண்டு பிரிவாக இருக்கும். கடந்த காலக் காட்சிகள் முடிந்த பின் முழுமேடையும் தற்கால மணியின் வீடாய் இருக்கும்.

## காட்சி – 1

சூழல்: மணி ஐயர் உற்சாகமில்லாத விரக்தியடைந்த நிலையில் இருப்பவராகத் தோன்றுகிறார். விடுமுறைக்கு வந்த மகன்கள் திரும்பிப் போகிறார்கள்.

ஒரு வீட்டின் செட். மணி தளர்ச்சியுடன் சாய்ந்துகொள்கிற சாய்வு நாற்காலி. வீட்டின் நடுவில் இருக்கும் ஃபோட்டோவில் அவருடைய மனைவி புகைப்படத்திற்கு மாலை மாட்டியிருக்கிறது.

சிறிய ஒளிவட்டத்திற்குள் சோபாவில் சற்றுச் சாய்ந்தார்போல மணி ஐயர் உட்கார்ந்திருக்கிறார் - தலையைச் சாய்த்துக்கொண்டு கண்ணயர்ந்தார்போல. அவர்மேல் மட்டும் ஒளிவட்டம் விழுந்து நீடிக்கிறது. கார் ஹாரன் ஒலிக்கிறது. மெல்ல

மங்கிய வெளிச்சம் மேடையில் பரவுகிறது. உள்ளேயிருந்து ஒரு சிறுமி வருகிறாள்.

ப்ரியா: தாத்தா, ஏர்போர்ட் போக கார் வந்துடுத்து.

மணி: (லேசாக இருமுகிறார்.) நீ, அம்மா, அப்பா எல்லாரும் அமெரிக்கா திரும்பிப் போறேள் இல்லியா, அதுக்கு வந்திருக்கு.

ப்ரியா: ரெண்டு கார் வந்திருக்கு தாத்தா.

மணி: ஒரு கார் உங்கப்பாவை ப்ளேன்ல கொண்டு விட வந்திருக்கு. இன்னொரு கார் உங்க சித்தப்பாவை கப்பல்ல கொண்டுவிட வந்திருக்கு. ஒர்த்தன் அமெரிக்காவுக்கு பறந்து போப்போறான். இன்னொர்த்தன் கப்பல்ல எங்கியோ போப்போறான்.

ப்ரியா: நாங்க போயிட்டா நீங்க இங்க தனியா இருப்பீங்களா? பயமா இல்ல?

மணி: தனியா இல்ல கொழந்தே. உங்க பாட்டியோட ஃபோட்டோ இருக்கு. டிவி, விசிபி இருக்கு, ரேடியோ இருக்கு. அதுகள்ளாம் பேசறதைக் கேட்டுண்டு இருப்பேன். அதுகள் பேசி ஓஞ்சப்பறம் நான் பேசுவேன், எனக்குள்ளயே. நானே கேள்வி கேட்டுண்டு நானே பதில் சொல்லிண்டு அது ஒரு விதமான பேச்சு.

ப்ரியா: So funny.

மணி: எழுபது வயசு ஆயி, பொண்டாட்டி செத்துப் போய் பசங்கல்லாம் மூலைக்கு ஒர்த்தரா போனப்பறம் தனியா உக்காந்துண்டு தனக்குத் தானேதான் பேசிண்டாகணும். மாத்திரை சாப்பிட மறந்தே போச்சு பார். அந்தத் தண்ணியை எடு.

ப்ரியா: My god so many tablets! Before food and after food?

மணி: என் ஃபுட்டே இதுதான். இத்தனையும் அரை டம்ளர் தண்ணியோட முழுங்கி முழுங்கிச் சாப்புடறதுக்கு முன்னாலயே வயறு நெறஞ்சிடும்.

ப்ரியா: அம்மா சமையலைச் சாப்படற கொடுமைக்கு இந்த டேப்லெட்ஸ் சாப்புடறது பெட்டர் தாத்தா.

மணி: (சிரிக்கிறார். வாயைப் பொத்திக்கொள்கிறார்.) உங்க அம்மாவுக்குத் தெரிஞ்சா அவ்வளவு தான்.

ரவி: (சட்டையைப் பாதி போட்ட நிலையில் பட்டன் போட்டவாறே உள்ளே வருகிறான்.) நான் சொன்னதெல்லாம் ஞாபகம் வச்சுக்கோ. சரியாச் சாப்புடு. தினமும் காத்தால வாக்கிங் போயிட்டுவா. மிஸ் பண்ணிடாதே. சுமதி லேட்டாறது கிளம்பியாச்சா? இன்னும் ஒண்ணு இல்ல ரெண்டு வருஷம். கிரீன் கார்ட் கிடைச்சுடும். அதுக்கப்பறம் சிட்டிசன்ஷிப் வாங்கிட்டன்னா கவலை இல்லை, நீ அங்க வந்து நிரந்தரமா இருந்துடலாம். ப்ரியா Don't open that bag please. (அப்பாவிடம் பேசும் போது மகளிடம் பேசுகிறான்.)

சுமதி உள்ளே வருகிறாள். ஜீன்ஸ் சட்டை அணிந்து நாகரிகமாய் இருக்கிறாள்.

சுமதி: நீங்க அந்த ஜன் கல்யாண் பத்தி யோசிச்சு வைங்க அப்பா. நம்ம உஷா அப்பா அம்மாகூட அங்கதான் இருக்கா. எல்லா வசதியும் பண்ணி வச்சிருக்காளாம். ஃபைவ் ஸ்டார் ஹோட்டல் மாதிரி வச்சிருக்காங்களாம். இங்க தனியா இருந்து அல்லல் படறதுக்கு அங்க போய் இருக்கலாம்.

ரவி: (சங்கடத்துடன்) அதுதான் நிறைய தடவை பேசியாச்சே சுமதி? அப்பாக்குதான் இஷ்டமில்லைன்னு சொல்லிட்டாரே...

சுமதி: உங்களை மாதிரி இருக்கறவா எல்லாரும் இது மாதிரி ஹோம்லதான் தங்கறான்னு சொல்ல வரேன்.

ரவி: உன்னை தனியா விட்டுட்டுப் போறமேன்னு கவலையாயிருக்கு. ஆனா என்ன பண்றது சொல்லு? வேற வழி இல்லை. அதான் சுமதி அப்படிச் சொல்றா.

சுமதி: ஆறு மாச வீசால போன தடவை வந்துட்டு, அவர் ரொம்ப அவஸ்தைப்பட்டுப் போயிட்டாரே. நியூயார்க் குளிர் ஒத்துக்கலை. போர் அடிச்சது. ஒரு தடவை படபடப்பா இருக்குன்னு பயந்துபோய் ஆஸ்பிட்டல்ல சேந்துட்டார்.

ரவி: என்னப்பா சொல்ற?

மணி: அதான் சுமதியே என் சார்பா எல்லாத்தையும் சொல்லிட்டாளே... பரவால்ல ரவி. நான் இங்க சௌகரியமாதான் இருக்கேன். உடம்பை பாத்துக்கறேன்.

ரவி: உடம்பு சரியில்லையாப்பா?

மணி: வருஷத்துக்கு ஒரு தடவை நீ ஹாலிடேக்கு வர்ற, ரகுவும் அப்ப வரான். வருஷம் முழுக்கத் தனியா இருந்துட்டு எல்லாரும் ஒரே குடும்பமா இருக்கறது சந்தோஷமா இருக்கு. ஒரு மாசம் கொழந்தையோட கொழந்தையா ஆட்டமும் பாட்டமுமா இருந்துடறனா? நீங்கல்லாம் கிளம்பிப் போனவுடனே கொஞ்சம் சங்கடமா இருக்கும். கொழந்தை கூப்படற மாதிரியே இருக்கும். வீட்ல யாரோ இருக்கறா மாதிரி தோணும். ராத்திரி திடீர்னு முழிப்பு வந்து நீங்கல்லாம் இருக்கேள்னு நினைச்சிண்டு பைத்தியம் மாதிரி யாரையாவது பேர் சொல்லிக் கூப்புடுவேன். ரெண்டு நாள்தான், அப்புறம் பழகிடும். தலைமாட்ல

டேப்ரெக்கார்டர் வச்சிண்டு ஏதாவது சங்கீதம் கேட்டுண்டு தூங்கிப்போயிடுவேன்.

*சுமதி:* ரகுவுக்கு ஒரு கல்யாணம் பண்ணி வச்சிட்டா, எல்லாம் சரியாயிடும் ரவி. அவரும் ஸ்டேட்ஸ் வந்து அல்லாட வேண்டாம். வீட்ல அப்பாவைப் பாத்துக்க ஒரு பொண்ணு இருப்பா.

*ரகு:* கல்யாணப் பேச்சை எடுக்காதீங்க மன்னி ப்ளீஸ்... நான் இன்னும் அதைப் பத்தி முடிவு பண்ணல. இப்பதான் நான் செகண்ட் ஆபிசர் ராங்க் வந்திருக்கேன். இன்னும் நாலு வருஷம் போனா ப்ரமோஷன் கிடைக்கும். அப்பாவைப் பாத்துக்க ஒரு ஆளு வேணுங்கறதுக்காக நான் கல்யாணம் பண்ணிக்க முடியுமா? அவரைப் பாத்துக்கதான் சேகரை வேலைக்கு வச்சிருக்கோம்.

*சுமதி:* சரி, இப்ப இந்த விவாதம் வேண்டாம். அப்புறம் லேட் ஆயிடும். நாங்க வரோம் அப்பா, உடம்பைப் பாத்துக்கோங்க.

*ரகு:* பாஸ்போர்ட் டிக்கெட் எல்லாம் செக் பண்ணிக்கங்கோ. இந்த பேக்தான?

*ரவி:* அப்பா, நீ ஏர்போர்ட் வர வேண்டாம். திரும்பி வர ராத்திரி ரெண்டு மணியாயிடும். நீ ரெஸ்ட் எடுத்துக்கோ. மெயில் அனுப்பறேன். எக்ஸர்சைஸ் ரெகுலரா பண்ணிண்டு இரு. மாசாமாசம் மெடிக்கல் செக்கப் மிஸ் பண்ணிடாத.

*ப்ரியா:* தாத்தா, அடுத்த ப்ளேன்ல வந்துடு.

மணி அவளை இன்னொரு தடவை கட்டியணைத்து அனுப்புகிறார்.

எல்லோரும் கிளம்பிப் போக அவர் மேடை ஓரத்தில் நின்று கையாட்டிக்கொண்டிருக் கிறார். மறுபடி வெளிச்சம் மெல்லக் குறைந்து அவர்மேல் மட்டும் ஒளிவட்டம் விழுகிறது.

பின்னணியில் அவர்கள் பேசிக்கொண்டே யிருக்கிறார்கள்.

‘எத்தனை பேக்? எண்ணி வச்சிட்டயா?’

‘ஆறு பேக் ரெண்டு செக் இன்.’

‘தாத்தா பை பை.’

‘கேமரா, கேம்கார்டர் அந்த பேக்ல வக்காதன்னு சொன்னேன்ல? அதுல த்டிணீ சரியில்ல.’

‘ப்ரியா, வில் யு ப்ளீஸ் சிட் பேக்... அப்பா டேக் கேர். வரோம்.’

‘டாக்ஸிக்கு பணம் குடுத்தாச்சா?’

‘பரவால்ல சார். நாளைக்கு காலைல வந்து ஐயாகிட்ட வாங்கிக்கறேன்.’

‘தாத்தா கம் ஆன் சாட்.’

‘வருவா. ப்ரியா, தலையை வெளியே நீட்டாதே.’

‘கொஞ்சம் சும்மா இருங்களேன். அவளைப் போட்டு அதட்டிண்டே இருக்காதிங்க.’

‘பை தாத்தா...’

‘அப்பா வரோம். உடம்பப் பாத்துக்கோங்க அப்பா.’

அவர்கள் குரல்கள் கேட்க ஆரம்பித்து முடிகிற போது மேடை வெளிச்சம் கொஞ்சம் கொஞ்சமாய்க் குறைந்து, அவர் மட்டும் ஒளிவட்டத்தில் இருக்கிறார்.

கார் கிளம்பும் சப்தம். மணி கையை இன்னும் பலமாய் ஆட்டுகிறார். கார் ஒலி மெல்லக் கரைகிறது. கையை அசைத்துக்கொண்டே வந்து நிற்கிறார். மேடையின் ஓரத்திலிருந்து சோபா இருக்கும் தன் இடத்துக்கு நிதானமாய்த் திரும்புகிறார்.

மேடையில் அவர் குரல் ஒலிக்கிறது.

‘தனிமை... பிறக்கறதுக்கு முன்னால தாயார் கர்ப்பத்துல தனியா இருக்கற குழந்தைக்கு கிடைக்கறா மாதிரி சாவுக்கு முன்னால கடவுள் தள்ற இன்னொரு கருவறை இந்தத் தனிமை.

தூக்கம் இல்லாம, பகிர்ந்துக்க துணையும் இல்லாம, கடந்த கால வாழ்க்கை அத்தனையும் மனசுல ஓடிண்டு ஈட்டியா குத்தற இம்சை. மனைவி மக்களோட சந்தோஷித்த வருஷங்கள், கண் முன்னால பம்பரமாடற தனிமை. இருட்ல தெரியும் மனப் பிம்பங்களோட போராடற தனிமை. கெட்ட சொப்பனம் கழுத்தை நெறிக்க வியர்த்துப் போய் மூச்சடைக்க, நாக்கு குழற கட்டிலிலிருந்து குதிக்கவைக்கற தனிமை. அஞ்சடி தூரத்துல இருக்கும் தண்ணீர் கூஜாவை எட்டும் முன் மரண பயத்தில் வியர்க்கவைக்கும் தனிமை. ரங்கமணி என்னும் நான் என்னோட வாழ்க்கையின் முடிவில் இருந்து என் வாழ்நாளை அசைபோட்டுப் பாத்து என்னை நானே எடைபோட்டுக்கொள்ள கடவுள் தந்த தனிமை. கடவுள்னா சொன்னேன்? இல்லை. கடவுளைப் பழிப்பானேன். இது நானே தேடிண்டதுதான்.

ஒரு காலத்துல தனியா இருக்கமாட்டோமான்னு நான் ஏங்கியிருக்கேன். சுத்திச் சுத்தி வந்து ஆசை பொழியற மனுஷாளை உதறித் தள்ளிட்டு நான் துரத்தினது இந்தத் தனிமையைதான். அப்ப எனக்கு தனிமை வேண்டியிருந்தது. இப்ப..?’

அந்தப் பேச்சை மூழ்கடித்து நாதஸ்வர இசை மெல்ல முழங்குகிறது. கெட்டி மேளம் ஒலிக்கிறது. நாதஸ்வரம் தொடர்கிறது. காட்சி மாறும்வரை இசை நீடிக்கிறது.

# காட்சி – 2

**அ**றுபதுகளை உணர்த்தும் சூழல். பழைய கால வீட்டின் செட். கறுப்பு வெள்ளை ஃபோட்டோக்கள் சுவரில் இருக்கின்றன. அம்மா சுவரில் இருக்கும் பெருமாளுக்குப் பூ சார்த்திவிட்டுத் திரும்ப, சுவாமிநாதன் சித்தப்பா வருகிறார்.

*சுவாமிநாதன்:* (வெளியிலிருந்து வந்து) பெரிய மன்னி, நீங்க சொன்னதெல்லாம் வாங்கிண்டு வந்துட்டேன். பை அங்க வச்சிருக்கேன். இந்தாங்கோ மீதிக் காசு.

*அம்மா:* கணக்கு சொல்லிட்டுப் போங்கோ.

*சுவாமி:* ஒரு வீசை அச்சு வெல்லம் ஆறு அணா, மலை வாழப்பழம் நாலு டசன் 24 அணா, ஒரு சேர் நல்லெண்ணெய் அஞ்சு அணா, ஒரு வீசைச் சக்கரை ஒண்ணரை ரூபா. கீரைக் கட்டு கால் அணா, அரிசி பன்னண்டு அணா. ஒரு பாக்கெட் கோல்ட் ஃப்ளேக் ஏழு அணா.

*அம்மா:* கோல்ட் ஃப்ளேக்கா... என்னது அது?

*சுவாமிநாதன்:* அது தலைவலித் தைலம் மன்னி. சிங்கப்பூர்லருந்து வந்திருக்குன்னு நாடார் சொன்னார். நான்தான் வாங்கிண்டு வரச்சொன்னேன்.

*அம்மா:* அப்பக்கூட கணக்கு சரிவர்ல!

*சுவாமிநாதன்:* பெரியண்ணா ஒரு கவுளி வெத்தலை வாங்கிண்டு வரச்சொன்னார், அதுக்கு நாலணா. ஆச்சா? கல்கி 30 பைசா.

*அம்மா:* கல்கி நாலு அணாதான?

*சுவாமிநாதன்:* இல்ல மன்னி, இந்த வாரத்துலந்து அஞ்சு பைசா ஏத்திட்டா.

*அம்மா:* என்ன அநியாயமா இருக்கு... திடீர்னு இப்பிடி அஞ்சு பைசா ஏத்தினா என்ன அர்த்தம்?

பொன்னியின் செல்வன் தொடர் முடிஞ்சப் பறம் நிறுத்திடப்போறேன். சரி நீங்க எல்லாரும் கௌம்புங்கோ. கோயிலுக்கு போய்ட்டு வந்துடலாம்.

அப்பா: எங்கே, கோயிலுக்கா? நீ போயிட்டு வாயேன். நாங்கல்லாம் இப்படி திண்ணைல ஒக்காந்து சீட்டாடிண்டு இருக்கோம்.

அம்மா: சீட்டாட்டம்தான் தினமும் சீரழியறதே? இன்னைக்கு ஒரு நாள் லீவு விடுங்கோ. பசங்களையும் கூட்டிண்டு போலாம்.

சுவாமிநாதன்: பசங்க எதுக்கு மன்னி?

அம்மா: அடாடாடா... எல்லாம் ஒரு காரியமாதான் சொல்றேன். சும்மா எதுக்கு எதுக்குன்னு கேள்வி கேக்காதிங்கோ. (சன்னமாக) மணி கொஞ்ச நேரம் கோமதியோட பேசிண்டு இருக்கட்டும். சொன்னாப் புரிஞ்சிக்காம... வாங்கோ. டேய் வைத்தி, மாது எல்லாரையும் கிளப்பிண்டு வந்து சேருங்கோ. ரமேஷ், கணேஷ், கீதா, ரஞ்சனி... (எல்லாரையும் கூப்பிடுகிறாள்).

அம்மா: கோமதி... ஏ கோமதி.

(கோமதி உள்ளேயிருந்து ஓடிவருகிறாள்.)

கோமதி: என்னம்மா?

அம்மா: நாங்கல்லாம் கோயிலுக்கு போயிட்டு வரோம். அரை மணிநேரத்துல திரும்பிடுவோம். சரியா?

கோமதி: நாங்களும் வரோமே?

அம்மா: அட ராமா... நீங்க கொஞ்ச நேரம் தனியா இருக்கத் தோதாதான் நான் படையைத் திரட்டிண்டு போறேங்கறேன். இவளும்கூட வராளாம்... நீங்க ரெண்டு பேரும் இருங்கோ.

மணி: (உள்ளே வந்துகொண்டே) சரிம்மா. நன்னா சாவகாசமா தரிசனம் பண்ணிட்டு வாங்கோ,

அவசரமே இல்லை. வா வா. இங்க உக்காரு. தனியா சித்தநாழி நிம்மதியாப் பேசிண்டு இருப்போம். கொஞ்ச நேரம்தான் டைம், அப்புறம் எங்க வீட்டு மாநாடு தொடங்கிடும்.

கோமதி: வீடு ரொம்ப நன்னாயிருக்கு. நல்லா பெரிசா விஸ்தாரமா!

மணி: நாம ரெண்டு பேர் மட்டும் இருக்கறதால வீடு பெரிசாத் தெரியறது. எங்க வீட்டுப் பட்டாளம் வந்துட்டா தீப்பெட்டி மாதிரி ஆயிடும். ஒரு பொதுக்கூட்டமே போடற மாதிரி கும்பல் இருக்கு எங்காத்துல.

கோமதி: கல்யாணத்துலயே கவனிச்சனே! திரும்பின இடமெல்லாம் உங்க மனுஷாதான் தெரிஞ்சா. எல்லாம் வேத்து மூஞ்சியா இருக்கு. உங்களுக்கு உறவுக்காரா ஜாஸ்தி போலருக்கு?

மணி: அவாள்ளாம் உறவுக்காரா இல்ல. எங்க ஆத்து மனுஷா. பாதிப் பேர் இந்த ஆத்துலதான் இருக்கா!

கோமதி: ஆத்து மனுஷாளா?

மணி: தாத்தாவுக்கு எட்டுக் குழந்தைகள். கல்யாணம் ஆகிப் போன நாலு அத்தைகள் தவிர இந்த வீட்ல நாலு பேரோட மெயின் ஃபேமிலி, நாலு சப்ஃபேமிலி இருக்கு. முதல்ல எங்க ஃபேமிலி. நான், அப்பா அம்மா. எனக்கு முன்னாடி உமா, கல்யாணி. நல்ல வேளை கல்யாணம் ஆகிப் போயிட்டா. எனக்கு அப்புறம் பிரபு, பாஸ்கர். இதை முதல்ல ஞாபகம் வச்சுக்கோ. அப்பாவுக்கு மூணு பிரதர்ஸ். சுவாமிநாதன் சித்தப்பா, சங்கர் சித்தப்பா, சீனிவாசன் சித்தப்பா. சரியா? இது முதல்ல. அவா ரெஸ்பெக்டிவ் வொய்ஃப்ஸ். பங்கஜம் சித்தி, அப்புறம் மாலா சித்தி, மூணாவது லலிதா சித்தி. ஞாபகம் வச்சிண்டயா? ஆர்டர் மாத்திக் குழப்பிடாத. சங்கர் சித்தப்பாவுக்கு

ரெண்டு பசங்க. ரமேஷ், கணேஷ். சுவாமிநாதன் சித்தப்பாவுக்கு ஒரு பொண்ணு ஒரு பையன். கீதா, ரஞ்சனி. சீனிவாசன் சித்தப்பாவுக்கு ரெண்டு பசங்க சந்திரா, பானு.

கோமதி: தலையைச் சுத்தறது!

மணி: அதுக்குள்ளயா? இன்னும் முடியலை. போதாததுக்கு ரெண்டு நாய் வேற இருக்கு.

கோமதி: எப்படி ஞாபகம் வச்சிக்கறது?

மணி: நாய்ங்க பேரையா?

கோமதி: ஐயோ! மனுஷாள் பேரைதான் சொல்றேன்.

மணி: பயப்படாத. காகிதத்துல எழுதிவச்சிக்கோ. காயத்ரி மந்திரம் சொல்றா மாதிரி சொல்லிண்டே இரு. நாலு நாள்ல மனப்பாடம் ஆயிடும்.

கோமதி: யாரை எப்படி கூப்படறது?

மணி: ரெண்டு மூணு நாளைக்கு கண்ல படறவா எல்லாரையும் சித்தப்பா, சித்தின்னு கூப்டு. ஒரு வாரத்துல முகம் பரிச்சயம் ஆயிடும். இங்க அக்கம் பக்கத்துல இருக்கறவாளுக்கே இன்னும் எங்காத்துல எவ்வளவு பேர் இருக்கான்னு தெரியாது. இந்த வீட்ல இருக்கறவா எல்லாரை யும் ஐயர் வீட்டுக்காரங்கன்னு பொதுவா சொல்லுவா. கறிகா விக்கறவன்லருந்து ஸ்வாமி தேர் வலம்வரை நம்மாத்து முன்னால ஸ்பெஷல் மரியாதையா அஞ்சி நிமிஷம் நின்னுட்டுதான் போவா. சென்சஸ் எடுக்கறது கூட நம்மாத்துலருந்துதான் ஆரம்பிப்பா. பாதி வேலை முடிஞ்சுடும் பாரு.

கோமதி: கொஞ்சம் திரும்புங்கோ. உங்களை நல்லா பாத்துக்கறேன். இந்தக் கும்பல்ல உங்களை அடையாளம் தேடிக் கண்டுபிடிக்கறதே கஷ்டம்போலிருக்கு!

மணி: எங்க வீட்ல எது நடந்தாலும் பெரிய ஸ்கேல்ல தான் நடக்கும். சினிமாக்குப் போனாலோ ஹோட்டலுக்குப் போனாலோ ஊர்வலம் மாதிரிதான் போவோம். எங்களைப் பாத்தா டவுன் பஸ் நிக்காம போயிடுவான். ஒண்ணு ரெண்டு டிக்கெட்டுன்னா ஏத்தலாம். சாமான்லாம் வாங்கணும்னா, ஹோல் சேல்தான். எகானமீஸ் ஆஃப் ஸ்கேல் ஒரு குடும்பத்து லெவல்ல அப்ளை ஆற ஒரே குடும்பம் எங்களுதுதான்.

கோமதி: சமையல்லாம்?

மணி: தினமுமே கல்யாணச் சாப்பாடுதான். சமையலுக்கே நாலு ஆளு. ரெண்டு மூணு சித்திகளைக் கண்லயே பாக்க முடியாது. சமையலுள்ளே கதியாக் கிடப்பா. எனக்கு வெண்டக்கா பிடிக்கும்; கத்தரிக்கா பிடிக்காது... இந்த பஜனையே எங்காத்துல கிடையாது. ஒரே சமையல். எல்லாரும் மாகாளி அம்மன் அன்னதானச் சாப்பாடு மாதிரி வரிசையா ஒக்காந்து சாப்டணும். ஆனா ஒரு விதத்துல ரொம்ப நல்லது.

கோமதி: என்னது?

மணி: திருட்டு பயமே கிடையாது. ஒர்த்தன் ரெண்டு பேரா திருட வந்தா எங்காத்து ஜனங்கள் மிதிச்சே கொன்னுடுவா. உங்கிட்ட ஆசையா என்னன்னமோ பேசணும்னு வந்தேன். மறுபடி மறுபடி எங்க குடும்ப சரித்திரத்தை தான் பேச வேண்டியிருக்கு. சரி என்ன ஒனக்கு பிடிச்சிருக்கா?

கோமதி: (கவலையாக) உம்...

மணி: என்ன சுரத்தில்லாம 'உம்'ங்கற?

கோமதி: உங்களை மட்டும் பிடிச்சி என்ன பண்றது? உங்க குடும்பத்தையே பிடிக்கணுமே?

மணி: உனக்கு என்னை பிடிச்சிருக்குன்னு எனக்கு தெரியும். பொண்ணு பாத்த அன்னைக்கே கவனிச்சேன், என்னை உத்து உத்துப் பாத்துண்டு இருந்தே.

கோமதி: பொண்ணு பாக்க நீங்க எட்டு பேர் வந்திருந்தேள். எல்லாரும் வரிசையா சேர்ல உக்காந்துண்டு என்னமோ சுயம்வரம் மாதிரி இருந்தது. யாரு மாப்பிள்ளைன்னு தெரியவே கொஞ்ச நேரம் ஆச்சு.

மணி: அவங்கல்லாம் என் சித்தப்பா பசங்க. சொன்னா கேக்காம படையே திரண்டு வந்தா. உன்னைப் பாத்த க்ஷணமே எனக்கு ரொம்பப் புடிச்சுப் போச்சு. கையக் குடேன். நான் அம்மாகிட்ட சொல்லிட்டேன். அம்மா இந்தப் பொண்ணு தான்னு சொல்லிட்டேன். அம்மாக்கு முதல்ல இஷ்டமே இல்ல தெரியுமோ? ‘பொண்ணோட அப்பாவைப் பாத்தா கொஞ்சம் மறைகழண்ட கேசு மாதிரி இருக்காருடா. வேண்டாம்’னு சொன்னா. நாந்தான் பிடிவாதமா உன்னைத்தான் பண்ணிப்பேன்னு சொல்லிட்டேன்.

கோமதியின் கையை எடுத்து மணி தன் கைகளுக்குள் வைத்துக்கொள்ள, பெரிய சப்தத்தோடு மேடையில் ‘கூ சிக் புக்’ என்று சிறுவர்கள் ரயில் விளையாட்டு விளையாடும் ஓசை கேட்கிறது. கோமதி கையை வெடுக்கென்று பிடுங்கிக்கொண்டு சுதாரித்து உட்காருகிறாள்.

மணி: (ரயிலை நிறுத்தி) பாரு, எங்க வீட்டு வானரப் படை வந்துடுத்து. பள்ளிக்கூட பெல் அடிச்சா ஓடிவர்ற கும்பலாட்டம். டேய் டேய்... இங்க என்னடா பண்றீங்க? கோயிலுக்கு போகல?

சிறுவன்: அங்கதான் விளையாடிண்டு இருந்தோம் பெரிப்பா. பெரிய மன்னி கூப்பிட்டு, ‘இங்கேயே விளையாடுங்கோ, ஆத்துப் பக்கம் போகக்

கூடாது'ன்னா. அப்பிடி என்ன ஆத்துல விசேஷம்னு பாக்க வந்தோம்.

மணி: இந்தாத்துல ரெண்டு பேர் தனியா நிம்மதியா இருக்கா. அதுதான் விசேஷம். பாத்தாச்சுல்ல போங்கடா. அஞ்சி நிமிஷம் தனியா இருக்க விடமாட்டீங்களே? போங்கடா.

சிறுவன்: மறுபடியும் ரயில் இந்த ஸ்டேஷன் பக்கமா தான் வரும்.

கூ சிக் புக் என்று ரயில் மறுபடி போகிறது.

மணி: பாரு படையை. ஆத்து மாடியிலேயே கூரை போட்டு பள்ளிக்கூடம் நடத்தலாம்.

கோமதி: (எண்ணுகிறாள்) ஒண்ணு ரெண்டு... ஆறு... பத்து... பன்னண்டு. ஐய்யோ... இத்தனை குழந்தைகளும் இந்த ஆத்துக் குழந்தைகளா?

மணி: சீச்சீ... எல்லாரும் இல்ல. கடைசீல கொடி காட்டிண்டு போறானே அவன் பக்கத்தாத்துக் குழந்தை.

கோமதி: உங்கப்பா சித்தப்பா எல்லாருக்கும் உள்ளூர்லயே வேலையா?

மணி: வேலை இருந்தாதான வெளியூர் போக? எங்க தாத்தா நிலம் ஐந்நூறு ஏக்கர் இருக்குல்ல, அதை குத்தகைக்கு உட்டுட்டு பணம் வசூலிக்கறது ஒண்ணுதான் எல்லாருக்கும் வேலை. வர்ற பணத்துல திண்ணைல ஒக்காந்துண்டு சீட்டாட்டம், டிராமா கூத்து. அப்பா சாது. கோவமே வராது. அவர் வெத்தலைப் பொட்டியைக் காணம்னா மட்டும்தான் காச்சுமூச்சுன்னு கத்துவார். சங்கர் சித்தப்பா அவர் உண்டு அவர் சங்கீதம் உண்டுன்னு இருப்பார். சுவாமிநாதன் சித்தப்பா ரொம்ப நல்ல மாதிரி. டிராமா டைரக்டர். மாசத்துக்கு ரெண்டு மூணு தடவை சண்முகம் சபால டிராமா நடக்கும். அவர் ஸ்திரீ பார்ட்

போடுவார். ஆத்து மாடில ரிஹர்சல்னு திமிலோகப்படும். அம்மாதான் இந்த வீட்டோட கமாண்டர் இன் சீஃப். அம்மாகிட்ட அனுசரிச்சி நடந்துக்கோ. ரெண்டு நாள் பொறுத்துக்கோ. ஹனிமூனுக்கு ஊட்டி போனப்பறம் பேசலாம். சித்தப்பா எல்லா ஏற்பாடும் பண்ணியிருப்பார். வா, இங்க வந்து உக்காரு.

அவர்கள் இருவரும் உட்கார்ந்து பேசுகிறார்கள். இசை மெல்ல ஒலித்து அடங்குகிறது.

அம்மா வருகிறாள். இருவருக்கும் கோயில் பிரசாதம் கொடுக்கிறாள்.

*அம்மா:* பேச வேண்டியதெல்லாம் பேசியாச்சா?

*மணி:* எங்க பேசறது அம்மா? அதுக்குள்ள மாயவரம் பாசஞ்சர் வந்துடுத்தே!

*அம்மா:* மாயவரம் பாசஞ்சரா? நீங்க நீலகிரி எக்ஸ்ப்ரஸ்லதான ஊட்டி போணம்? இந்தா பிரசாதம்.

*மணி:* சங்கர் சித்தப்பா டிக்கெட் ஏற்பாடெல்லாம் பண்ணிட்டாரோ?

*சுவாமிநாதன்:* ஆஹா பண்ணிட்டேன். இந்தா, இதுல உங்க டிக்கெட் இருக்கு. அந்தக் கவர் எங்க டிக்கெட்.

*மணி:* உங்க டிக்கெட்டா? நீங்க எங்க போறேள்?

*சுவாமிநாதன்:* எங்க போறமா? என்னடா இப்படிக் கேக்கற? நானு, சங்கரன், சீனு, பங்கஜம், மாலா, லலிதா, கணேசன், வைத்தி, மாது எல்லாரும் பசங்களோட உங்களோட வரமே.

*மணி:* என்னோட எங்க வறேள்? நாங்க ஹனிமூனுக்கு போறோம்.

*சுவாமிநாதன்:* நாங்கல்லாம் ஊட்டி போனதேயில்லை. ஒரு சான்ஸ் கிடைக்கறச்சே ஒண்ணா போலாம்ல?

| | |
|---|---|
| மணி: | சித்தப்பா, என் பொண்டாட்டியோட தனியா ஹனிமூன் போணம். எல்லாரும் சேந்து போக இது க்ஷேத்ராடனம் இல்ல. |
| சுவாமிநாதன்: | தனியா என்னடா தனியா? நீங்க ஊட்டி போனப்பறம் ஊட்டில இருக்கறவா எல்லாரையும் விரட்டி அடிச்சிட்டு தனியா இருக்கப் போறேளா? உங்களை மாதிரி இன்னும் ஆயிரம் பேர் வருவால்ல? அதுக்கு தெரிஞ்சவா நாங்க நாலு பேர் கூட வந்தா என்ன தப்பு? |
| மணி: | நான் தனியா அவகிட்ட கொஞ்சம் மனசு விட்டுப் பேசணும். |
| சுவாமிநாதன்: | நீ பாட்டுக்கு பேசு. ஊட்டிக்கு வர எல்லா ஜோடியும் அதே டயலாக்தான் பேசிண்டு இருப்பா. நீ என்ன புதுசா பேசப்போற? 'உன்னைப் பாத்த முதல் வினாடியே எனக்கு புடிச்சிப்போச்சு. எங்க அம்மாக்குக்கூட அவ்வளவு இஷ்டமில்லை. நான் பிடிவாதமா சொல்லிட்டேன் பண்ணிண்டா இவளைத் தான் பண்ணிப்பேன்னு. உனக்கு என்னைப் பிடிச்சிருக்குல்ல?' |
| | அவன் பாணியிலேயே சொல்கிறார். கோமதி கொஞ்சம் பதைபதைத்துப் போய் புடவையைச் சரிசெய்துகொள்கிறாள். |
| மணி: | (மூலையில் இருக்கும் பொடியனைப் பார்த்து) ஏண்டா பாலாஜி, ரயில் ஓட்டிண்டு வந்தியே? இந்தக் கூடுவாஞ்சேரி கூட்சு பக்கத்து லூப் லைன்ல நின்னுண்டு ஒட்டுக் கேட்டுண்டு இருந்ததுன்னு சொன்னியாடா? |
| சுவாமிநாதன்: | நாங்கல்லாம் ஒட்டு கேட்டுண்டு போய் எங்க பொண்டாட்டிங்ககிட்ட பேசப்போறம் பாரு. போடா சர்தான். காலங்காலமா வர்ற டயலாக் தானடா? |
| மணி: | சரி அந்த டயலாக்கையே நான் கொஞ்சம் தனியே அவகிட்ட பேசிக்கறேன். ஆளை விடுங்களேன் ப்ளீஸ்... |

சுவாமிநாதன்: உன்னை என்ன கேக்கறது? நான் கோமதியை கேக்கறன். நீ சொல்லும்மா...

கோமதி: அவாளும் வரட்டுமே. எல்லாரும் சேர்ந்து போலாமே? என்ன இப்போ?

சுவாமிநாதன்: பாத்தியாடா? நீ ரொம்ப சமத்து பொண்ணே.

மணி: நான் ஒரு ஐடியா சொல்றேன். வீடு மொத்தமுமா கிளம்புங்கோ.

சுவாமிநாதன்: சமத்துடா. இதை முதல்லயே சொல்லக் கூடாதா?

மணி: நீங்கள்லாம் போய்ட்டு வாங்கோ. நாங்க ரெண்டு பேரும் இங்க இருக்கோம்.

## காட்சி – 3

**ம**ணியின் இப்போதைய வீடு. சமையல்கார சேகர் உள்ளேயிருந்து வருகிறான்.

சேகர்: மாமா இன்னைக்கு என்ன சமைக்கணும்?

மணி: சேனைக்கிழங்கு கூட்டு, வெஜிடபிள் பிரியாணி, உருளைக்கிழங்கு பொறியல், மெதுவடை, பாயசம் பண்ணிடு.

சேகர்: ஐய்யோ... இதெல்லாம் சாப்ட்டா உங்க பிபி, சுகர் எல்லாம் ஏறிடுமே?

மணி: தெரியறதில்ல? பின்ன என்ன கேள்வி? கோதுமை உப்புமா இல்லன்னா கோதுமை ரொட்டி, வேகவச்ச காய், மோர்ன்னு கோதுமை மாத்தி ராகி, ராகி மாத்தி கேள்வரகுன்னு தானியமாப் பண்ணிண்டு இருக்கல்ல? அப்பறம் என்ன கேள்வி?

சேகர்: காப்பி போட்டுத் தரேன். வாக்கிங் போய்ட்டு வந்துடுங்களேன். நீங்க வாக்கிங் போறது என்

பொறுப்புன்னு அண்ணி சொல்லிட்டுப் போயிருக்கா.

மணி: ஆமா, அமெரிக்கால ஒக்காந்துண்டு என் வாக்கிங்கை மானிடர் பண்ண உன்னை நியமிச்சிருக்காளாக்கும். டாக்டர் வரேன்னு இருக்கார். அவருக்குதான் வெயிட் பண்ணிண்டு இருக்கேன். பாத்துட்டுப் போயிடறேன்.

டாக்டர் வருகிறார்.

டாக்டர்: குட்மார்னிங் மணி.

மணி: வாங்க டாக்டர்.

டாக்டர்: உங்க ப்ளட் ரிப்போர்ட் வந்தது. அப்பிடியே குடுத்துட்டுப் போலாம்னு வந்தேன். இதோ ரிப்போர்ட். பத்திரமா வச்சுக்கங்கோ.

மணி: ரிப்போர்ட் என்ன சொல்றது? சீக்கிரமாப் போயிடுமா?

டாக்டர்: வியாதி வந்துடுத்துன்னா சீக்கிரமாப் போகாது.

மணி: நான் வியாதியைக் கேக்கல டாக்டர். உசுரைக் கேட்டேன்.

சேகர்: நான் போய் கடைல கொஞ்சம் சாமான் வாங்கிண்டு வந்துடறேன். (போகிறான்.)

டாக்டர்: இதப் பாருங்க மணி. உங்க லெவல் எல்லாம் ரொம்ப ஹையா இருக்கு. பாஸ்டிங் சுகர் 280 இருக்கு. பிபி 150/100 இருக்கு. குறைக்கணும்.

மணி: எங்கம்மா உசுரோட இருந்து கேட்டா சந்தோஷப்படுவா. படிக்கற காலத்துல என் ப்ராக்ரஸ் ரிப்போர்ட்ல மார்க் எல்லாம் கம்மி கம்மியா வாங்குவேன். இப்ப சேத்து வச்சி ப்ளட் ரிப்போர்ட்ல நிறைய ஸ்கோர் பண்றேன்.

டாக்டர்: இது தமாஷ் பண்ற விஷயமில்லை. கிட்னி ப்ராப்ளத்துல கொண்டுபோய் விட்டுடப்

போறது. லெவல்ஸ் எல்லாம் கொறச்சே ஆகணும். இந்த பிரிஸ்கிருப்ஷன்ல கொஞ்சம் மாத்திரை எல்லாம் ரிவைஸ் பண்ணி யிருக்கேன். அமரில் 2 mg, நிக்கார்டியா ரிட்டார்ட் 10 mg போட்டிருக்கேன். மத்தியானம் ஒண்ணு போட்டுக்கோங்கோ. மெட்பார்மின் காத்தால ஒரு டேப்லட் அதிகம் பண்ணி யிருக்கேன். ஞாபகம் வச்சிக்கோங்கோ.

*மணி:* டாக்டர், மாத்திரை எல்லாம் வேற வேற கலர்ல இருக்கறா மாதிரி எழுதுங்கோ. பத்து பதினைஞ்சி சாப்டறனா பேரெல்லாம் ஞாபகம் வச்சிக்க முடியலை. பச்சை, சிவப்பு, மஞ்சள்னு இருந்தா சுலபமா இருக்கும்.

*டாக்டர்:* நான் சீரியஸா பேசிண்டு இருக்கேன்...

*மணி:* நானும் சீரியஸாதான் சொல்றேன். நீங்க டாக்டர். மருந்து பேர்லாம் ஞாபகம் வச்சிக்கலாம். நான் கலர்லதான் ஞாபகம் வச்சிக்கறேன்.

*டாக்டர்:* சரி, இந்த மாத்திரை எல்லாம் போறாது. கொஞ்சம் எக்ஸர்ஸைஸ் ரெகுலரா பண்ணணும். வாக்கிங் போறீங்களா இல்லையா? தினமும் போகணும். உங்களை வீட்ல யார் பாத்துக்கறா?

*மணி:* யார் பாத்துக்கறா? அதோ அந்த ஃபோட்டோலருந்து கோமதி பாத்துக்கறா. பிள்ளைகள் எல்லாம் இமெயில், வாய்ஸ் மெயில், ஃபோன் வழியாப் பாத்துக்கறா. சேகர்ன்னு, இப்பப் போனானே, சமையல்காரன் அவன் என் சமையலைப் பாத்துக்கறான். நான் அவன் சமைக்கறதைக் கண்ணால பாத்துட்டு எழுந்துடறேன். அவ்வளவுதான். ஏதோ எவ்வளவு நாள் போறதோ அவ்வளவு நாள் போட்டும். வாழ்ந்ததே போறும்னு ஆயிடுத்து. இனிமே கண்ணு போனா என்ன? கிட்னி போனா என்ன?

டாக்டர்: வெறும் மாத்திரை மருந்தெல்லாம் போதாது. உற்சாகமா இருக்கணும். நான் வரட்டா? டேக் கேர்.

மணி: ரொம்ப தேங்க்ஸ் டாக்டர். வீட்டுக்கே வந்து பேஷன்டை பாத்துட்டுப் போறேள்.

டாக்டர்: (போய்க்கொண்டே) பரவால்ல, பக்கத்து வீடுதான?

மணி: சேகர், நான் வாக்கிங் போயிட்டு வரேன். உடம்பு சரியாறதுக்கு இல்லன்னாலும் தனியா இந்த வீட்ல மோட்டுவளையைப் பாத்துண்டு உட்காந்திருக்கறதுக்காகவே வாக்கிங் போலாம். (பேசிக்கொண்டே நடக்கிறார்.)

இசை ஒலிக்கிறது. வெளிச்சம் குறைகிறது. அடுத்த காட்சி இதன் தொடர்ச்சியாய் வருகிறது.

## காட்சி – 4

மணியின் இப்போதைய வீடு. வெளிச்சம் அதிகமாகிக் காட்சி ஆரம்பிக்கும்போது, வயதான - ஆனால் மிடுக்கான தோற்றத்தில் இருக்கும் - ஒருவர் (ஸ்ரீதர்) மணியைக் கைத்தாங்கலாய் அழைத்து வருகிறார்.

ஸ்ரீதர்: இங்க சோபால உக்காருங்க. சார்... அம்மா, மாமி... என்ன வீட்ல யாரும் இல்லையா? (ஒவ்வொரு அறையாகப் போய்த் தேடுகிறார்.) பெரியவர் மயக்கம் போட்டு விழுந்துட்டாரு. வீட்ல யாருமே இல்லையா?

ஸ்ரீதர்: உங்களுக்கு பிபி இருக்கா?

(மணி ஆமாம் என்று தலையை ஆட்டுகிறார்.)

ஸ்ரீதர்: ஷுகரா?

(மணி ஆமாம் என்று தலையை ஆட்டுகிறார்.)

ஸ்ரீதர்: எல்லாத்துக்கும் தலைய ஆட்டறீங்களே?

மணி: (மயக்க நிலையில்) எல்லாமே இருக்கே.

ஸ்ரீதர்: இதை வாயில போட்டுக்கங்க. சாக்லெட்தான். லோ ஷுகரா இருந்தா இனிப்பு சாப்ட்டா சரியாயிடும்.

*(மணி சாக்லெட்டை மென்றுகொண்டிருக்க, ஸ்ரீதர் குனிந்து அவரிடம் பேசுகிறார்.)*

ஸ்ரீதர்: ஹலோ சார், இங்க பாருங்க. ஒரு நிமிஷம் இருக்கீங்களா? நான் யாரையாவது கூட்டிண்டு வரேன். வெறும் ஷுகரா இருந்தா பிரச்சினை இல்லை. மார் வலின்னா வேற யாரையாவது கூப்பிடணும்.

*(மணி இல்லை இல்லை என்று கையை அசைக்கிறார்.)*

மணி: (முனகலாய்) காத்தால எழுந்ததும் காப்பி போட்டுக் குடுப்பான் குடிச்சிடுவேன். இன்னைக்கு அவன் வெளிய போயிட்டானா? காப்பி குடிக்காம வந்துட்டேன். இன்னைக்கு வரதாவே இல்லை. இந்த டாக்டர் ராமச்சந்திரன் தான் வாக்கிங் போ வாக்கிங் போணும்னார். அதான் வந்தேன்.

ஸ்ரீதர்: காபி வேணுமா? உங்ககூட யாராவது இருக்காங்களா?

மணி: அதான் எல்லாரும் விட்டுட்டுப் போயிட்டாளே?

ஸ்ரீதர்: சார், என் பேரு ஸ்ரீதர். இந்த அபார்ட்மெண்ட்ல செகண்ட் ஃப்ளோர்லதான் இருக்கேன். வாக்கிங் போகும்போது மயக்கம் போட்டு விழ இருந்தீங்க. நல்லவேளை பின்னால வந்து பிடிச்சிக்கிட்டேன். அப்படியே ஒக்காருங்க, ஒரு காப்பி போட்டு எடுத்துகிட்டு வரேன். பரவால்ல சார். ஒரே நிமிஷம்.

*(மணி சோபாவில் சாய்ந்திருக்க, ஸ்ரீதர் உள்ளே போகிறார்.)*

# காட்சி – 5

**ம**ணியின் பழைய வீடு. வீட்டின் புழக்கடை. கிணறு, மூலையில் துளசி மாடமும் துணி உலர்த்தக் கம்பிகளும் இருக்கும் சிறிய செட். மேடையில் மங்கல் வெளிச்சம். கிணற்றுக்குப் பக்கத்தில் ஒரு முண்டாசுத் தலை தெரிகிறது.

அம்மா: (உள்ளேயிருந்து பேசுகிறார்) கோமதி, நான் பூஜை பண்ணிட்டு வரேன். நீ புழக்கடைக்குப் போய் இந்தத் துணியெல்லாம் காயப் போட்டுட்டு வா.

கோமதி: சரிம்மா.

மேடையில் வெளிச்சம் பரவ, கோமதி வருகிறாள். பின்னாலயே மணி வருகிறான்.

மணி: ஹே இரு இரு. எங்க ஓடற? காத்தாலருந்து நீ கண்லயே படலை. என்ன பண்ணிண்டு இருந்த?

கோமதி: அடுக்களைல அம்மாவுக்கும் சித்திகளுக்கும் ஹெல்ப் பண்ணிண்டு இருந்தேன்.

மணி: சரி, துணி காயப்போட்டுண்டே பேசலாம்.

கோமதி: என்னது இது? என் பின்னாலயே சுத்திண்டு...

மணி: பின்ன என்ன? காத்தால எழுந்து சமையல் வேலை, அம்மாவுக்கு ஒத்தாசை, சாயந்தரம் காபின்னு ஆளே காண்றதில்ல நீ. எப்ப உங்கூட பேசறது? ஆமா, நேத்து என்ன நீ சித்தியோட போய்ப் படுத்து தூங்கிட்டே?

கோமதி: நீங்கல்லாம் மாடியில சீட்டாடிண்டு இருந்தேள்.

மணி: நான் சும்மா வேடிக்கை பாத்துண்டு ஒக்காந்திருந்தேன். நீ வந்து கூப்பிடு வியாக்கும்னு...

கோமதி: நான் வந்து கூப்பிடணுமா? ரொம்ப நல்லாயிருக்கு.

மணி: கூப்ட வேண்டாம், வந்து நின்னா போறும். அந்த அசமஞ்சங்கள் இடத்தை காலி பண்ண வக்கலாம்.

கோமதி: நான் மாட்டேன். (பக்கெட்டிலிருந்து துணிகளை எடுத்துப் பிழிந்து உதறுகிறாள். முகர்ந்து பார்த்து) என்னமோ நாத்தம்...

மணி: காலைல எழுந்ததும் பல்லு தேய்ச்சனே!

கோமதி: உங்கமேல இல்ல. இந்த இடத்துல.

மணி: நேத்து எனக்கு மகாகோபம். இந்த வைத்தி கடங்காரன் ராத்திரியெல்லாம் குறட்டை விட்டுண்டு காலைக் காலை மேல தூக்கிப் போட்டுண்டு...

கோமதி: நாத்தம் அடிக்கறது. என்னமோ அங்க எரியறது. புகை வர்றது பாருங்கோ.

மணி: புகையா?

அவர்கள் எட்டிப் பார்க்க, சுவாமிநாதன் சித்தப்பா தம் அடித்துக்கொண்டிருக்கிறார்.

சுவாமிநாதன்: பயப்படாத நெருப்புன்னு இருந்தா புகை இருக்கத்தான் செய்யும். (சிகரெட்டைக் காட்டுகிறார்.)

மணி: ஐயோ, இவரு இங்க திருட்டு தம் அடிச்சிண்டு இருக்காரா? நம்ம ஆத்துல மனுஷா இல்லாத இடமே இல்லை. பரண்ல போய் ஒளிஞ்சிண்டாக் கூட அங்க நாலு பேரு இருப்பா..!

கோமதி: சித்தப்பா... என்ன இது? திருட்டு சிகரெட்டு?

சுவாமிநாதன்: திருட்டு சிகரெட்டு இல்லம்மா. காசு குடுத்து வாங்கினது. என்ன பண்றது, இருபது வருஷப் பழக்கம் விட முடியலை. மின்னல்லாம் கொஞ்சம் விஸ்கி, பிராந்தின்னு தீர்த்தம் அடிச்சிண்டு இருந்தேன். இப்ப விட்டுட்டேன். வெறும் சிகரெட்டுதான்.

மணி: ஆமா கோமதி, சுவாமிநாதன் சித்தப்பாக்கு சிகரெட்டு பிடிக்கற பழக்கம் உண்டு. இப்படி அங்கங்க பதுங்கிண்டு தம் அடிப்பார். அம்மாவுக்குத் தெரிஞ்சா கொன்னுடுவா. நீயும் இந்த ரகசியத்தை அம்மாகிட்ட சொல்லாம பத்திரமா வச்சிக்கோ.

கோமதி: அம்மா வந்து பாக்கப் போறா...

சுவாமிநாதன்: மன்னி பூஜையை ஆரம்பிச்சா குறைஞ்சது பதினைஞ்சி நிமிஷம் ஆகும். தீபாராதனை காட்டும்போது அணைச்சிடுவேன். மன்னிக்கு பூஜை டைம், எனக்கு தம் டைம்.

கோமதி: திடீர்னு பாதிப் பூஜைல அம்மா வந்து பாத்தா?

சுவாமிநாதன்: அதைப் பத்திக் கவலையில்ல. அப்பப்ப மாயவரம் பேசன்ஜர்ல ஆளு வந்து சொல்லிண்டிருக்கும்.

கோமதி: மாயவரம் பேசன்ஜரா?

*(கூ சுக் புக் என்று ரயில் வருகிறது. வந்து நின்று, தஞ்சாவூர் எக்ஸ்பிரஸ் பூஜையறையிலேயே இருக்கு இன்னும் பத்து நிமிஷம் ஆகும்.)*

சுவாமிநாதன்: தேங்க்ஸ்டா கண்ணா... (பையிலிருந்து பைசா எடுத்துக் கொடுக்கிறார்.)

மணி: சித்தப்பா, நீ பண்றது நன்னாவே இல்லை. சின்னப் பையனை இப்படி ட்ரெயின் ஓட்டிண்டு கமெண்டரி சொல்லவச்சிட்டு, நீ வெக்கமில்லாம தம் அடிச்சிண்டு இருக்கே.

சுவாமிநாதன்: சின்னப் பையன்தான் செய்வான். வேற யாரால இவ்வள பெரிய ஆத்துல பூஜை அறைக்கும் கொல்லைக்குமா ஓடி ஓடி விவரம் சொல்ல முடியும்? நீ செய்வியா?

அப்பா: (உள்ளேயிருந்து கூப்பிடுகிறார்.) மணி, இங்க கொஞ்சம் வந்துட்டுப் போ.

மணி: வரேன்ப்பா. கொஞ்ச நேரம் தனியா விடமாட்டாங்க. இரு, என்னன்னு கேட்டுட்டு வரேன்.

சுவாமிநாதன்: இந்த ரெண்டு சிகரெட் அடிக்கறதுக்குள்ள நான் படற பாடு இருக்கே... விட்டொழிக்கவும் மனசு வர்ல. இந்தப் புடவை ரொம்ப நன்னாயிருக்கே?

கோமதி: இது எங்க மாமா கல்யாணத்துக்கு வச்சுக் குடுத்தது. பெங்கால் காட்டன்.

சுவாமிநாதன்: அதான் என்னடா வித்தியாசமா இருக்கேன்னு பாத்தேன். ஐயய்யோ, பாக்கு மறந்து வச்சிட்டு வந்துட்டனா! வாயெல்லாம் நாறுமே? கோமதி ஒரு சின்ன ஹெல்ப் பண்ணு. பாக்குப் பொட்டலம் எடுத்துண்டு வரேன். ஒரு நிமிஷம் இதைப் புடிச்சிக்கோ. (கோமதி தயங்க) பயப்படாத ஃபில்டர் சிகரெட்தான். நான் என்ன தீர்த்தமா தரேன்? இப்புடி விரலை கத்திரிக்கோல் மாதிரி பண்ணிண்டு, ஆங் அப்படிதான். கையைச் சுடாது பயப்படாத. இதோ வந்துடறேன்.

*(அவர் போன ஒரு நிமிடத்தில் ரயில் வருகிறது. அப்பா சிக்னல் மாறிடுத்து. ஊ... ஊ... சிக்னல் மாறிடுத்து. கும்பகோணம் எக்ஸ்ப்ரஸ் வரது. ஊ...)*

கோமதி: என்ன சிக்னல் மாறிடுத்து? உங்கப்பா இங்க இல்லடா. அவர் உள்ள போயிருக்கார்.

*(பாதிப் பூஜையில் உள்ளேயிருந்து அம்மா குரல் கொடுக்கிறாள்.)*

அம்மா: கோமதி... விளக்கைத் தேச்சி கொல்லப்புறம் வச்சிட்டு வந்துட்டேன். எடுத்துண்டு வரயா? கோமதி... காதுல விழலயா? எல்லாத்துக்கும் நானே போக வேண்டியிருக்கு இந்தாத்துல.

அம்மா மேடையின் ஒரு பகுதியில் நின்று பார்க்கிறாள். கோமதி அம்மாவைப்

பார்க்காமல் சிகரெட்டைக் கையில் பிடித்துக் கொண்டு நின்றிருக்கிறாள்.

அம்மா: என்ன பண்றா? ஐயய்யோ... என்ன இது கைல சிகரெட்டா? கொல்லப்புறம் தனியா நின்னுண்டு சிகரெட்டைக் கைல வச்சுண்டு என்ன பண்ற? சிகரெட்டு பிடிக்கறியா என்ன? ஐயய்யோ, என்ன, சொல்லித்தொலையேன். உனக்கு இந்தப் பழக்கம் உண்டா? என்ன கண்றாவி?

சுவாமிநாதன்: (உள்ளேயிருந்து ஓடிவருகிறார்.) என்ன மன்னி என்ன சத்தம்?

அம்மா: இங்க பாருங்கோ...

சுவாமிநாதன்: ஐயோ சிகரெட்...

கோமதி: சித்தப்பா... சொல்லுங்கோ.

அம்மா: ஐயோ என்ன கண்றாவி இது? பொம்பள சிகரெட் பிடிச்சு நான் பாத்ததேயில்லையே? ஏதோ ஃபாரின்லதான்னு கேள்விப்பட்டிருக்கேன். ஏதோ பாம்பேல இருந்து படிச்ச பொண்ணுன்னு உங்க அப்பா சொன்னார். பாம்பேல பொண்கள் எல்லாம் இப்பிடியா இருப்பா? அபசாரம் அபசாரம். பாத்துண்டே நிக்கறீங்களே விசாரிங்களேன்.

கோமதி: (உளறலாக) சிகரெட்... பாக்கு போட்டுண்டா நாத்தம் வராதுன்னு சித்தப்பா...

சுவாமிநாதன்: என்ன கோமதி இது? உனக்கு சிகரெட்டுப் பழக்கமெல்லாம் உண்டா? ரொம்ப கெட்ட பழக்கமாச்சே? கான்சர் வருமேம்மா!

அவளை விசாரிக்கிற மாதிரி சொல்லாதே என்று சைகையால் கெஞ்சுகிறார். அம்மாவுக்கு முதுகைக் காட்டி நின்றுகொண்டு அவளைக் கெஞ்சுகிறார்.

அம்மா: என்ன கண்றாவி இது? டேய் மணி... மணீ... இங்க வா. சீக்கிரம். கண்ட கண்ட இங்கிலீஷ் சினிமா பாத்துட்டு நம்ம ஊர்லகூட இத மாதிரி பண்ண ஆரம்பிச்சுட்டாளா?

மணி: (உள்ளேயிருந்து பேசிக்கொண்டே வருகிறான்.) என்னம்மா? அப்பா மேலயும் நீ கீழயும் நின்னுண்டு மாறி மாறிக் கூப்ட்டா என்ன அர்த்தம்? எவ்வள தடவை மேலயும் கீழயும் நடக்கறது?

(அம்மா, அவள் பின்னால் சித்தப்பா நிற்கிறார். அவர் பின்னால் கோமதி நிற்பது அவனுக்குத் தெரியவில்லை.)

அம்மா: மணி இங்க என்ன நடந்தது தெரியுமா? பூஜையும் ஆசாரமுமா இருக்கற வீட்ல சிகரெட்டு. கொல்லப்பறம் அதுவும் துளசி மாடத்துக்குப் பக்கத்துல. கர்மம்.

மணி: ஓஹோ மாட்டிண்டாச்சா? (மாட்டியது சித்தப்பா என்று நினைத்து, அவரைப் பார்த்துக் கொண்டே) என்னிக்காவது ஒரு நாள் தெரிஞ்சிதான ஆகணும்?

அம்மா: உனக்கு இது பத்தித் தெரியுமா?

மணி: தெரியுமே...

அம்மா: என்ன அநியாயம் இது? சர்வ சாதாரணமா சொல்றயேடா?

மணி: இதுல என்ன தப்பும்மா? ஒவ்வொருத்தருக்கு ஒரு பழக்கம். அப்பா சதா புகையில போடலையா? அதுகூட உடம்புக்கு கெடுதல் தான்.

அம்மா: அதுவும் இதுவும் ஒண்ணா? இது எத்தனை நாளா பழக்கமாம்?

மணி: அது ஒரு பத்து பதினைஞ்சு வருஷப் பழக்கம். சட்டுன்னு விட முடியலை பாவம்.

அம்மா: ஐயோ... இப்புடி காபி டீ சாப்பிடறா மாதிரி சொல்றானே? இந்தாத்துல எல்லாருக்கும் புத்தி கெட்டுப்போச்சா? ஏன்னா... இங்க கொஞ்சம் வாங்க. ஏண்டா இது மட்டும்தானா இல்ல வேற எதாவது பழக்கமும் உண்டா?

மணி: ஆரம்பத்துல விஸ்கி, பிராந்தின்னு தண்ணி வேற. இப்ப வெறும் சிகரெட்டுதான்.

அம்மா: ஐயய்யோ... நாசமாப் போச்சு.

மணி: நீ உள்ள பூஜையை ஆரம்பிக்கச்சே கரெக்டா இங்க இது ஆரம்பிச்சுடும். நீ மந்தரம் சொல்லச் சொல்ல இங்க புஸ் புஸ்ன்னு புகை. உள்ள ஊதுவத்தி, இங்க தம்மு. இதுக்கு வேவுபாத்துண்டு மாயவரம் பாசஞ்ஜர் வேற.

அம்மா: இந்த அசிங்கத்தை யாருகிட்ட போய்ச் சொல்லுவேன்? மணி... உனக்கே இந்தப் பழக்கமெல்லாம் கிடையாதே? ஏன்னா, இங்க வாங்கன்னு சொல்றன்ல? இரு அவரைக் கூட்டிண்டு வரேன். இதுக்கு ஒரு தீர்வுகாணாம யாரும் ஆத்துக்குள்ள வரப்படாது. ஏன்னா... (உள்ளே போகிறாள்.)

மணி: (சந்தோஷமாய்ப் பாட்டு பாடிக்கொண்டே) சித்தப்பா மாட்டிண்டியா? பல நாள் திருடன் ஒரு நாள் அகப்படுவான். நீ காலி.

சுவாமிநாதன்: கண்ணா, நீ தப்பாப் புரிஞ்சிண்டே....

மணி: தப்பாப் புரிஞ்சிக்கலை. நல்லா சிச்சுவேஷனை கிளாரிஃபை பண்ணிட்டேன்.

சுவாமிநாதன்: கண்ணா கொஞ்சம் கேளு. நீ என்ன மாட்ட வைக்கறதா நினைச்சிண்டு உன் பொண்டாட்டியை வம்புல மாட்டிவச்சுட்டே.

மணி: என்ன சொல்ற?

சுவாமிநாதன்: மணி, நீ அந்தண்ட போனயா? நான் பாக்குப்

பொட்டலம் மறந்துட்டு வந்துட்டேன்னு அந்த சிகரெட்டை இவளை புடிச்சிக்கச் சொல்லிட்டு உள்ள போனேன். அப்பப் பாத்து மன்னி பாதிப் பூஜைலருந்து எழுந்து வந்துட்டா. நீயும் இல்ல நானும் இல்ல. கோமதி பத்த வச்சிப் புகைஞ்சிண்டு இருந்த சிகரெட்டோட போஸ் குடுத்துண்டு நின்னுண்டு இருக்கா... இவதான் இங்க கொல்லப்புறத்துல தனியா நின்னுண்டு சிகரெட் புடிக்கறான்னு மன்னி நினைச்சிண்டா. அதுக்குதான் உன்னைக் கூப்ட்டுச் சொன்னா. நீயும் கண்ணா... சமத்துக் கட்டி. அது நான்னு நினைச்சுண்டு ஒண்ணுக்கு ரெண்டா ஏத்தி விட்டுட்ட. இப்ப நீ சொன்னதெல்லாம் உன் பொண்டாட்டியைப் பத்திடா ராஜா.

மணி: சித்தப்பா விளையாடறயா? கோமதி சிகரெட்டு புடிக்கறான்னு சொன்னா அசிங்கமா இல்ல?

சுவாமிநாதன்: அவ பாவம் பயத்துல வெலவெலத்துப் போயிட்டா. பாரு, இத்தனை கலாட்டா ஆகியும் இன்னும் கர்ம சிரத்தையா அந்த சிகரெட்டைக் கைலயே வச்சிண்டிருக்கா பாரு. பாவம்.

மணி: ஏண்டி அசமஞ்சம், வாயைத் தொறந்து சிகரெட்டு அவருதுன்னு சொல்லமாட்டயா?

கோமதி: என்ன சொல்றதுன்னு தெரியலை. சித்தப்பா சொல்லவிடல.

மணி: சொல்லவிடலயா? ஓஹோ, உம்ம குட்டு வெளிப்படும்னு என் பொண்டாட்டியை மாட்டிவிட்டுட்டீரா? இரு... அம்மா... அம்மா... இங்க வா.

சுவாமிநாதன்: அடே அடே ராஜா... சமத்தோல்லியோ? என் கண்ணில்லயா? மன்னிகிட்ட சொல்லாதடா. கண்ணா... ராஜா... சொல்லிடாத.

மணி: அப்ப கோமதி சிகரெட்டு புடிச்சான்னு வச்சிக்கச் சொல்றயா? என்ன கண்றாவி சித்தப்பா இது? அவ பொம்மனாட்டி, அசிங்கமில்லையா? நீ பரவால்ல ஆம்பளதான?

சுவாமிநாதன்: ஆம்பள எல்லாம் பேருக்குத்தாண்டா. நீங்க பரவால்ல ஏதாவது சொல்லிக்கலாம். நான் உதவாக்கரை. ஒண்ணுத்துக்கும் பிரயோஜன மில்லாம ஆத்துல வெட்டியா ஒக்காந்துண்டு இருக்கேன். என்னை வீட்டைவிட்டு அனுப்பிட் டான்னா சோத்துக்குக்கூட வழியில்லடா. அண்ணா மன்னின்னு காலங்காலமா வேற கதி இல்லாம இந்தாத்துல கிடக்கறண்டா. காப்பாத்துங்கடா.

மணி: இப்ப என்ன பண்றது?

சுவாமிநாதன்: எங்கிட்ட விடு நான் சமாளிக்கறேன்.

மணி: என்ன சொல்லப்போற?

சுவாமிநாதன்: இதுவரைக்கும் தெரியாது. வாயில என்ன வரதோ அதைச் சொல்லிச் சமாளிக்கறேன்.

மணி: ஏதாவது ஒளறினா நடுவில பூந்து உண்மையைச் சொல்லிடுவேன். ஜாக்கிரதை.

அம்மா: (அப்பாவை இழுத்துக்கொண்டு வருகிறாள்.) இந்தக் கேலிக்கூத்தை நான் யாருகிட்ட சொல்லுவேன்?

அப்பா: விளையாடறியா? பாதிச் சீட்டாட்டத்துல எழுப்பிக் கூட்டிண்டு வந்துட்டு யாருகிட்ட சொல்லுவேன்னா என்ன அர்த்தம்? இதுக்கு தானா என்னைக் கூட்டிண்டு வந்த?

அம்மா: கோமதி இருக்காளே... ஐயோ எப்படிச் சொல்றது? அவளுக்கு சிகரெட்டு குடிக்கற பழக்கம் இருக்கு.

அப்பா: அவளுக்குமா...!

அம்மா: அவளுக்குமா வா? அப்படின்னா? வேற யாருக்கு இந்த ஆத்துல இருக்கு? உங்களுக்கா?

அப்பா: ஆமாண்டி எனக்கு சிகரெட்டு, பீடி, சுருட்டுன்னு எல்லாப் பழக்கமும் இருக்கு. கேக்கறா பாரு? எனக்கு அந்த மாதிரி பழக்கம் ஏதாவது இருந்தா உனக்கு தெரிஞ்சிருக்காது?

அம்மா: பின்ன யாருக்கு? மணி உனக்கா?

மணி: இல்லம்மா... என்னம்மா நீ? கேக்க வேண்டியவங்களைக் கேக்காம தப்பான ஆளுங்களைக் கேட்டுண்டு...

சுவாமிநாதன்: (அவசரமாய்) மன்னி, நீங்க உள்ள இருந்தப்போ நான் விசாரிச்சேன். நீங்க பயப்படறா மாதிரி அசிங்கம் ஒண்ணும் நடந்துடல. நீங்க யோசிச்சுப் பாருங்கோ. அவ சிகரெட்டை கைலதான பிடிச்சிண்டு இருந்தா? வாயில வைக்கல இல்ல இல்லியா? அவ ஸ்மோக் பண்ணல. பத்தவச்சிட்டு சும்மா கைல பிடிச்சுண்டு நின்னா. அவ்வளவுதான்.

அம்மா: என்ன பைத்தியக்காரத்தனமா இருக்கு. ஏன் அப்படி நிக்கணும்?

சுவாமிநாதன்: ஏன்? ஏன்னு நீ சொல்லேண்டா மணி.

மணி: நீதான ஆரம்பிச்சே? நீயே முடிச்சுடு.

சுவாமிநாதன்: ஏன்னா... அது... ஒரு வேண்டுதல்.

அம்மா: வேண்டுதலா?

சுவாமிநாதன்: அது ஒரு கதை. அவ அம்மாவழிப் பாட்டி, பேரு பங்கஜவல்லின்னு, அவ சுருட்டு பிடிப்பாளாம். ஒரு நாளைக்கு ரெண்டு சுருட்டு. அப்படி சுருட்டு பிடிச்சிப் பிடிச்சி வாய்ல கேன்சர் வந்து செத்துப்போயிட்டாளாம்...

அம்மா: கேக்கவே சகிக்கலையே?

அப்பா: ஆமாண்டா சுவாமி. கதை சகிக்கலை (சீட்டை

மாற்றி மாற்றி வைத்துக்கொண்டு அதில் கவனமாய் இருக்கிறார்).

சுவாமிநாதன்: கோமதிக்கு அவ பாட்டி சுருட்டு பிடிச்சி செத்துப்போனதைப் பாத்ததுலருந்து இந்த சிகரெட்டு சுருட்டு எல்லாத்தும்பேர்ல ஒரு வெறுப்பு. அதனால தினமும் ரெண்டு சிகரெட்டு கொளுத்தி அது எரியறதைப் பாத்துண்டே பாட்டியை நினைச்சிண்டு தியானம் பண்ணுவா. இப்பிடியே இந்த உலகத்துல இருக்கற எல்லா சிகரெட்டையும் வாங்கி பத்தவச்சி எரிச்சிடணும்னு ஒரு அப்செஷன். சிகரெட்டையே இந்த உலகத்தவிட்டு ஒழிக்கணும்னு ஒரு வேகம். இல்லம்மா? (கோமதி தலையாட்டுகிறாள்.)

அம்மா: என்னடி இது?

சுவாமிநாதன்: சிகரெட்டு எல்லாத்தையும் ஒழிக்கணும்னு அவ ஒரு போராட்டமே நடத்திண்டிருக்கா மன்னி. அவ்வளவு வைராக்கியம் மனசுல. ஒரு அப்செஷன். யார் கைலயாவது சிகரெட்டைப் பாத்தா பிடுங்கி எரிச்சிடுவா. அப்படி ஒரு மனோவியாதி!

அம்மா: மனோவியாதியா? அடக் கடவுளே!

அப்பா: சுவாமி... இதுக்கு சிகரெட்டு பிடிக்கறதே தேவலையேடா?

சுவாமிநாதன்: மனோவியாதி இல்லை அதை அழிச்சிடுங்கோ. மனோபாவம். வைராக்கியம்.

அம்மா: ஆயுசு பூரா தினமும் ரெண்டு சிகரெட்டு வாங்கி கொளுத்திப் போட்டுண்டு இருக்கப்போறாளா? என்னடா கூத்து இது?

சுவாமிநாதன்: இல்ல. வர்ற பௌர்ணமியோட அவ பாட்டி செத்து பத்து வருஷம் ஆகப்போறது. வேண்டுதலும் அதோட முடிஞ்சிடும்.

அப்பா: ஏண்டா பேசாம எல்லா சிகரெட்டையும் ஒரே முட்டா வாங்கிக் கொளுத்தி யாகம் மாதிரி பண்ணா என்ன?

சுவாமிநாதன்: பண்ணலாம், ஆனா பாட்டி ஞாபகமா ஒரு நாளைக்கு ரெண்டு கொளுத்தணுன்னுதான் வேண்டுதல். அண்ணா, நீ கொஞ்சம் பேசாம இருக்கியா? நானே கஷ்டப்பட்டு சமாளிச்சிண்டு இருக்கேன்.

அம்மா: என்ன பொண்ணே போ... ஏண்டா மணி, நான் கேக்கறப்போ விவரமா சொல்லக்கூடாதா?

மணி: எனக்கு அரசல்புரசலாதான் தெரியும். இதுக்குப் பின்னால இவ்வளவு பெரிய கதை இருக்குன்னு இப்பதான் எனக்கே தெரியும்.

அப்பா: அப்ப ப்ராப்ளம் சால்வ்ட். நான் போலாம் இல்லையா? சீட்டாட்டம் பாதில நிக்கறது. வெத்தலைப் பொட்டியை வேற வச்சிட்டு வந்துட்டேன். நான் போட்டா?

அம்மா: சரி, உன் வேண்டுதல் முடியறவரை பூஜையில எனக்கு எந்த ஒத்தாசையும் பண்ண வேண்டாம். என்ன வேண்டுதலோ? (உள்ளே போகிறாள்.)

சுவாமிநாதன்: அப்பா... தப்பிச்சோம்டா! பாத்தியா பயந்துண்டு இருந்தியே, எப்படி சமாளிச்சேன் பாத்தியா?

மணி: ஆமா சமாளிச்ச... சகிக்கலை. அம்மாக்கு விவரம் பத்தல, ஏமாத்திட்டே. இவ வேற வாயில்லாப் பூச்சி. வாயை மூடிண்டு அசமஞ்சம் மாதிரி கேக்கறதுக்கெல்லாம் ஆமா ஆமான்னு தலையை ஆட்டிண்டு இருக்கு.

சுவாமிநாதன்: தேங்க்ஸ்டி பொண்ணே.

மணி: வெறும் தேங்க்ஸ் எல்லாம் போதாது. எவ்வளவு பெரிய ஹெல்ப் பண்ணியிருக்கா? அதுக்கு நீ பெரிய ஹெல்ப்பா பண்ணணும்.

சுவாமிநாதன்: சொல்லு, என்ன வேணா பண்றேன்.

மணி: அது... எனக்கு பெட்ரூம் சரியாவே அமையமாட்டேங்கறது. ஒரு நாளு மொட்ட மாடி, ஒரு நாளு சங்கர் சித்தப்பா ரூம். ஒரு நாள் ஹாலுன்னு அல்லாடிண்டே இருக்கேன். நீ என்ன பண்ற, கீழ இருக்கற உன் பெட்ரூமை எனக்கு குடுத்துடற.

சுவாமிநாதன்: அடப்பாவி, நான் என்ன பண்றது?

மணி: நீ அங்க இங்க எங்கியாவது பொரண்டுக்கோ சித்தப்பா. வயசான ஆளு எங்க படுத்துண்டா என்ன? மொட்ட மாடில படுத்துக்கோயேன்.

சுவாமிநாதன்: மொட்ட மாடிலயா? அங்க ப்ரைவசியே கிடையாதுடா. அங்க ஒரு கும்பல் படுத்துக்கறதே?

மணி: ஐம்பத்து அஞ்சி வயசாறது என்ன ப்ரைவசி வேண்டிக் கிடக்கு? ரொம்ப பிகு பண்ணா சிகரெட்டுக் கதையோட ஒரிஜினல் வர்ஷனை அம்மாகிட்ட சொல்ல வேண்டி வரும்.

சுவாமிநாதன்: அநியாயம்டா. சித்தப்பாவையே ப்ளாக் மெயில் பண்றயேடா!

மணி: ஆமா பெத்த புள்ளையை ட்ரெயின் ஓட்டச் சொல்றதுக்கு இது ஒண்ணும் தப்பில்ல.

சுவாமிநாதன்: அந்த ரூம் சுகமில்லே சொன்னாக் கேளு. அங்க படுத்துண்டா சில பிரச்சினைகள் வரும்.

மணி : அதெல்லாம் நான் பாத்துக்கறேன்.

கோமதி: சித்தப்பா...

சுவாமிநாதன்: என்னம்மா?

கோமதி: இந்த சிகரெட்டை கீழ போட்டுடவா?

சுவாமிநாதன்: போட்டுடும்மா, உங்க சுருட்டுப் பாட்டி ஆத்மா சாந்தியடைஞ்சிருக்கும். போட்டுடுடி பொண்ணே.

# காட்சி – 6

**ம**ணியின் பழைய வீட்டுப் பகுதி. மேடையில் மங்கிய வெளிச்சம். கீழே பாய், தலையணைகள். கூடவே இரவுநேர ஓசைகள். சன்னமான குரலில் பேச்சு. அரையிருட்டில் மணியும் கோமதியும் தெரிகிறார்கள்.

மணி: சித்தப்பாவை மிரட்டி எப்டியோ இந்த ரூமை வாங்கியாச்சு.

கோமதி: பாவம். எனக்கு மனசேயில்லை அவரை மொட்ட மாடில படுக்கவச்சிட்டு...

மணி: படுக்கட்டுமே, என்ன? வீட்ல ஒரு லாரி லோடு ஆளுங்க இருந்தா இப்படிதான். வெளிய கூடத்துக்குப் போய் பாரு ரயில்வே ப்ளாட்பாரம் மாதிரி குறுக்கும் நெடுக்கும் படுத்துண்டு இருக்கா. தலையெழுத்தைப் பாரேன். என் பொண்டாட்டியோட அஞ்சி நிமிஷம் தனியா இருக்க முடியலை. ஆத்துக் காரியம் எல்லாம் ஆக ராத்திரி பன்னண்டு மணி ஆறது. அதுக்கப்பறம் இப்படி ஒரு மணிக்கு மேல உன்னோட பேச வேண்டியிருக்கு. பகல்ல உன்னைப் பாக்கவே முடியலை. இருட்டுல பாத்துப் பாத்து உன் மூஞ்சியே மறந்து போயிடறது.

கோமதி: சரி எனக்கு தூக்கம் வரது.

மணி: தூக்கமா, கொன்னுடுவேன். நாளு பூரா உன்கிட்ட வர முடியாம எப்படா தனியா இருப்போம்னு காத்துண்டு இருக்கேன். தூங்கறாளாம்...

மறுபடி மெல்ல இரவுநேரத்தின் ஓசைகள் கேட்கின்றன. திடீரென்று ஜன்னல் கதவு தட்டப்படும் ஓசை உரக்கக் கேட்கிறது.

கோமதி: ஏன்னா யாரோ ஜன்னல் பக்கத்துல நின்னுண்டு கதவைத் தட்றா.

மாதுவின் குரல்: (தூக்கக் கலக்கத்தில்) பெரிப்பா... பெரிப்பா...

மணி: அதுக்குள்ள விடிஞ்சிடுத்தா என்ன? டைம் போறதே தெரியல!

கோமதி: மணி ரெண்டரை ஆறது.

மணி: டேய், யார்ராவன் ராத்திரி ரெண்டு மணிக்கு கூப்பிடறவன்?

கோமதி: எல்லாம் ஒழிச்சிப் போட்டாச்சேப்பா. நாளைக்கு வா.

மாது: அடப்பாவிகளா ராப்பிச்சைக்காரனாக் கிட்டேளா? நான் மாதுடா. பெரியப்பா எங்க?

மணி: மாதுவா? ஏண்டா கடங்காரா ராத்திரி ரெண்டரை மணிக்கு வந்து எழுப்பறியேடா? பகல்லதான் பொண்டாட்டியோட கொஞ்ச நேரம் பேசவிடமாட்டேன்றேள். ராத்திரியுமாடா? ஏன்டா வேணுன்னே செய்யறேளாடா?

மாது: நான் நைட் ஷிஃப்டு போயிட்டு வருவேன்னு தெரியாதா? வழக்கமா சுவாமி பெரிப்பாதான கதவைத் திறப்பார். அவர் இல்லையா?

மணி: அவர் மேல போயிட்டார்.

மாது: ஐயய்யோ... காலைல நன்னாதான இருந்தார்?

மணி: அடே, அவர் மேல மாடில படுத்துண்டு இருக்கார்.

மாது: மணியா? நீ அவர் ரூம்ல படுத்துண்டு இருக்கியா? கதவைத் திற ப்ளீஸ். தூக்கம் வரது.

மணி: மாது, இன்னைக்கு ஒரு நாள் வெளியே திண்ணையிலேயே படுத்துக்கயேன். மணி ரெண்டரை ஆறது. அஞ்சரை மணிக்கு அம்மா எழுந்துடுவா. அவ கதவைத் திறப்பா.

மாது: மணி... திண்ணைல இடம் இல்லடா. இல்லன்னா படுத்துண்டுடுவேன்.

மணி: திண்ணைல யாரு?

மாது: டாமியும் ஜூலியும் படுத்துண்டு இருக்கு. அதுங்களுக்கு நடுவுல போய் நான் படுத்தா அதுங்களை டிஸ்டர்ப் பண்ண கோவத்துல என்னைக் கடிச்சிடும்.

மணி: இருக்கற மனுஷா போறாதுன்னு வீட்ல ரெண்டு நாய் வேற. இந்த டாமிக்கும் ஜூலிக்கும் இருக்கற கொடுப்பினைகூட நமக்கு இல்ல பாத்தியா? அதுங்க ஒண்ணா படுத்துத் தூங்கிண்டு இருக்கு.

மாது: மணி கதவைத் திறடா.

மணி: இருடா எழவே. வேஷ்டி கட்டிண்டு வரேன். கத்தாத. ஜன்னல்லருந்து இப்படி எட்டிப் பாத்துண்டு நிக்காத. போய் வாசப் பக்கம் நில்லு. வரேன்.

மாது: சீக்கிரமா வாடா. தூக்கம் வரது.

மணி: இரு... கட்டிண்டுதான வரணும்? (பேசிக் கொண்டே கட்டிக்கொள்கிறான். மேடையில் இடப்பக்கத்தில் அவன் உருவம் மங்கலாகத் தெரிகிறது. மேடையில் பாயும் போர்வையு மாய் நான்கைந்து உடல்கள்.) வீடா இது? அகதிகள் முகாம் மாதிரி தடுக்கி விழுந்தா ஜனங்க. பாத்ரூம் போனா ஜனங்க. சாப்பிட உக்காந்தா ஜனங்க. தூங்கக்கூடவிடாம உபத்திரவம். என்னது இது?

மாது: மணீ... அவசரமா ஒண்ணுக்கு வேற போகணும்.

கோமதி: (உள்ளேயிருந்து) என்ன ஆச்சுன்னா?

மணி: லைட் எரியலை. கரன்ட் கட்டு. டார்ச் எங்க இருக்கோ தெரியலையே?

மாது: மணீ... கதவைத் திறடா. இல்லன்னா கதவை உடைச்சுண்டு வந்துடுவேன். (கதவைப் பலமாக இடிக்கிறான்.)

மணி: இருடா வரேன்.

கோமதி: ஐயோ சீக்கிரம் போங்களேன். போய் சட்டுன்னு கதவைத் திறந்துட்டு வாங்களேன். அவர் சத்தம் தாங்கலை.

மாது: மணீ...

மணி: வந்துட்டேன். இரு அலறாத. ஊரையே எழுப்பிடுவான்போல கத்தறான். கொஞ்சம் இரு. இங்க ஹால்ல குறுக்கும் நெடுக்குமா எல்லாரும் மூட்டை மூட்டையா படுத்துண்டு இருக்கா. (நடந்துகொண்டே பேசுகிறான்.) எது தலை எது கால்னு தெர்ல. தேங்கா மூட்டையாட்டம் இருக்கு ஒவ்வொண்ணும். இது நடுல தடவித் தடவிக் காலை வச்சி வர வேண்டியிருக்கு. இரு வந்துண்டே இருக்கேன்.

மாது: மணீ, லைட்டைப் போட்டுண்டு வந்து கதவைத் திறடா.

மணி: கரன்ட் கட்டு ஆயிடுத்துடா பிரம்மஹத்தி. பாதித் தூரம் வந்துட்டேன். பேசாம இரு. யாரையாவது மிதிச்சுட்டேன்னா கஷ்டம். ஒரே நிமிஷம்.

(உயிர்போகிற வலியோடு ஒருவர் கத்துகிறார். மேடையில் இருக்கும் ஒரு மூட்டை எழுந்து உட்காருகிறது. ‘சித்தப்பா... ஐயோ... ஐயய்யோ... வலி உயிர்போறதே. அம்மா...’ என்று அலறுகிறார்.)

கோமதி: ஏன்னா, என்ன ஆச்சு?

மணி: யாரையோ மிதிச்சிட்டேன். ஹலோ, இந்த மூட்டை யாரு?

சுவாமிநாதன்: கட்டைல போறவன் எவனோ என்னை மிதிச்சுட்டானே... திருடனா? டேய்... எல்லாரும் எழுந்திருங்கடா.

மணி: கத்தாத சித்தப்பா. திருடனில்ல. நான்தான் மணி. கதவைத் திறக்கப் போயிண்டிருக்கேன். நீ படுத்துண்டு இருந்தது தெரியாம மிதிச்சுட்டேன்.

| | |
|---|---|
| சுவாமிநாதன்: | கட்டைல போறவனே. ஐயோ வலி தாங்கலையே. ஒரு ஆள் படுத்துண்டு இருக்கறதுகூட தெரியாம இப்டி மிதிக்கறியே? அம்மா... வலி தாங்கலையே... |
| கோமதி: | என்னன்னா ஆச்சு? |
| மணி: | நீ வேற ஏண்டி உள்ளயிருந்து ஸ்கோர் கேட்டுண்டு? கொஞ்ச நேரம் பேசாம இரேன். எதோ ஒரு சித்தப்பாவை மிதிச்சுட்டேன். சுவாமிநாதன் சித்தப்பாவா? |
| சுவாமிநாதன்: | அம்மா வலி தாங்கலியே! உயிர் போறதே! கண்ணுல்லாம் இருண்டுண்டு வரதே! |
| மணி: | லைட் போடாம இருட்டா இருக்கு சித்தப்பா. அது தெரியாம கண்ணுல்லாம் இருண்டு போயிடுத்துங்கறாரு. |
| சுவாமிநாதன்: | சிரிக்காதடா. லாரி ஏர்றா மாதிரி மேல ஏறிட்டு சிரிக்கறியா? நாசமாப் போறவனே. ஐயோ வலிக்கறதே! |
| மணி: | எங்க மிதிச்சேன்னு தெர்ல. ரொம்ப வலிபோல. பாவம் அலர்றார். சித்தப்பா ரொம்ப சாரி. கண்ணு தெர்ல. சாரி சித்தப்பா. ரொம்ப வலிக்கறதா? எங்க வலிக்கறதுன்னு சொல்லு தேச்சிவிடறேன். |
| சுவாமிநாதன்: | தொடாதடா... போடா அன்னண்ட. தேச்சி விடறானாம். அம்மா வலி தாங்கலையே! விண்ணு விண்ணுன்னு தெறிக்கறதே... |
| மாது: | மணீ... கதவைத் திறடா. |
| மணி: | இருடா... சித்தப்பா ஒண்ணும் ஆகலியே? |
| சுவாமிநாதன்: | ஐயோ... சுருக்கு போட்டு இழுக்கறா மாதிரி என்னமா வலிக்கறது! நாசமாப் போறவனே. இப்பிடி வந்து மிதிச்சுட்டியே? இந்த வலி வலிக்கறதே! |

மணி: காலைல ஆஸ்பிட்டல் போலாம், நானே கூட்டிண்டு போறேன். டாக்டர் கமலா இருப்பா…

சுவாமிநாதன்: கமலாகிட்டல்லாம் காமிக்க முடியாதுடா. ஐயோ வலிக்கறதே!

மணி: லைட்டும் இல்லை. என்ன சங்கடம்டா? எங்க மிதிச்சேன்னும் சொல்ல மாட்டேங்கறார்.

சுவாமிநாதன்: ஐயோ… அம்மா… வலிக்கறதே!

மாது: மணீ… கதவைத் திறக்கறியா இல்லையாடா?

மணி: வந்துட்டேன். இதோ வந்துட்டேன். வீடா இது? கர்மம். ஒரு மனுஷனை நிம்மதியா இருக்கவிடாத வீடு. இருடா வந்துண்டே இருக்கேன். அவர் வயசான மனுஷன் மிதிபட்டுப் போனாலும் பரவால்ல. வயசுப் பசங்க யாரையாவது மிதிச்சுட்டன்னா? பாவம்.

சுவாமிநாதன்: ஐயோ உயிர் போணம்னு மிதிச்ச மாதிரிதான் இருந்தது. அம்மா வலிக்கறதே!

மாது: மணீ… கதவைத் திறக்க ஏண்டா இவ்வளவு நேரம்? கண்ணு தெர்லடா. அவசரமா பாத்ரூம் போகணும்.

மணி: கரன்ட் இல்லடா. அப்பிடியே போயிடு. இதோ நான் நிக்கறேன் பாரு. அதே நேர்கோட்டுல ஓடிப்போயிடு.

*(மறுபடி சித்தப்பா உயிர்போகிற மாதிரி அலறுகிறார்.)*

சுவாமிநாதன்: ஐயோ செத்தேன். நாசமாப் போறவனே மணீ… மறுபடியும் அதே இடத்துல மிதிக்கறயேடா? வலி தாங்கலியே! நான் உனக்கு என்ன கெடுதல் செஞ்சேன்?

மணி: இந்தத் தடவை நான் இல்ல சித்தப்பா. மாது…

சுவாமிநாதன்: ஆளாளுக்கு மிதிச்சிண்டு போக இது என்ன கால்மிதியாடா? அம்மா... வலி தாங்கலியே! நீ நன்னாயிருப்பயா? எனக்கு வர்ற ஆத்திரத்துக்கு... மகாபாபி...

மணி: வேற யாரும் நைட் ஷிஃப்ட் இல்லை சித்தப்பா. இனிமெ ஒண்ணும் நடக்காது. நிம்மதியாத் தூங்கு. நான் போய் படுத்துக்கறேன்.

சுவாமிநாதன்: நாசமாப் போக. என்ன மிதிச்சுட்டுப் போறியா? போடா... நீ போற காரியம் கைகூடாதுடா. கட்டைல போறவனே...

மணி: கன்னாபின்னான்னு சபிக்கறாரே? யப்பா, இந்த ரூம் வேணாம்ப்பா. தினமும் ராத்திரிக்கு ரெண்டு மணிக்கு எழுந்து இப்பிடி சாபம் வாங்கிக்க முடியாது. வேற ரூம் கிடைக் கலன்னா டாமி, ஜூலி மாதிரி வாசல்ல போய் படுத்துக்கலாம்.

சுவாமிநாதன்: அம்மா... விண்ணு விண்ணுன்னு வலிக்கறதே! சுருக்கு சுருக்குன்னு இழுக்கறதே! அம்மா...

## காட்சி – 7

**ம**ணி வீட்டின் உள்ளிருந்து வருகிறார். எதிரே ஸ்ரீதர் பேன்ட் சட்டையுமாய்.

ஸ்ரீதர்: குட் மார்னிங். உடம்பு பரவால்லியா?

மணி: தேவலை. மத்தியானம் கொஞ்சம் தூங்கினேன். சரியாயிடுத்து. சாதாரணமா வாக்கிங் வரச்சே ஒரு வாய் காப்பி சாப்டுட்டு வருவேன். நேத்து சேகர் கடைக்குப் போய்ட்டு வரேன்னு போனானா? மிஸ் ஆயிடுத்து. திடீர்னு ஹைப்போ கிளிசீமியா வந்துடுத்து.

ஸ்ரீதர்: தெரியும், இதையேதான் நேத்து பத்துத் தரம் சொல்லியிருப்பீங்களே? ஆமா, சேகர் யாரு, உங்க புள்ளையா?

மணி: புள்ளையா? பெத்த புள்ளை எங்கியாவது காப்பி போட்டுத் தருவானா? சமையல்காரன் சார். சாரி உங்க பேரு ஸ்ரீதர்தானே? நான் மணி. உங்களை இதுக்கு முன்னால பாத்ததில்லை.

ஸ்ரீதர்: நான் இருக்கறது பாம்பே. மாதுங்கா. ஒரு வேலை விஷயமா மெட்ராஸ் வந்தேன். இங்க என் பொண்ணு வீட்ல கொஞ்ச நாள் தங்கப்போறேன்.

மணி: நான் இன்னும் சொல்லவா? உங்க பையன் அமெரிக்காவில சாஃப்ட்வேர் இன்ஜினியரா இருக்கான். உங்களை இங்க விட்டுட்டுப் போயிருக்கான். நீங்க ஆறு மாசம் கழிச்சி அமெரிக்கா போகப்போறேள். அங்க போய் ஆறு மாசம். இங்க வந்து ஆறு மாசம். கிரீன் கார்ட் கிடைக்கறவரைக்கும். கரெக்டா?

ஸ்ரீதர்: எப்பிடி சொல்றீங்க?

மணி: இப்பல்லாம் வயசானவா கதியே இப்படிதான ஆயிடுத்து? உள்ளூர்ல சௌகரியம் இல்லன்னு பசங்க எல்லாரும் வெளிநாடு போயிடறா. இல்ல வெளியூரு. நம்மை மாதிரி வயசானவங்க இங்க தனியா அல்லாடிண்டுகிடக்க வேண்டியிருக்கு.

ஸ்ரீதர்: உங்க கோணத்துலருந்தே உலகத்தைப் பாக்கறீங்க. நீங்க சொன்னதெல்லாம் தப்பு. நான் என் சொந்த வேலையா மெட்ராஸ் வந்திருக்கேன்.

மணி: சொந்த வேலையாவா? கேக்கறேன்னு தப்பா நினைச்சிக்காதிங்கோ. உங்க வயசு என்ன?

ஸ்ரீதர்: எழுபத்தி நாலு.

மணி: எழுபத்தி நாலா? இந்த வயசுல என்ன வேலை?

ஸ்ரீதர்: நிறைய வேலை சார். நான் குணு. ஒணிடண காலேஜ்ல எகனாமிக்ஸ் ப்ரொஃபசரா இருந்து ரிடையர் ஆனவன். SHELTER அப்படின்னு சமூக சீர்திருத்த அமைப்பு ஒண்ணு மாதுங்கால ரன் பண்றேன். TAKE ONEன்னு ஒரு நாடகக் குழு வச்சிருக்கேன். இப்ப மெட்ராஸ் வந்தது ஒரு ப்ராஜெக்ட்டுக்காக. நான் கிளம்பறேன். (திரும்பி வருகிறார்.) மணி... உடம்பு சரியாயிடுச்சுன்னா ரெண்டு பேரும் சேர்ந்தே வாக்கிங் போவமா?

மணி: கண்டிப்பா. எனக்கும் வாக்கிங்குக்கு துணை ஆச்சு.

ஸ்ரீதர்: குட். நாளைக்கு ஆறு மணிக்கு வந்துடறேன். ரெடியா இருங்க.

(ஸ்ரீதர் போகிறார். வெளிச்சம் மங்கி இசை ஒலிக்கிறது.)

அடுத்த நாள் காலை. இசை அடங்கியதும் சால்வை போர்த்தியபடி வாக்கிங் போக மணி தயாராய் இருக்கிறார். ஸ்ரீதர் உள்ளே நுழைகிறார்.

ஸ்ரீதர்: குட்மார்னிங். ரெடியா?

மணி: குட்மார்னிங். நான் ரெடி. வாக்கிங் ஸ்டிக் மட்டும் எடுத்துண்டு வந்துடறேன். கேக்கணும்னு இருந்தேன். உங்களுக்கு என்ன வியாதி?

ஸ்ரீதர்: எனக்கு ஒண்ணும் இல்லை.

மணி: ஒரு வியாதியும் இல்லையா? உங்களை யாரு பார்க்குக்குள்ள விடுவா? இங்க ஆரோக்கியமா இருக்கறவா யாரும் வர்றது கிடையாது. ஜெயில்ல கைதிகளுக்கெல்லாம் நம்பர் தரால்ல, அது மாதிரி இங்க பார்க்குல வியாதி அடையாளம். உங்களுக்கும் டயபடிஸ்தான?

ஸ்ரீதர்: விடமாட்டீங்களா? ஆமா. எனக்கு லேசா ஷுகர்.

மணி: அதான பாத்தேன்.

ஸ்ரீதர்: நானும் உங்க மாதிரி வியாதியஸ்தன்னு தெரிஞ்சப்பறம் மனசுக்கு ஆறுதலா இருக்காக்கும்?

மணி: உங்களுக்கு டயபடிஸ்ன்னு சொல்ல ஏன் இவ்வளவு தயங்கறீங்க?

ஸ்ரீதர்: என்னோட பிரச்சினைகளைப் பத்தி நான் பொதுவா பேசறதில்லை. வயசானா உடம்பை கவனமாப் பாத்துக்கறா மாதிரி மனசையும் தளராமப் பாத்துக்கணும். வயசானவங்க முக்கால்வாசிப் பேர் கடந்த காலத்துலேயே வாழ்ந்துகிட்டு தங்களைச் சுத்தி நடக்கறதை எல்லாம் வெறுப்போடு பாக்கறாங்க. அதனால வயசாக ஆக நமக்கே தெரியாம புலம்ப ஆரம்பிச்சுடறோம். அதனால எனக்கு சந்தோஷம் தர்ற சமாசாரங்களை மட்டும்தான் நான் பேசறது.

மணி: ஓஹோ... இப்படி ஒரு கொள்கை வச்சிருக்கீங்களா? சரி போலாம் வாங்க. எனக்காக இன்னும் ரெண்டு பிபி கேஸுங்க காத்துண்டு இருக்கும்.

ஸ்ரீதர்: மறுபடி மயக்கம் போடாம இருந்தா சரி.

## காட்சி – 8

**ம**ணியின் பழைய வீடு. எல்லோரும் தரையில் அமர்ந்து சாப்பிட்டுக் கொண்டிருக்கிறார்கள். மேடையின் ஒரு புறத்திலிருந்து இன்னொரு புறத்துக்கு வரிசையாகக் குழந்தைகளும் பெரியவர்களும் தட்டு வைத்துக்கொண்டு உட்கார்ந்திருக்கிறார்கள். அம்மாவும் கோமதியும் இன்னொரு சித்தியும் பரிமாறுகிறார்கள்.

| | |
|---|---|
| பாலாஜி: | என்ன பெரிய மன்னி இது? நேத்தும் பருப்புசாதம் இன்னைக்கும் பருப்புசாதம்... எனக்கும் அவங்களுக்கெல்லாம் போடறியே, அந்தக் கூட்டும் கோஸுும் போடு. |
| அம்மா: | குழந்தைகளுக்கெல்லாம் பருப்புசாதந்தான். |
| பாலாஜி: | நான் ஒண்ணும் குழந்தை இல்லை பெரிய மன்னி. அப்பா சொல்லுப்பா. |
| சுவாமிநாதன்: | நீ கொழந்தைதாண்டா கண்ணா. |
| பாலாஜி: | நான் ஒனக்கோசரம் ட்ரெயினெல்லாம் ஓட்டறேன்ல அப்பா. சொல்லுப்பா. |
| சுவாமிநாதன்: | அவன் கொஞ்சம் வளர்ந்த பையனாயிட்டானே மன்னி. அவனுக்கும் கொஞ்சூண்டு போடுங்களேன். |
| அம்மா: | இதென்னா புதுசா இருக்கு சிபாரிசு? எல்லாக் குழந்தைகளும் ஒண்ணுதான். பேசாம சாப்பிடு. |
| அப்பா: | கத்திரிக்கா ரசவாங்கி யாரு பண்ணது? ரொம்ப நன்னாயிருக்கே! |
| அம்மா: | யாரு பண்ணதுங்கற கேள்வியெல்லாம் வேண்டாம். நாங்க எல்லாரும் சேர்ந்து பண்ணதுதான். |
| சங்கர்: | அப்ப மன்னி பண்ணல? |
| மணி: | கத்திரிக்கா ரசவாங்கி. வேற ஒண்ணும் இல்லையா மன்னி? அதைப் பாத்தாலே மீன் ஞாபகம் வரது. |
| அம்மா: | என்னது சாப்படறச்சே மீனு கீனுன்னு பேச்சு. பேசாம சாப்புடு. |
| மணி: | ஜெயில்ல கைதிகளுக்கு சாப்பாடு போடறா மாதிரி எல்லாருக்கும் ஒரே பொரியல் ஒரே சாம்பார். போர். இந்த ஞாயித்துக்கிழமை |

எல்லாரும் ஹோட்டலுக்குப் போனா என்ன? கோமதி வடாம் எடுத்துண்டு வா.

அம்மா: ஏண்டா சித்த மின்னாடி நான் கேட்டப்ப வேண்டான்ன?

மணி: சினிமாக்கு போயிட்டு போலாம்ப்பா.

சங்கர்: நேஷனல் டாக்கீஸ்ல சபாபதி போட்டிருக்கான். நல்ல காமெடியாம். டி.ஆர். ராமச்சந்திரன், காளி ரத்னம் ரெண்டு பேரும் சக்கை போடு போட்டிருக்காளாமே?

அப்பா: முக்கியமானதை விட்டுட்டான். டி.ஆர். ராஜகுமாரி ஹீரோயின். அதுக்காக போகணுங் கறான் இவன். அவளை உட்டுட்டு காளி ரத்னமாம், கதை விடறான் பாரு. சாதம் போட்ரீ.

மணி: அந்தப் படமெல்லாம் போருப்பா. ரோமியோ ஜூலியட் ரிலீஸ் ஆயிருக்கு. சாமுவேல் பெக்கட் படம். அதுக்குப் போலாம்.

அம்மா: வேண்டாம். குழந்தைகள் பாக்கற படமில்லை அது. லவ்வு அது இதுன்னு இங்கிலீஷ் படமெல்லாம் நம்பி குழந்தைகளைக் கூட்டிண்டு போக வேண்டாம். சாதத்தை நன்னா பிசைஞ்சி சாப்புட்ரா, அப்பிடியே முழுங்காத. உடம்புல ஒட்டாது.

பாலா: ரோமியோ ஜூலியட் என்ன கதை சித்தப்பா?

மணி: *(கோமதியைப் பார்த்துக்கொண்டே சொல்கிறான்.)* அது லவ் ஸ்டோரி. ரோமியோக்கு 16 வயசு ஜூலியட்டுக்கு 14 வயசு. அன்னைக்கு தான் மலர்ந்த புஷ்பம் மாதிரி ரெண்டு பேரும் பாக்க அவ்வளவு அழகான ஜோடி. ஒருத்தரை ஒருத்தர் பாத்த உடனே பிடிச்சுப் போயிடுது. ரோஜா புஷ்பம் மாதிரி இருக்கற ஜூலியட்டைப்

பாக்காம ரோமியோவால ஒரு நாள்கூட இருக்க முடியாது. ரோமியோவைப் பாக்காம ஜூலியட்டுக்கு உடம்பெல்லாம் ஜுரம் வந்தாப்போல ஆயிடும். Tender age இல வர Tender love.

சங்கர்: டெண்டர் ஏஜ் லவ்வை நீயும் டெண்டரா இருக்கும்போதே பாத்திருக்கணும். உனக்கு முப்பது வயசாறது. பாதிக் கிழம். இப்பதான் கல்யாணமே பண்ணிண்டு இருக்க.

மணி: நானா வேண்டான்னேன். கூட்ஸ் வண்டி யாட்டமா வரிசையாப் பசங்களைப் பெத்து வச்சிண்டு டோக்கன் குடுத்து ஒவ்வொருத் தருக்கா கல்யாணம் பண்ணி வச்சிண்டிருக்கேள்.

அப்பா: டேய், முப்பது வயசு ஒண்ணும் அவ்வளவு லேட் இல்லடா.

சங்கர்: என்ன மன்னி, நெய் ஒரே ஒரு கரண்டிதான் விடறேள்.

அம்மா: போறும் வயசாறதுல்ல. ஒரு ஸ்பூன் நெய் போரும்.

பாலாஜி: சித்தப்பா, ரோமியோ ஜூலியட் கதை நன்னாயிருக்கு அதுக்கே போலாம்.

மணி: அது நானும் கோமதியும் தனியாப் போறதுக்கு. உங்களையெல்லாம் கூட்டிண்டு படை திரட்டிண்டு போறதுக்குல்ல...

அம்மா: கொழந்தைகள் பாக்கற படமில்ல அது. அதுக்கெல்லாம் கூட்டிண்டு போக முடியாது. உனக்கு பதினாலு வயசுதான் ஆறது. ரோமியோ ஜூலியட் பாக்கறானாம். உங்களுக்கு ரசம் தெளுவாவா வண்டியாவா?

பாலாஜி: அப்பா சொல்லுப்பா. உனக்காக ட்ரெயி னெல்லாம் ஓட்றன்ல? அப்பா சொல்லுப்பா.

சுவாமிநாதன்: அவனும் கூடப் போட்டுமே மன்னி. பாவம் ஆசைப்படறான்.

அம்மா: எதுக்கெடுத்தாலும் ட்ரெயின் ஓட்டறேன் ட்ரெயின் ஓட்டறேன்னு சொல்லிண்டு இருக்கான். என்ன ட்ரெயின் ஓட்றான் இவன்?

பாலாஜி: மாயவரம் பாசஞ்சர். நான்தான் என்ஜின் ட்ரைவர்.

சுவாமிநாதன்: அது ஒண்ணும் இல்ல மன்னி. ஏண்டா, உனக்கு அந்த ரோமியோ ஜூலியட் படம் போணம் அவ்வளவுதான? மணியோட போயிட்டுவா.

மணி: நீங்க என்ன என்னோட சேர்த்துவிடறது? நாங்க ரெண்டு பேரும் தனியா போணம்னு சொல்லிண்டு இருக்கேன்ல?

பாலாஜி: அப்ப சித்தப்பா மட்டும் அந்தப் படத்துக்கு ஏன் போணம்? எனக்கு சாப்பாடு வேணாம்.

அம்மா: அவனும் போகல. அவனும் உங்களோட சபாபதி படத்துக்கு வருவான்.

மணி: அம்மா என்னம்மா இது? பொண்டாட்டியோட சினிமாக்குப் போறதுக்குக்கூட இந்த வீட்ல சுதந்திரம் கிடையாதா?

அம்மா: வேண்டாம்னா வேண்டாம். சாப்டறபோது என்ன சண்டை? சாப்டறச்சே வாக்குவாதம் பண்ணப்படாதுன்னு எவ்வளவு தடவை சொல்றது? எல்லாரும் பேசாம சாப்டுங்கோ. இத்தனை பேருக்கும் சமைச்சு, ஒவ்வொரு வேளையும் இடுப்பொடியப் பரிமாறி, நீங்க சாப்ட்டு ஓஞ்சப்பறம் இடத்தை எச்சப் பிரட்டி துடைச்சி, மறுபடியும் கடை விரிச்சி நாங்கல்லாம் சாப்ட்டு முடிக்கறதுக்குள்ளே பிராணன் போறது. வளவளன்னு சபாபதி போறமா ரோமியோ ஜூலியட் போறமான்னு சண்டை வேற. யாரும் வாயைத் திறக்கக் கூடாது சாப்பிட்டு முடிக்கிறவரை.

சங்கர்: வாயத் தொறக்காம எப்படி சாப்டறது மன்னி?

(ச்சூ என்று மற்ற சித்தப்பாக்கள் அடக்கு கிறார்கள். எல்லோரும் பேசாமல் சாப்பிடு கிறார்கள்.)

அம்மா: சாப்டுட்டு திண்ணைல உக்காந்துண்டு பேசுங்கோ. டி.ஆர். ராஜகுமாரி நன்னாயிருக்காளா மர்லின் மன்றோ நன்னாயிருக்காளான்னு...

சுவாமிநாதன்: மன்னி, மர்லின் மன்றோவை எங்க பாத்தா?

அம்மா: நேத்து நாடார் கடைக்கு கறிகா வாங்க வந்திருந்தா. அங்க பாத்தேன்.

சங்கர்: மூடு சரியில்ல. வாயை மூடிண்டு இரேன்.

மணி: கடைசீல என் சினிமா ப்ரோக்ராம் போச்சு.

(வைத்தி உள்ளேயிருந்து வருகிறான்.)

வைத்தி: மணி உனக்கு ஒரு லெட்டர் வந்திருக்கு.

அம்மா: பிரிச்சிப் பாரு. சாப்டுண்டு இருக்கான்ல?

வைத்தி: மெட்ராஸ்ல ஏதோ கம்பெனிலருந்து. With reference to your application dated 24/6/61 and the interview that you had with us on 21/10/61, we are glad to inform you that your appointment for the position of Chief Accountant with our company in Madras has been considered favourably by our management.

மணி: எங்க குடு நான் பாக்கறேன். (பாதி சாப்பாட்டில் எழுந்து லெட்டரை இடது கையால் உதறிப் படிக்கிறான்.) அம்மா... எனக்கு வேலை கிடைச்சிருக்கு.

அப்பா: வேலையா?

மணி: ஹிண்டுல விளம்பரம் வந்திருந்தது. அப்ளை பண்ணேன்.

சங்கர்: ஏற்கெனவே உள்ளூர்ல வேலைலதான் இருக்கே? அப்புறம் என்ன வேலை?

மணி: இது மெட்ராஸ்ல நல்ல கம்பெனிம்மா. சம்பளம் ஜாஸ்தி.

அம்மா: அதெல்லாம் வேண்டாம். உள்ளூர்ல இருக்கறதை விட்டுட்டு மெட்ராஸுக்குப் போய் என்ன பண்றது? கை காஞ்சி போகப் போறது. உக்காந்து சாப்டு முதல்ல.

மணி: அவங்களுக்கு பதில் லெட்டர் போடணுமே... வைத்தி உங்க ஆபீஸ்ல பதில் டைப் பண்ணிண்டு வரயா?

அம்மா: பதில் எல்லாம் போட வேண்டாண்டா. உங்கிட்டருந்து கடுதாசி போகலன்னா உனக்கு இதுல இஷ்டம் இல்லைன்னு தெரிஞ்சிப்பா.

மணி: இல்லம்மா... இந்த வேலைய ஒத்துக்கறதா லெட்டர் எழுதப்போறம்மா.

அம்மா: என்னத்துக்கு ஒத்துக்கணும். நீ முதல்ல ஒக்காந்து சாப்டு. இந்த லெட்டர் விவகாரத்தை அப்பறம் பேசலாம்.

மணி: இந்த வேலை ஒத்துக்கறதா நான் முடிவு பண்ணிட்டம்மா.

சங்கர்: அந்த வேலை பட்டணத்துலன்னா?

மணி: பட்டணத்துக்குப் போறதா முடிவு பண்ணிட்டேன்.

அம்மா: என்னடா நிஜமாதான் சொல்றயா? என்னன்னா இவன் என்ன சொல்றான்?

சுவாமிநாதன்: இது என்ன, ட்ரெயினிங் மாதிரியா இருக்கும் மன்னி. ஒரு மூணு மாசம் ஆறு மாசம் கழிச்சி திரும்ப வந்துடுவானா இருக்கும்.

மணி: இல்ல. இது புது வேலை. மதராஸ்லதான் இருக்கணும்.

அப்பா: அப்பிடின்னா...?

மணி: அப்பா இது பெரிய கம்பெனி. இந்தியா முழுக்க வியாபாரம். வேலை கத்துக்கலாம். மூணு வருஷம் வேலை பண்ணா, ப்ரமோஷனோ வேற நல்ல வேலையோ கிடைக்கும்.

அப்பா: அதெல்லாம் சரி மணி. அங்க யாரு இருக்கா உனக்கு?

மணி: இல்லப்பா, நான் தனியா இருக்கேன்.

அம்மா: தனியா இருக்கணுமா? எதுக்கு தனியா இருக்கணும்? பொண்டாட்டி, ஆத்துல இத்தனை பேரையும் வுட்டுட்டு தனி ஆளா இருக்க தலையெழுத்தா என்ன? அப்புடி என்ன வேலை?

மணி: நீ தப்பா புரிஞ்சிட்டம்மா. கோமதியை விட்டுட்டு நான் தனியாப் போகல. அவளையும் கூட்டிண்டு போறேன். நாங்க ரெண்டு பேரும் மட்டும் போறம். இல்லம்மா, நான் நெறயவே யோசிச்சிப் பார்த்துட்டேன். இங்கருந்தா குண்டுச் சட்டிக்குள்ள குதிரை ஓட்டிண்டு பத்தோட பதினொன்னா... இது இன்னைக்கு இல்லன்னாலும் ஒரு நாளைக்கு நடந்துதான ஆகணும்?

அம்மா: நீ என்னடா சொல்ற? கோமதி, என்னடீ இப்படி சொல்றான்?

அப்பா: இந்த குடும்பத்தை விட்டுட்டுப் போறங்கறியா?

மணி: குடும்பத்தை விட்டுட்டுப் போலப்பா. இங்க இருக்கு மெட்ராஸ். ஒரு ரயிலு புடிச்சுண்டு வந்தா ஒரு நாள். நான் என்ன கடல் கடந்தா போறேன்?

அப்பா: தனியா ஏன்டா போறங்கற?

மணி: எனக்குன்னு ஒரு வீடு, என் குடும்பம்னு அமைச்சுக்க வேண்டாமா அப்பா? தாத்தா நாலு தலமுறைக்கு சேத்து வச்சிட்டுப் போயிருக்கார். உங்களுக்கு எந்தக் கவலையும் இல்ல. நீங்க அண்ணா தம்பி நாலு பேரும் ஒரே வீட்ல இருந்துண்டு எல்லாத்தையும் ஒண்ணா செஞ்சிண்டு சந்தோஷமா காலத்தைக் கழிச்சிட்டீங்க. உங்க பசங்களும் அப்படியே இருக்க முடியுமா அப்பா? ஆச்சு எனக்கு அப்புறம் வைத்தி, மாதுன்னு எல்லாருக்கும் ஒர்த்தர் பின்னால ஒர்த்தர் கல்யாணம் பண்ணிக்கணும். உங்க பிள்ளைகள் குடும்பமும் உங்க மாதிரியே இங்கேயே காலங்காலமா இருக்க முடியுமா? மாது, நீ சொல்லு, நாளைக்கே உனக்கு கல்யாணம் ஆனா இங்கயே ஒக்காந்து காலத்தைத் தள்ளிண்டு இருப்பியா? இல்ல டில்லி பாம்பேன்னு ஒரு நல்ல வேலை கிடைச்சா போகமாட்டியா? இந்த மாதிரி சேந்து இருக்கறதல்லாம் ஒரு அளவுக்குதான் சாத்தியம். இனிமே முடியாதுன்னு தோண்றது.

சங்கர்: வருஷக்கணக்குல ஒரே குடும்பமா இருந்த வீடுடா மணி இது. உன்னைப் பாக்காம எங்களால இருக்க முடியாதுடா மணி.

மணி: எப்பல்லாம் லீவு கிடைக்கறதோ அப்பல்லாம் வரேன். தீபாவளி பொங்கல்னு ஒரு நாளு கிழமைன்னா ஒண்ணாதான் இருக்கப் போறோம். குடும்பம்னா வருஷம் பூராவும் இருபத்தி நாலு மணி நேரமும் கொஞ்சிக் குலாவிண்டு இருக்கணும்னு அவசியம் இல்லப்பா. என்னை தனியா போக விடுங்கப்பா.

அப்பா: தனியா போகணும் போகணும்னு என்னடா இது? குடும்பத்துல ஒர்த்தரா இருக்கறதுல என்னடா கஷ்டம்?

மணி: குடும்பத்துல ஒர்த்தரா? இங்க யாருக்காவது தனியா ஆசைகள் இருக்கா? எதையாவது ஒர்த்தர் இஷ்டத்துக்குச் செய்ய முடியறதா? சாப்பாடு பண்ணா எல்லாருக்கும் பருப்புஞ் சாதம், ரசஞ்சாதம். அவன் என்ன சாப்பிடறானோ அதையேதான் நானும் சாப்பிடணும். ஒருத்தருக்கு ஒருத்தர் வித்தியாசம் வரப்படாது. பாருங்கோ குழந்தைகள் எல்லாருக்கும் ஒரே சட்டை ஒரே பேன்ட். எல்லாரும் ஒரே சினிமா.

சங்கர்: அப்படி இருந்தா என்ன முழுகிப்போச்சுடா?

மணி: ஒண்ணும் முழுகிப்போகல. நான் அப்படி வாழ்ந்தாச்சு. என் பசங்களையும் அப்படி இருக்கவைக்க எனக்கு இஷ்டமில்லப்பா. மாது நல்ல வேலைக்குப் போய் கைநிறைய சம்பாதிக்கறான். அவனுக்கு ஒரு ஸ்கூட்டர் வாங்கணும்னு சொல்லிண்டு இருக்கான். ஆறு மாசமாச்சு. வாங்கித்தரேளா? ஏன்னா வைத்தி சைக்கிள்லதான் போறான். வைத்தி சைக்கிள்ல போகும்போது இவன் மட்டும் ஸ்கூட்டர்ல போனா நன்னாயிருக்குமான்னு இந்தக் குடும்பத்து ரூல்ஸ்படி வாங்கித்தரமாட்டேள். வைத்தி அஞ்சாங்கிளாஸ் ஃபெயில் ஆயிட்டு மக்குப் பிளாஸ்திரியாட்டமா மேலயும் கீழயும் அலைஞ்சிண்டு குத்தகைப் பணத்தை வசூல் பண்ண அலைஞ்சிண்டு இருக்கான். அவனும் இவனும் ஆத்துல ஒண்ணா?

அப்பா: மணி ஆத்து மனுஷாளுக்குள்ள அப்படி பிரிச்சிப் பேசாதடா.

அம்மா: உனக்கு அப்பா அம்மா குடும்பம்னு ஒண்ணும் வேண்டாமா?

மணி: நான் வேண்டான்னு சொன்னனா? நீங்களும் அங்க வந்து இருங்களேன். நீயும் அப்பாவும் வந்து இருங்களேன்.

அப்பா: எப்படிடா இருக்க முடியும்? வருஷக் கணக்குல இங்கதான இருந்திருக்கோம். இந்தக் கொழந்தைங்களை யாரு பாத்துப்பா? வீட்டை யாரு நிர்வாகம் பண்ணுவா?

மணி: சித்தப்பா பாத்துக்கட்டுமே.

அப்பா: அதில்லடா மணி, என்னால குடும்பம்னு உங்க எல்லாரையும் சேர்த்துதான் பார்க்கத் தோண்றது. என் புள்ளைகள், என் தம்பி புள்ளைகள்னு என்னால பிரிச்சுப் பாக்க முடியலைடா.

மணி: என்னால அப்பிடி இருக்க முடியாதுப்பா. உன் புள்ளை உனக்கு முக்கியம்னா என்கூட வந்து இரு. முடியுமா உன்னால? முடியாது. அப்பா அம்மா புள்ளை பெண்ணுன்னு குடும்பம் இருந்தா வரலாம். ஒரு பட்டாளமே குடும்பம்னு இருந்தா எப்படி வர முடியும்? நீங்கல்லாம் இங்கதான் இருந்தாகணும்.

சுவாமிநாதன்: புரியறதுடா மணி. நாங்கல்லாம் இங்க கும்பல் கூட்டிண்டு இருக்கறது உனக்கு பிடிக்கல இல்லயா? நாங்க வேணும்னா வேற ஆத்துக்குப் போறம்டா.

அப்பா: சாமா, அவன் அந்த அர்த்தத்துல சொல்லலடா.

சங்கர்: இல்லண்ணா, அவன் சொன்னது எனக்கு அப்படிதான் படறது.

அப்பா: இல்லடா அவன் சின்னப் பையன்டா. விவரம் தெரியாமப் பேசறான்டா. நாம வாழ்ந்த வாழ்க்கை இந்தப் புள்ளைகளுக்கு தெரியாதுடா சங்கரா. அவன் சொல்றதெல்லாம் சின்னச் சின்ன அல்ப விஷயம்டா. சொல்லிப் புரிய வைக்கலாம்டா.

சுவாமிநாதன்: இல்லண்ணா, அவன் சொல்றதுல நிறைய நியாயம் இருக்கு. அவங்க அவங்களுக்குன்னு தனியா தேவைகள் இருக்குமில்லையா?

சங்கர்: ஒரே ஆத்துல இருக்கற எல்லாரும் ஒண்ணா ஆயிட முடியுமா? அவன் சொல்றதும் சரிதாண்ணா. நாங்க தனியா இருந்துக்கற மேண்ணா?

அப்பா: நான் சொல்றன்ல. அப்புறம் என்னடா நீ தனியாப் போறங்கற? யாரும் தனியாப் போக வேண்டாம்.

அம்மா: கோபப்படாம பேசுங்களேன். மணி, நாம இதை அப்புறமா சாவகாசமா பேசலாம். இப்ப வேண்டாமே? உங்களை கெஞ்சிக் கேக்கறேன். எல்லாரும் ஒக்காந்து சாப்டுங்களேன்.

அப்பா: மணி, அவாகிட்ட மன்னிப்பு கேளுடா. அவனும் உனக்கு தகப்பனார் மாதிரிதான்டா. நீ பேசறா மாதிரி அவா ஒரு நாளைக்கும் பிரிச்சிப் பாத்ததில்லடா. மணி...

மணி: நான் ஒண்ணும் தப்பா சொல்லிடலப்பா. எனக்கு சரின்னு தோண்றதை நான் சொல்றேன். இந்தச் சின்ன விஷயத்தை நீங்க எல்லாரும் சேர்ந்து பெரிசாக்கறேள்.

அப்பா: எதுடா சின்ன விஷயம்? நீ ஒண்ணா இருந்த இந்தக் குடும்பத்துல என்னன்னமோ சொல்லி எல்லார் மனசையும் குழப்பறடா.

சுவாமிநாதன்: வேண்டாண்ணா. அவனை வைய வேண்டாம். எனக்குக்கூட அவன் சொல்றது நியாயம்னுதான் படறது. அப்பிடியே இருந்துட்டுப் போகட்டும்.

*(சித்தப்பாக்கள் தலைகவிழ்த்துக்கொண்டு வெளியேறுகிறார்கள். அப்பா அவர்களை சமாதானப்படுத்த பேசிக்கொண்டே போகிறார்.)*

அப்பா: சங்கரா, அவன் சின்னப் பையன், அவன் சொல்றதை சீரியஸா எடுத்துக்காதீங்கடா.

*(அப்பா பேசப் பேச ஒவ்வொருவராய் வெளியேறுகிறார்கள்.)*

அம்மா: ஏண்டா இப்பிடிப் பேசற மணி? இப்பிடி விட்டெறிஞ்சி பேசாதடா. போகாதீங்கோ. பாதி சாப்பாட்டுல எழுந்துபோகாதீங்கோ. என்னவா இருந்தாலும் அப்பறமா பேசிக்கலாம். பாதி சாப்பாட்ல போகாதீங்கோ. ஏன்னா, அவரை வரச் சொல்லுங்களேன். ஈஸ்வரா... இந்த வீட்ல இது மாதிரி நடந்ததே இல்லயே? ஒரே குடும்பமா இருந்தா என்னடா சங்கடம்? ஏன்டா இப்புடி எல்லாம் பேசற? நான் கல்யாணம் ஆகி வந்ததுலருந்து இந்த வீட்ல ஒவ்வொருத்தரையும் என் பிள்ளைகளாத்தானே நினைச்சி வளத்திருக்கேன்? யாரும் ஒரு வார்த்தை சொன்னதில்லையே? யாருக்காணும் எதாவது வேணும்னா உடனே செய்யலியாடா? இப்பிடி பிரிச்சிப் பிரிச்சி யாரும் பேசினதில்லைடா மணி. எத்தன நாள் மனசுலயே வச்சிருந்தடா? இப்பிடிப் பெரியவா மனசெல்லாம் நோகறா மாதிரி பேசறீயேடா? இவ்வளவு பெரிய இடம் இருக்கே? அந்தப் பக்கமா ஒரு போர்ஷன் கட்டிண்டு இருங்களேன்டா. யாருக்கு ஸ்கூட்டர் வேணுமோ வாங்கிக்களேன்டா. சமையலுக்கு இன்னும் ரெண்டு ஆளு வச்சிக்கலாம், ஒரே சாப்பாடு வேண்டாம். குழந்தைகள் அவா இஷ்டத்துக்கு உடுத்தட்டும்.

(அவள் கையை விடுவித்துக்கொண்டு மணி உள்ளே போகிறான்.)

அம்மா: இதை பேசித் தீத்துக்கலாம்டா மணி. பணம் காசுல்லாம் வாழ்க்கை இல்லடா. நல்லது கெட்டதுன்னா கூட இருக்க மனுஷா வேணுண்டா. நான் சொல்றதைக் கேளுடா மணி. இப்பத் தெரியாதுடா உனக்கு. கை கால்லாம் ஓஞ்சி போய் கழியை ஊனிண்டு நடக்கறபோது தெரியும்டா அம்மா சொன்னது சரின்னு. இப்ப வேண்டாத மனுஷா அப்ப

வேண்டியிருக்கும்டா மணி. அம்மா சொல்றதைக் கேளுடா மணி.

(அம்மா அழுகையினூடே பேசிக் கொண்டிருக்கும்போதே மெல்ல வெளிச்சம் குறைகிறது.)

## காட்சி – 9

மணி ஐயர் வீடு. ஸ்ரீதர் உள்ளே வருகிறார்.

ஸ்ரீதர்: மணி எங்க? ஏன் இன்னைக்கு வாக்கிங் வரலை?

சேகர்: உடம்பு முடியலன்னு படுத்துட்டார். உடம்பை சரியாப் பாத்துக்கறதில்லை சார். மாத்திரை சாப்புடவே மறந்துபோயிடுவார். சாப்பாட்டுல கவனம் கிடையாது. அவருக்கு கொஞ்சம் அட்வைஸ் பண்ணுங்களேன்.

மணி: (உள்ளேயிருந்து தளர்வாக நடந்து வருகிறார்.) வாங்க ப்ரொஃபசர்... சேகர் என்னடா அட்வைஸ்? யாருக்கு அட்வைஸ்?

சேகர்: உங்களுக்குதான். இப்பிடி உடம்பை சரியா கவனிச்சுக்காம சீக்காப் படுத்துண்டு இருக்கீங்களே... அதுக்குதான் சொன்னேன். சரி நான் சமையல் பண்ணி வச்சுட்டேன். எடுத்துப் போட்டுக்கோங்கோ. நான் வரேன். அமரில் போட்டுக்கணும். ஞாபகம் வச்சிக்கோங்க. (போகிறான்.)

ஸ்ரீதர்: இருங்க, நான் எடுத்துத் தரேன்.

மணி: அந்த மருந்துப் பொட்டியில இருக்கு. சாணிக் கலர் மாத்திரை.

ஸ்ரீதர்: (எடுத்துத் தேடிக்கொண்டே) என்னது இது மாத்திரைப் பொட்டியை இப்படி

குப்பையாட்டம் இறைச்சிப் போட்டு வச்சிருக்கீங்க? மாத்திரையெல்லாம் ஒவ்வொரு பாட்டில்ல போட்டு லேபிள் ஒட்டி ஒழுங்கா வச்சிக்க வேண்டாமா? ரெண்டு நாளா ஏன் வாக்கிங் வரல?

மணி: நேத்தி படுத்துக்க பன்னண்டு மணி ஆச்சு. தூக்கமே வரல. நேத்து என்னமோ பழசெல்லாம் ஞாபகம் வந்து தூக்கம் கெட்டுப்போய் தூங்கிய போது மணி மூணு. காத்தால சீக்கிரம் எழுந்திருக்க முடியலை.

ஸ்ரீதர்: அப்பிடி என்ன பழைய யோசனை? நடந்ததை நினைச்சு கவலைப்பட்டுண்டு இருந்தா உடம்புதான் கெட்டுப்போகும்.

மணி: போயிட்டுப் போறது. நன்னா இருந்து என்ன பண்றது? யாரு கவலைப்படறா நான் உயிரோட இருக்கனா இல்லியான்னு? இப்பிடி தனியா இருக்கறதுக்கு ஒரேடியா போய்ச் சேந்துடறது நல்லதில்லையா? யாருக்காக வாழணும். எதிர்பார்ப்புகளே இல்லாம நீர்த்துப்போன வாழ்க்கை. இருங்கடான்னு கெஞ்சினாக்கூட ஆளாளுக்கு உதறிப் போட்டுட்டுப் போயிடறா.

ஸ்ரீதர்: போட்டுமே... உங்களுக்கு என்னா ஆயிடுச்சி இப்ப?

மணி: என்ன ஆயிடுத்தா? இந்தத் தள்ளாத வயசுல பசங்ககூட இல்லாம வியாதி பீடிச்சிப்போய் தனியா இருக்கறனே, இதைவிட மோசமான நிலைமை இருக்க முடியுமா?

ஸ்ரீதர்: மணி... ஜாயின்ட் ஃபேமிலின்னு அந்தக் காலத்துல ஒண்ணா இருந்த வழக்கமெல்லாம் நாம விரும்பினாலும் விரும்பாட்டாலும் இனி இருக்கப்போறதில்லை. நம்ம தேவைகள் சின்னதா நாம வாழற எல்லைகளுக்கு உள்ளேயே கிடைச்சிட்டிருந்த வசதிகள் இனி

வாய்க்காது. முன்ன மாதிரி சின்ன எல்லைகளுக்குள்ள உலகம் இல்ல. உலகம் முழுக்க இப்ப வாய்ப்புகள் நிறைய இருக்கு. அதைத் தேடி நம்ம பசங்க நாலு இடத்துக்குப் போய் இருக்க வேண்டியது கட்டாயமாயிடுச்சி.

மணி: வயசான காலத்துல அப்பா அம்மா கூட இருக்கறது குழந்தைங்க கடமையில்லையா ப்ரொஃபசர்?

ஸ்ரீதர்: வயசான காலத்துல உங்களை காப்பாத்து வாங்கன்ற எதிர்பார்ப்பிலேயா நீங்க குழந்தைகளை பெத்துக்கிட்டீங்க? உங்களை காப்பாத்தறதுக்காக அவங்களுக்கு கிடைக்க வேண்டிய வசதிகளை இழக்கணும்னு சொல்றதுதான் நல்ல அப்பாவுக்கு அழகா? உங்க பசங்களுக்கு அவங்களுக்குன்னு ஒரு வாழ்க்கையை அமைச்சிக்கற உரிமையிருக்கு இல்லையா? அதை விட்டுட்டு உங்க கூட இருக்கணும்னு ஏன் நினைக்கறீங்க? இந்த எதிர்பார்ப்பு இருக்கறதாலதான ஏமாற்றமும் வருது.

மணி: அப்ப இந்த வயசான காலத்துல என்ன யாரு கவனிக்கறது?

ஸ்ரீதர்: வயசான காலம் வயசான காலம்னு புலம்பிக்கிட்டே இருந்தா ஒரு பயனும் இல்லை. நம்மளை மாதிரி வயசானவங்களை நாமே நல்லாப் பாத்துக்க வேண்டியதுதான்.

மணி: நானே என்னை கவனிச்சிக்கணுமா? நன்னாயிருக்கு. தனியா இருந்து ஒவ்வொரு நிமிஷமும் நான் படற வேதனை தெரியுமா உங்களுக்கு? கூப்பிட ஆளில்லாம நானே இருட்டுல தடவித் தடவி தண்ணிக்கும் மருந்துக்கும் தவிக்கற தவிப்பும், சாகும்போது பக்கத்துல யாருமே இருந்துடாமப் போயிடுவாளோன்ற வேதனையும் நீங்க பட்டிருக்

கீங்களா ப்ரொஃபசர்? தினம் தினம் வாழ்க்கையில எதிர்பார்ப்பே இல்லாம பழைய ஞாபகங்களோட வாழறவன் தன்னைத் தானே எப்பிடி கவனிச்சுக்கறது? யாருகிட்ட பகிர்ந்துக்கறது?

ஸ்ரீதர்: இந்த செல்ஃப் பிட்டிதான் உங்களை இன்னும் மோசமான நிலைமைக்கு தள்ளுது.

மணி: செல்ஃப் பிட்டின்னு சும்மா தட்டிக் கழிக்காதீங்க ப்ரொஃபசர். என் நிலமைல நீங்க இருந்து பார்த்தா தெரியும்.

ஸ்ரீதர்: ஸ்டாப் இட். மணி, உங்க சின்ன உலகத்துல இருந்துகிட்டு உங்க கவலைகளை ஊதி ஊதிப் பெரிசாக்கிகிட்டு இருக்கற இந்த மனப்பான்மையை முதல்ல விட்டு உதறுங்க.

எல்லாப் பிரச்சினைகளுக்கும் தீர்வு இருக்கு. நம்மகிட்டயே இருக்கு. மணி என்கிற தனி ஆள் யாரை நம்பியும் இல்லை. உறவு, சிநேகிதம் எல்லாம் ஒரு ஆதரவுதான். அதை விட பெரிய துணையை நீங்க தேடிக்கணும். உங்க மனோதைரியம்தான் அது.

மணி: உடம்புல வலுவில்லன்னா மனசு மட்டும் எப்பிடி தைரியமா இருக்கும்?

ஸ்ரீதர்: இப்பிடி புலம்பிக்கிட்டே இருந்தா இருக்கற கொஞ்சநஞ்ச மனோதைர்யமும் போயிடும். இது என்ன? மண்டபத்தைத் தாங்கி நிக்கற தூண் மாதிரி எப்பப் பாரு இதுமேல சாஞ்சிக்கிட்டு? குடுங்க மணி அதை. (வாக்கிங் ஸ்டிக்கை மணியின் கையிலிருந்து பிடுங்குகிறார்.) இனி உங்களுக்கு வாக்கிங் ஸ்டிக் கிடையாது. பாதித் தளர்ச்சிக்கு இந்த வாக்கிங் ஸ்டிக்தான் காரணம். நன்னா நிமிந்து நில்லுங்க. எப்பப் பார்த்தாலும் கூன் போட்டுகிட்டு... யாராச்சும் பிடிச்சிக்கலைன்னா கீழ விழுந்துடறா மாதிரி. நீங்க மட்டுமில்ல. இப்ப நம்ம ஊர்ல இருக்கற எல்லா

வயசானவங்களுக்கும் இப்படி தனியா இருக்கறதுதான் கதின்னு ஆயிடுச்சி. அழுதாலும் புரண்டாலும் இனி அது மாறப்போறதில்லை. அதனால அதைப் பத்திப் புலம்பாம உங்க வாழ்க்கையை சந்தோஷமா வச்சிக்கற வழியைப் பாருங்க. உங்களுக்கு பழசை மறந்துட்டு இருக்கற நேரத்தை கவலை யில்லாமக் கழிக்கணும்னா யோசிக்கக்கூட நேரம் இல்லாத மாதிரி எதையாவது செய்யணும். சோர்ந்து போய் முடங்கிக் கிடந்தாதான் பழைய ஞாபகங்களும் வேண்டாத பயமும் வருது...

மணி: என்ன செய்யறது?

ஸ்ரீதர்: முப்பது வயசுல எவ்வளவு துடிப்போட இருந்தீங்களோ அதே துடிப்போட இருக்க பழகிக்கங்க மணி. இப்பிடி சாவு பயத்துல இருக்கமாட்டீங்க.

மணி: முப்பது வயசுல கல்யாணம் பண்ணிண்டேன். இப்ப பண்ணிக்கட்டா?

ஸ்ரீதர்: பண்ணிக்கங்களேன். சொல்லப்போனா உங்களுக்கு முப்பது வயசுல கல்யாணம் எவ்வளவு அவசியமா இருந்ததோ இப்பவும் அதே அளவு அவசியம். வேற காரணங் களுக்காக. இப்ப கல்யாணம் பண்ணிக்கறது உங்களுக்கு மன அமைதியையும் உற்சாகத்தையும் கம்பானியன்ஷிப்பையும் குடுக்கும்னா தாராளமா பண்ணிக்கங்க.

மணி: ஸ்ரீதர், இந்த ப்ரொஃபசர் பேச்சை விட்டுட்டு சாதாரணமா சொல்லுங்களேன்.

ஸ்ரீதர்: புத்தியை புதுசா வச்சிக்கங்கய்யா. பாதிக் கவலை தன்னால போயிடும். நான் சமூக சேவை, நாடகம்னு அலையறதுக்கு என்ன காரணம் தெரியுமா? இதுதான். காலைல எழுந்ததும் நான் செய்ய வேண்டிய வேலை வரிசையா வந்து என் முன்னால் நிக்கும். நேத்து

என்ன நடந்ததுன்னுகூட ஞாபகம் வச்சிக்க நேரம் இல்லாம செய்யவேண்டிய காரியங்கள் மனசை நிறைச்சிடும். அதுதான் வழி. சும்மா இருக்காம ஏதாவது செய்யுங்க.

மணி: நான் ரிடையராகி நிறைய வருஷமாறது சார்.

ஸ்ரீதர்: வேலையிலருந்துதான ரிடையர் ஆனீங்க? வாழ்க்கையிலருந்தே ரிடையர் ஆயிட்டீங்களா? ரிடையர் ஆனவுடனே வாழ்க்கையே முடிஞ்சி போனா மாதிரி ஈசி சேர்ல உக்காந்துகிட்டு ஹிண்டு பேப்பர் படிக்கறதுதான் சாகற வரைக்கும் செய்யற வேலைன்னு நீங்களா முடிவு பண்ணிக்கங்க. டீவில டெலி சீரியல் பாத்துக்கிட்டு அதோட சேர்ந்து உக்காந்து அழுங்க. கேட்டா ரிடையர்ட் லைஃப். டிராயிங் போடறாரே கோபுலு, அவருக்கு என்ன ஆச்சு தெரியுமா? வயசானவர்தான். படம் வரையிற வலது கை பக்கவாதம் வந்து பாரலைஸ் ஆயிடுச்சு. அவ்வளதான் தன் வாழ்க்கை முடிஞ்சு போச்சுன்னு ஈசி சேர்ல உக்காந்துக்கல. என்ன பண்ணார் தெரியுமா? இடது கையால படம் போட பழகிக்கிட்டார்.

மணி: இப்ப நான் என்ன வேலை செய்ய முடியும்னு நினைக்கறீங்க?

ஸ்ரீதர்: உங்க படிப்புக்கும் செஞ்ச தொழிலுக்கும் தோதா ஏதோ ஒரு வேலை. பிகாம்தான நீங்க? பாங்க்ல வேலை செஞ்சவர்தான? ஆயிரம் வேலை இருக்கு. பார்ட் டைம் வேலை. காசு சம்பாதிக்க இல்லைங்க. மனசை உற்சாகமா வச்சிக்க. உங்க வாழ்க்கைக்கு அர்த்தம் கிடைக்க. என் ஃப்ரெண்ட் ஒருத்தன் பொழுது போகலைன்னு கண்பார்வை இல்லாத ஒருத்தருக்கு தினமும் நியூஸ்பேப்பர், கதைப் புஸ்தகம் படிச்சிக்காட்ட ஆரம்பிச்சான். செய்ய செய்ய அவனுக்கே ஈடுபாடு அதிகமாகி இப்ப

அதுவே முழுநேர வேலையாயிருச்சு. அம்பது பேர் தினமும் அவன் வர்ற நேரத்துக்காகக் காத்திருக்காங்க.

சரி, அவன் மாதிரி சமூக சேவை, பொதுநலம்னு செய்ய மனசில்லைன்னா பரவாயில்ல. உங்களால முடிஞ்ச அளவு செய்யலாம் இல்லையா? இந்த அஆ ப்ளாக்ல இருக்கற நாலு தெருவுல குறைஞ்சது இருபது பசங்களாவது இருப்பாங் கல்ல? அவங்களை எல்லாம் உக்காரவச்சி மத்தியான நேரம் கணக்கு சொல்லித் தரலாமா? இந்தத் தள்ளாத எழுபது வயசு உடம்புல அதுக்குக்கூடவா தெம்பில்லை? (மணி நிமிர்ந்து பார்க்கிறார்.) ஆபீஸுக்கு போனாதான் வேலையா? வீட்ல இருந்துக் கிட்டே வேலை செய்யுங்களேன். பேங்க் வேலையை விட்டுட்டு கொஞ்ச நாள் கோகுல்தாஸ் ஷேர் புரோக்கர் கம்பெனில வேலை செஞ்சிக்கிட்டு இருந்தீங்கல்ல? அந்த ஷேர் புரோக்கர் வேலையை இப்பவும் பார்க்கலாமே... சப்-புரோக்கர் வேலை பாருங்களேன்.

மணி: நிஜமாவா சொல்றீங்க?

ஸ்ரீதர்: அந்த புரோக்கர்கிட்டயே போய்ப் பேசி சப்-புரோக்கர்ஷிப் வாங்கிட்டு நாலு பேருக்கு ஷேர் வாங்கி வித்துக்கிட்டு இருந்தா அது ஒரு வேலைதான். லட்ச லட்சமாப் பணம் பண்ண வேண்டாம். பேப்பர் படிச்சிக்கிட்டு நாலு பேர்கிட்ட பேசிக்கிட்டு பொழுது போயிடுமே? இது மாதிரி புலம்பவே நேரம் இருக்காதே!

மணி: செய்யலாமே...

ஸ்ரீதர்: அவரைப் போய் பாருங்க. ஏற்கெனவே செஞ்ச வேலைதானே? எல்லாரும் கேக்கற கமிஷனை நீங்களும் போடுங்க. ஒரு நாளைக்கு

நாலு பேரு வந்தாலும் பிசினஸ் ஆச்சு. முதல் தேவையில்லாத வியாபாரம். உடலை வருத்தி உழைக்க வேண்டிய அவசியமில்லாத வேலை.

மணி: நல்ல ஐடியாவா இருக்கே!

ஸ்ரீதர்: எந்த வியாபாரம் நல்லா நடக்கணுன்னாலும் ஒரு உத்திதான் இருக்கு. வியாபாரத்துல நியாயமா இருக்கணும். புரோக்கர் தர்ற விலையை நியாயமா க்ளையன்டுக்குக் குடுத்துட்டு எவ்வளவு கமிஷன்னு சொல்றீங்களோ அதை மட்டும் வாங்கிக்கங்க.

மணி: க்ளையன்ட் எல்லாரையும் புடிக்கணுமே?

ஸ்ரீதர்: நியாயமான தொழிலுக்கு க்ளையன்ட்ஸ் புடிக்க வேண்டாம். அவங்களே தேடி வருவாங்க. முதல் க்ளையன்ட் நான்தான். எங்கிட்ட பழைய இன்வெஸ்ட்மெண்ட் ஷேர்கள் நிறைய இருக்கு. வித்துக் குடுங்க.

மணி: (எழுந்துகொள்கிறார்.) எனக்கு தோணவே இல்லை. இன்னைக்கே போய் கோகுல்தாஸைப் பார்த்து பேசிட்டு வரேன்.

ஸ்ரீதர்: தட்ஸ் த ஸ்பிரிட். பாத்தீங்களா... வேலை ஒண்ணு வந்தவுடனே உற்சாகமா எழுந்து நிக்கறீங்க பாருங்க.

மணி: இதோ கிளம்பறேன். பேன்ட் போட்டுண்டு போறேன். குடை எடுத்துக்கணும். பையை எடுத்துண்டு போறேன். என்னமோ குறையறது. (தேடுகிறார்.)

ஸ்ரீதர்: என்ன வாக்கிங் ஸ்டிக்கா? அதுதான் தூக்கி எறிஞ்சாச்சே... இனிமே அது உங்களுக்கு தேவை இல்ல. போங்க.

# காட்சி – 10

**ம**ணி வீடு. வீடு பூரா அலங்காரம் செய்து பலூன் எல்லாம் தொங்கவிடப்பட்டு அமர்க்களமாய் இருக்கிறது.

ஸ்ரீதர்: சேகர்... வாசல்ல போர்டு பார்த்தியா? அட்டகாசமா இல்லை?

சேகர்: மாமா வந்தா அசந்துடப் போறார். மணி அண்ட் கம்பெனின்னு இவ்வளவு பெரிசா? கொஞ்சம் சின்னதா இருந்திருக்கலாம் சார். ரஜினிகாந்த் படப் போஸ்டர் மாதிரி... ஒரு மாசத்துல என்ன வேகமா எல்லாம் நடந்து முடிஞ்சிடுத்து. நேத்துதான் புரோக்கர் கோகுல்தாஸ்கிட்ட போய்க் கேட்டா மாதிரி இருக்கு. அவர் சப்-புரோக்கர்ஷிப் அப்ரூவ் பண்ணி... அதுக்குள்ள பாதிப் பேர் விசாரிக்க ஆரம்பிச்சுட்டா. மாமா செம பிஸி. ஒரு கம்ப்யூட்டர் வாங்கி தினமும் ஷேர் விலையெல்லாம் போட்டு மானிட்டர் பண்ணிண்டு இருக்கார். விகடன், கல்கி, குமுதம் எல்லாத்தையும் நிறுத்திட்டு காப்பிடல் மார்க்கெட், டலால் ஸ்ட்ரீட், பிசினஸ் இண்டியான்னு படிச்சித் தள்றார்.

ஸ்ரீதர்: சொன்னா மாதிரி வாசல்ல கலர் பேப்பர், பலூன் எல்லாம் கட்டித் தொங்கவிட்டியா? மெக்ரன்னட்லர்ந்து ஆறு பவுண்டு கேக் வந்துட்டதா? இந்த அபார்ட்மெண்ட்ல, பக்கத்துத் தெரு எல்லாத்திலேயும் சொல்லிட்டியா?

சேகர்: ஆச்சு சார். மாமாக்கு இந்த ஏற்பாடெல்லாம் தெரியாது. தெரிஞ்சா தரைக்கும் ஆகாசத்துக்கும் குதிக்கப்போறார்.

ஸ்ரீதர்: பேசாம இரு, நான் பாத்துக்கறேன். வரார் பேசாம இரு.

(மணி உள்ளே வருகிறார். உடை முற்றிலுமாய் மாறியிருக்கிறது. பளிச்சென்று பேன்ட் சட்டை போட்டிருக்கிறார். தங்க முலாம் ஃப்ரேம் போட்ட புதுக் கண்ணாடி. தலையை அழுந்த வாரியிருக்கிறார். கையில் ஒரு சிறிய தோல்பை வைத்திருக்கிறார்.)

மணி: ஏண்டா சேகர், என்ன கண்றாவி வாசல்ல? அவ்ளவு பெரிய போர்டு. யார் வேலை இது?

சேகர்: ப்ரொஃபசர்தான் சாந்தி காலனி போய் ஆர்டர் பண்ணிட்டு வந்தார். நான் வெறுமன கலர் பேப்பர் ஒட்டி பலூன்லாம் தொங்கவிட்டேன் அவ்வளவுதான்.

மணி: என்ன சமாசாரம்? ஹேப்பி பர்த்டேன்னு எழுதியிருக்கு. யாருக்கு பர்த்டே?

ஸ்ரீதர்: உங்களுக்குதான் தாத்தா. எழுபதாவது பொறந்தநாள். அதான் பார்ட்டி. இந்தாங்க பர்த்டே கிஃப்ட். சப்-புரோக்கர் அப்ளிகேஷன் போட்டிருந்தோம்ல அப்ரூவல் வந்துட்டுது. அதான் இன்னைக்கு பர்த் ஆஃப் மணி அண்ட் கோ அண்ட் பர்த் டே ஆஃப் மணி. ரெண்டுக்கும் சேர்த்து பார்ட்டி.

மணி: பார்ட்டியா? நான் என்ன சின்னக் கொழந்தையா?

ஸ்ரீதர்: மனசு உற்சாகமா இருக்க இதெல்லாம் ஒரு காரணம் அவ்வளவுதான். சின்ன வயசுல இதல்லாம் ஒரு சந்தோஷத்துக்குதானே செஞ்சது. இப்ப மட்டும் அந்த சந்தோஷம் தேவை இல்லையா?

(டாக்டர், ஒரு சேட்ஜி, இன்னும் ஒருவர் வருகிறார்கள். இரண்டொருவர் அவரைப் பாராட்டுகிறார்கள்.)

சேட்ஜி: என்ன மணி சார்? இந்த வருஷம் பார்ட்டி எல்லாம் செலிப்ரேட் பண்ணி ஒரே அமர்க்களமா இருக்கு... என்ன சேதி?

ஸ்ரீதர்: நான் சொல்றேன். இன்னைக்கு மணி ஐயரோட பிறந்தநாள் மட்டும் இல்லை. மணி கம்பெனி என்கிற அவர் நிறுவனத்தின் பிறந்தநாள்கூட. பேங்க் ஆபிசராயிருந்து ரிடையர் ஆகி, ஒரு ஷேர் புரோக்கர் கம்பெனியில் அஞ்சு வருஷம் வேலை பண்ண அனுபவம் உள்ள மணி ஐயர் இன்றையி லிருந்து சப்-புரோக்கராக புது அவதாரம் எடுத்திருக்கார். அவருக்கு பிறந்தநாள் வாழ்த்து களோடு உங்கள் ஆதரவையும் தருமாறு கேட்டுக்கறேன்.

மணி: (அவரிடம் தனியாய்) என்ன இது? எனக்கு ரொம்ப சங்கோஜமா இருக்கு.

ஸ்ரீதர்: இதல்லாம் மார்க்கெட்டிங். இவ்வளவு பேரைக் கூப்பிட்டு எல்லாருக்கும் தண்டத்துக்கு கேக் குடுக்கறதுன்னு நினைச்சீங்களா?

சேட்ஜி: இத்தனை நாள் இங்க இருக்கோம், இதெல்லாம் நீங்க சொன்னதே இல்லையே?

ஸ்ரீதர்: (சத்தமாக) அவர் ரொம்ப ஹம்புள், தன்னைப் பத்தி வெளிய சொல்லிக்கமாட்டார். (சன்னமாக) வீட்டுக்குள்ளயே ஒக்காந்துட்டு சாவு வராதா சாவு வராதான்னு செவுத்தப் பார்த்துப் பொலம்பவே நேரம் சரியாருந்தது... பாவம்!

சேட்ஜி: என்ன சொல்றீங்க?

ஸ்ரீதர்: இல்ல, அவர் இதெல்லாம் இத்தனை நாள் ப்ளான் பண்ணிட்டிருந்தார். நாங்கல்லாம் சேந்து அவரை கட்டாயப்படுத்தி இந்த முடிவு எடுக்கவச்சோம்.

சேட்ஜி: ரொம்ப நல்லதாப் போச்சு. எனக்கு என் போர்ட்ஃபோலியோ மேனேஜ் பண்ண ஒரு ஆளாச்சு. இங்கிருந்து பாரீஸ் கார்னர் போக வேண்டாமே. அண்ணா நகர்ல யாருமே இந்த சர்வீஸ் செய்யறதில்லை. நான் எனக்கு

தெரிஞ்சவங்களையும் இன்ட்ரட்யூஸ் பண்ணி விடறேன்.

(ஹேப்பி பர்த்டே டு யூ பாடிவிட்டு பங்குச் சந்தை விவகாரம் பேசிக்கொண்டே எல்லாரும் போகிறார்கள்.)

சேகர்: மார்க்கெட்டிங் பலமா இருக்கே சார். தண்டோரா போடாதது ஒண்ணுதான் குறை.

ஸ்ரீதர்: அதான் மறந்தே போயிட்டேன். நாளைக்கு நீ என்ன பண்ற? சமைச்சிட்டு ஒரு தண்டோரா எடுத்துட்டு...

சேகர்: ஐயோ... ப்ரொஃபசர் சீரியஸா சொல்றீங்களா?

ஸ்ரீதர்: சும்மா தமாஷ் பண்ணேன்.

சேகர்: யாரு கண்டா, சமயத்துல நீங்க சீரியஸா இது மாதிரி எதானும் சொல்றீங்களே..!

(ஹேப்பி பர்த்டே பாடி முடித்ததும் நல்ல தாளலயத்துடன் ஒரு பாட்டு உரக்க ஒலிக்கிறது. ஃபோன் அடிக்கிறது.)

மணி: ஹலோ.

ரவி: என்னப்பா, பத்து நாளா மெயிலே இல்ல? ஹலோ... என்ன வீட்ல ஒரே கூச்சலா இருக்கு?

மணி: வீட்ல பார்ட்டி நடக்கறது.

ரவி: பார்ட்டியா?

மணி: பாட்டு கேக்கறதா? இதுதான் மெட்ராஸ்ல லேட்டஸ்ட் ஹிட்.

ரவி: ஏன் வாயெல்லாம் குளறுது. சரியாப் பேசு.

மணி: கேக் சாப்ட்டுண்டு இருக்கேன்.

ரவி: கேக் சாப்ட்றியா? என்னாச்சு உனக்கு? ஷுகர் லெவல் சரியா இருக்கா?

மணி: அடேய், இன்னைக்கு என் பிறந்தநாள் இல்லையா? புதுசா பிசினஸ் வேற

ஆரம்பிச்சிருக்கேன்ல. அதுக்கும் சேர்த்து செலிபரேஷன்.

ரவி: பிசினஸ்?! சேட்ஜிங்கற பிசினஸ்ங்கற? என்னப்பா பண்ற? உனக்கு சாமர்த்தியம் போறாது.

மணி: முதலே இல்லாத பிசினஸ். ஷேர் புரோக்கர் ஆயிட்டேன். எல்லாம் ஸ்ரீதர் ஐடியா. யு மஸ்ட் மீட் தட் கேரக்டர். ஒரு மாசத்துல ஓஹோன்னு பிசினஸ் பிக்கப் ஆயிடுத்து. ஒத்தாசைக்கு ஒரு ஆளு வச்சிக்கலாம்னு இருக்கேன்.

ரவி: அப்பா... ஆர் யு ஆல்ரைட்? என்னப்பா நடக்கறது அங்க?

மணி: ஐ அம் ஆல்ரைட் ஒன்லி நௌவ். அப்பறமா பண்ணேன். என்னை டான்ஸ் ஆட கூப்படறா. வெச்சுடவா?

ரவி: டான்ஸ் ஆடப் போறயா? அப்பா... ஒன் மினிட்.

(மணி ஃபோனை வைத்துவிட்டு உள்ளே போய்க்கொண்டே பேசுகிறார்.)

மணி: அடே அத்தனையும் காலி பண்ணாதீங்கடா. பர்த்டே கிழவன்டா ஒரு பீஸாவது மிச்சம் வைங்கடா. பாவிகளா...

## காட்சி – 11

**ம**ணி உள்ளேயிருந்து வருகிறார். கொஞ்சம் துள்ளலான நடையோடு லேசாக ஆலாபனையுடன் பாட்டு பாடிக்கொண்டு சேகர்... சேகர்... என்று நடுநடுவே கூப்பிட்டுக்கொண்டு பாடுகிறார். சேகர் காதில் விழவில்லை. எதிரே ப்ரொஃபசர் வருகிறார்.

மணி: வாங்க ப்ரொஃபசர்.

(டெலிஃபோன் அடிக்கிறது.)

மணி: ஹலோ சேட்ஜி போலியே. டீக் ஹே...

கொய் பாத் நை. அச்சா. ஐணனூணிண்தூண் வாங்கலாம். இப்ப மார்க்கெட் ரியாக்ஷன்ல கொஞ்சம் கீழ வந்திருக்கு. கப்ரா மத் கரோ சேட் ஜீ. அச்சா... டீக் ஹே. (ஸ்ரீதரிடம்) க்யா பூச்சியே ஆப்?

ஸ்ரீதர்: இந்திலதான் பேசுவீங்களா? சொல்லிக் குடுத்தது நானு. சும்மா அச்சா, டீக்ஹே, பேஜ்னா, கரித்நான்னு நாலு வார்த்தை தெரிஞ்சிவச்சிட்டு இந்தி பண்டிட் மாதிரி ஒரே அலட்டல் தான். சேகர்...

சேகர்: என்ன? சேகர் சேகர்ன்னு ரெண்டு கிழவங்களும் பேரை மாத்தி மாத்தி ஏலம் போட்டுண்டு இருக்கேள்? உள்ள காரியமா இருக்கேன்ல?

மணி: ஒரு காப்பி.

சேகர்: தெரியும் தெரிஞ்சிதான் உங்க பேச்சுக் குரல் கேட்டவுடனே போட்டு எடுத்துண்டு வரேன். காப்பி காப்பி காப்பி. காப்பி போட்டே என பிராணன் போயிடப் போறது. இந்த பிசினஸ் ஆரம்பிச்சாலும் ஆரம்பிச்சீங்க ஒரு நாளைக்கு நூறு பேர் வரா இந்த வீட்டுக்கு. வர்றவா எல்லாரும் சேகர் காபி, சேகர் டீன்னு ரயில்வே ஸ்டேஷன் மாதிரி கூவிண்டு... ஒரு பெரிய பாய்லர் வாங்கித்தாங்கோ. வாசல்ல பன்னு பிஸ்கட் எல்லாம் குப்பில வச்சிண்டு நாயர் மாதிரி ஒரு டீக்கடை வச்சிக்கறேன். வீட்டுக்கு வரவா போறவாக்கெல்லாம் காபி டீ போட்டுண்டு இருக்கேன்.

ஸ்ரீதர்: நாங்க ரெண்டு பேருதான? எதுக்கு நாலு காப்பி எடுத்துண்டு வர?

சேகர்: இந்த வீட்ல எறும்பு ஊர்றா மாதிரி சாரி சாரியா மனுஷா வந்துண்டே இருப்பாளே! அதான் அதோ பாருங்கோ மூணாவது காப்பி வந்துடுத்து. (டாக்டர் வருகிறார்.) இந்தாங்கோ டாக்டர் காப்பி சாப்பிடுங்கோ.

டாக்டர்: தேங்க்ஸ் சேகர். வரும்போதே காப்பியோட வரவேற்கறியே? நல்லாயிரு. இன்னொண்ணு யாருக்கு?

சேகர்: பின்னாலயே யாராவது வருவா.

டாக்டர்: என்ன மணி ஐயர்? என்ன இப்படிக் கலக்கறீர்? அண்ணா நகர் முழுக்க உம்ம பேச்சுதான். நீர் குடுக்கற ரேட்டைப் பாத்துட்டு நிறைய பேர் விசாரிக்க ஆரம்பிச்சுட்டா. இதப் பாரும் இவர் தீனதயாளன்னு இண்டஸ்டிரியலிஸ்ட். இவர் கார்டு வச்சுக்கும். நாளைக்கு வரேன்னிருக்கார்.

மணி: டாக்டர் போறுமே. இருக்கற க்ளயன்ட்ஸையே சமாளிக்க முடியலை.

டாக்டர்: இந்த இடம் போறாது ஐயர். டவுண்டானா பக்கத்துல சின்னதா ஒரு ஆபீஸ் தெறந்துடுமே. ரேட்டு எல்லாம் புரோக்கர் குடுக்கறத அப்பிடியே குடுத்துடறீரே. முன்ன பின்ன உங்களுக்குன்னு கொஞ்சம் மார்ஜின் வச்சிக்கிறதில்லை போலிருக்கே? கொஞ்சம் பணம் பண்ண வேண்டியதுதான?

ஸ்ரீதர்: டாக்டர்கூட புரோக்கர் மாதிரி பேச ஆரம்பிச்சுட்டீங்க. கலி காலம்.

(வாசலில் ஒரு ஆள் வந்து நிற்கிறார். 'ஐயா' என்று கூப்பிடுகிறார்.)

சேகர்: அதோ நாலாவது காப்பி. வாங்கோ உள்ள வாங்கோ. காப்பி போட்டு வச்சிருக்கேன்.

ஆள்: இல்லீங்க ஐயா... நான் கார்ப்பரேஷன்லருந்து வர்றேன். வாட்டர் மீட்டர் பாக்கணும்.

சேகர்: பாருப்பா பாரு. இந்தா காப்பி சாப்டுட்டுப் போ. நான் இந்தாத்துல காபி போடறதுக் காகவே அவதாரம் எடுத்திருக்கேன்.

டாக்டர்: மணி ஐயர்... மறந்தேபோயிட்டனே. உம்ம ப்ளட் ரிப்போர்ட் வந்திருக்கு. அதைக் குடுக்க

வந்துட்டு என்னமோ பேசிண்டு இருக்கேன். இதப் பாரும். ப்ளட் ஷுகர் 98 இருக்கு. கொலஸ்ட்ரல் நார்மல். பிபி பர்ஃபக்ட்டா இருக்கு. Very good control. Excellent. சரி நான் வரட்டா? ஞாபகம் வச்சிக்கும். அந்த தீனதயாளன் வருவார். (போகிறார்.)

ஸ்ரீதர்: சார் ரொம்ப பிஸியோ?

மணி: ஆமா... பட்ஜெட் வருதில்லையா? எல்லா போர்ட்ஃபோலியோக்களையும் கொஞ்சம் ஸ்டடி பண்ண வேண்டியிருக்கு. தலைக்கு மேல வேலை...

ஸ்ரீதர்: முன்னெல்லாம் வாக்கிங் பண்ணிட்டு முப்பது நிமிஷம் ஒக்காந்து பேசிட்டு இருப்பீங்க. இப்ப க்ளையன்ட் வந்துடுவார், நியூஸ் பாக்கணும், பேப்பர் படிக்கணும்னு ஒரே அவசரம்தான்...

மணி: ஆமா. வேலை மும்முரத்துல சில விஷயங் களைக்கூட மறந்துபோயிடறேன். ரகு வந்து பத்து நாளாறது. அவன்கிட்ட சரியா பேசக்கூட முடியலை. ஒரே கோவமா இருக்கான்.

(ரகு வருகிறான்.)

ரகு: அப்பா சாப்புட வர்றியா?

ஸ்ரீதர்: ஏம்ப்பா, என்னை கேக்கமாட்டியா?

ரகு: அவரைக் கூப்பிட்டா உங்களையும் கூப்பிட்ட மாதிரிதான சார்? சயாமீஸ் ட்வின்ஸ் மாதிரி எப்பப் பார்த்தாலும் ரெண்டு பேரும் ஒன்னாதான இருக்கீங்க? நீங்களும் வாங்க.

மணி: (பேப்பர் படிக்கும் மும்முரத்தில் இருக்கிறார்.) இல்ல நீ போய் சாப்புடு. நான் இந்த ஆனுவல் ரிப்போர்ட்டை படிக்கணும்.

ரகு: இன்னைக்கு ஸ்பெஷல் சாப்பாடுப்பா. வடை பாயசம்னு பண்ணியிருக்கார் சேகர். அப்பா இன்னைக்கு என்ன தேதி?

ஸ்ரீதர்: பிப்ரவரி 20.

ரகு: அப்பா உன்னைக் கேக்கறேன்.

ஸ்ரீதர்: எனக்கு பிப்ரவரி 20ன்னா அவருக்கும் அதே தேதிதான். ஆளாளுக்கு தேதி மாறுமா என்ன?

ரகு: ப்ரொஃபசர் சார். ப்ளீஸ்... என்னை அவரோட பேச விடறீங்களா?

மணி: பிப்ரவரி 20 என்ன விசேஷம்? ஞாபகமில்லையே. உங்களுக்கு ஞாபகம் இருக்கா ப்ரொஃபசர்?

ஸ்ரீதர்: பிப்ரவரி 20ல என்ன? ஆமா இன்னைக்கு ஹிந்துஸ்தான் லீவர் மீட்டிங்.

மணி: அஷோக் ஜெயின் போகணும்னு சொல்லிண்டிருந்தார். ஞாபகப்படுத்துனதுக்கு தேங்க்ஸ்டா ரகு.

ரகு: அப்பா... பிப்ரவரி 20... இன்னைக்கு என் பிறந்தநாள் அப்பா.

மணி: ஓஹோ... ஆமா. ஹேப்பி பர்த்டே. சாரிடா மறந்தேபோச்சு. அடுத்த வாரம் பட்ஜெட் வேற வரதா. அதான் எல்லா போர்ட்ஃபோலியோவையும் எடுத்து ஞானு திடினுதீ பண்ணிண்டு இருந்தேன்.

ரகு: சார் உங்ககிட்ட கொஞ்சம் தனியாப் பேசணும். (அவரை ஓரமாக அழைத்துக்கொண்டு போகிறான்.) நீங்க சீன்ல வர ஆரம்பிச்சதுலருந்தே இவர் சரியில்லை சார். கேணத்தனமா பிஹேவ் பண்ண ஆரம்பிச்சிட்டார். அவர் வயசுக்கு ஏத்தா மாதிரி நடந்துக்க மாட்டேங்கறாரு.

ஸ்ரீதர்: அப்பிடியா வெரி குட். நான்தான் வயசானவன் மாதிரி நடந்துக்காதேன்னு அட்வைஸ் பண்ணேன். சின்னப் பசங்க வயசானவங்க மாதிரி நடந்துகிட்டா மெச்சூர்டா

இருக்கானேன்னு சந்தோஷப்படறோம்ல? அது மாதிரி வயசானவங்க சின்னப் பசங்க மாதிரி இருக்கறதுதான் அவங்களுக்கு அழகு.

ரகு: நினைச்சேன். இந்தக் குழப்பத்துக்கெல்லாம் நீங்கதான் காரணமா? எப்பப் பார்த்தாலும் நியூஸ் பேப்பர்ல பூதக்கண்ணாடி வச்சி பார்த்துக்கிட்டு. காகிதத்துல கணக்கு போட்டு கிட்டு. என்ன கலாட்டா இது? வீட்ல எப்பப் பார்த்தாலும் ஆளுங்க! நான் ஏதாவது கேட்டா சரியா பதில் சொல்லக்கூட முடியாத மாதிரி என்னமோ பண்ணிக்கிட்டு இருக்கார்...

ஸ்ரீதர்: பிசினஸ் பண்றார்ப்பா. ஒக்காந்த இடத்துல சம்பாதிக்கறார். இருக்கியா செத்தியான்னு கேக்க ஆளு இல்லாம வீட்ல அடைஞ்சு கிடந்தவருக்கு இப்ப அண்ணா நகர்ல இருக்கற பாதிப் பெரிய மனுஷங்க க்ளையன்ட்ஸ். ஷுகர், கொலஸ்ட்ரல் லெவல் எல்லாம் இறங்கியிருக்கு. ஒரு சுத்து பெருத்துப் போயிட்டார் பாரு. இதைப் பார்த்து சந்தோஷப்படாம...

ரகு: அது இல்ல... இவர் போக்கு விநோதமா இருக்கு. இங்க பாருங்க சார். இந்தப் புஸ்தகம் பாருங்க. என்ன புஸ்தகம் இது? ப்ளே பாய்.

ஸ்ரீதர்: நான்தான் குடுத்தேன். எழுபது வயசு ஆறது. இதுவரைக்கும் ஒரு ப்ளேபாய் புஸ்தகம் படிச்சதில்லைன்னு சொன்னார். அடப்பாவி இத்தனை நாள் படிக்காம வாழ்க்கைய வீணடிச் சுட்டயேன்னு பாவப்பட்டு குடுத்தேன்.

ரகு: ப்ளேபாய் படிக்கற வயசாப்பா உனக்கு?

ஸ்ரீதர்: எழுபது வயசுல்லாம் வயசாப்பா? வயசுன்ன உடனே ஞாபகம் வர்றது. இன்னொரு விஷயம் சொல்லணும். அவருக்கு சொல்ல கொஞ்சம் சங்கடமா இருக்குன்னார். என்னை அதுபத்தி

உங்கிட்ட பேசச் சொன்னார். உக்காருப்பா. நான் சொல்றதை கவனமாக் கேளு. உன் அண்ணனும் இங்கில்ல. அமெரிக்கால இருக்கான். உங்கிட்டதான் பேசணும். பாருப்பா... இவருக்கு வயசாயிண்டே போகுது. இந்த வருஷம் முடிஞ்சா எழுபத்து ஒண்ணு. எவ்வளவு நாள்தான் இப்படியே இருப்பாரு?

ரகு: சரி சரி. தெரியும் சார். இது ஒவ்வொரு தடவையும் நான் வர்றபோது இவர் பேசற வசனம்தான? எனக்கு வயசாயிடுத்து. கைகால் ஓஞ்சி போறதுக்குள்ள ஒரு கல்யாணம் பண்ணிக்கோ. வேலை மாத்திக்கோ. அதே ராமாயணம்தான? தெரியும் சார். இதப் பாருங்க சார். அவருக்கும் உங்களுக்கும் சேர்த்தே சொல்றேன். நான் இன்னும் கல்யாணம் பண்ண முடிவு பண்ணல. அதனால அதைப் பத்தி பேச வேணாம். (திரும்பிப் போகிறான்.)

ஸ்ரீதர்: அட, உன்னை கல்யாணம் பண்ணிக்கச் சொல்லலப்பா. அவர் கல்யாணம் பண்ணிக்கலாம்னு முடிவு பண்ணி இருக்கார். அதைச் சொல்றேன்.

ரகு அதிர்ச்சியில் தலை தூக்கி அவரைப் பார்க்கிறான். ஸ்ரீதர் சைகை காட்டியதும், மணி உற்சாகமாகி தலையாட்டிவிட்டு வெட்கப் படுகிறார்.

ரகு: என்னது!?

ஸ்ரீதர்: ஆமாம்ப்பா... உங்கண்ணன் அமெரிக்கா போய் செட்டிலாயிட்டான். நீ கப்பலே கதின்னு உலகத்தை வலம் வந்துண்டுருக்க. அவருக்கு ஆள் துணை இல்லாம, சாப்பாடு சரியில்லாம உடம்பு கெட்டுப்போறது. கல்யாணம் பண்ணிண்டா ஒரு துணையாச்சு பாரு.

ரகு: என்ன அபத்தம்? அதான் சேகர் இருக்காரே?

மணி: அவளை கல்யாணம் பண்ணிக்க முடியாதுடா. அவளுக்கு ஏற்கெனவே கல்யாணம் ஆயிடுத்து.

ரகு: அப்பா கெக்கேபிக்கேன்னு பேசாத. சேகரை உனக்கு சமைச்சுப் போட்டு ஆஸ்பத்திரிக்கு கூட்டிக்கிட்டு போகத்தான சம்பளம் குடுத்து வச்சிருக்கு.

ஸ்ரீதர்: சம்பளத்துக்கு சமைக்கறவனும் சம்சாரமும் ஒண்ணாப்பா? இதப் பாரு இவர் ஷுகர் லெவல் என்ன? பிபி என்ன? எதாவது உனக்கு தெரியுமா? இவர் என்ன மருந்து சாப்படறார்? அது தெரியுமா உனக்கு? தெரியாது. இல்லயா? புள்ள உனக்கே தெரியாதபோது வேலைக்கு வச்சவன் எப்பிடிப்பா சரியாப் பாத்துப்பான்? கல்யாணம் பண்ணிண்டா அவ ஆத்மார்த்த மான அன்போட எல்லாம் பண்ணுவா.

ரகு: ரெண்டு கிழவங்களும் சேர்ந்து ஜோக் பண்றீங் களாய்யா?

ஸ்ரீதர்: அட இல்லப்பா. பொண்ணெல்லாம்கூட பாத்துட்டார். ஹிண்டுல ரெண்டு வாரம் முன்ன விளம்பரம் பண்ணி நெறைய பேர் அப்ளை பண்ணியிருந்தாங்க. இதப் பார், இவங்களை தான் செலக்ட் பண்ணியிருக்கார். மூக்கும் முழியுமா கிளியாட்டம் இருக்காங்க. கொஞ்சம் வயசான கிளி, அவ்வளவுதான். அறுபத்தி நாலு வயசாவுது.

மணி: ஆமாடா... நிஜமாத்தான். நேர்ல பாத்துப் பேசிட்டேன். நல்ல குடும்பம். பிக்கல் புடுங்கல் ஒண்ணும் இல்லை. புருஷன்கூட செத்துப்போயிட்டான்.

ஸ்ரீதர்: நம்பமாட்டியே? இதப் பார் ஃபோட்டோ. பேர் ஸ்ரீமதி. நல்லா இருக்காங்களா? சித்தின்னு சொல்லிப் பழகிக்கோ.

*(மணி எட்டி எட்டி அந்த ஃபோட்டோவைப் பார்க்க முயல்கிறார்.)*

ரகு: என்ன கண்றாவி இது? எனக்கே இன்னும் கல்யாணம் ஆகலை சார்.

ஸ்ரீதர்: ரெண்டு பேரும் சேர்ந்து பண்ணிக்கங்கப்பா. செலவு மிச்சம்.

ரகு: எனக்கு தலை சுத்துது. ரவிகிட்ட சொன்னியா?

ஸ்ரீதர்: அவன் என்ன வேண்டான்னா சொல்லப் போறான்? அவன் ஆசைப்படும்போது அப்பா அவனுக்கு கல்யாணம் பண்ணிவைக் கலையா? அது மாதிரி அப்பா ஆசைப்படும் போது பிள்ளை பண்ணி வச்சா என்னப்பா தப்பு?

ரகு: ப்ரொஃபசர் சார்... இந்த மாதிரி லாஜிக்கா பேசி என்னை டென்ஷன் ஆக்காதீங்க சார். அப்பா... இதப் பாரு உனக்கு என்ன குறைச்சல்? வீட்டுல டிவி இருக்கு, விசிஆர் இருக்கு. அத்தனை வாரப் பத்திரிகையும் வருது. சாயந்தரமானா பார்க்குல போய் ஹாய்யா உக்காந்துக்கலாம். வள்ளிம்மாள் ஸ்கூல்ல அப்பப்ப உபன்யாசம் நடக்குது. அக்கடான்னு வீட்ல உக்காந்து கிட்டு இருக்க. வேற என்ன வேணும்? இது மாதிரி எதாவது செஞ்சி எங்க மானத்தை வாங்காதப்பா. ஐயோ... இந்தக் கூத்தை யாருகிட்ட போய்ச் சொல்றது? எனக்கு யாரு பொண்ணு குடுப்பா இதுக்கப்புறம்? (புலம்பிக் கொண்டே போகிறான்.)

ஸ்ரீதர்: பாத்தீங்களா? இப்பக்கூட அவனுக்கு கல்யாணம் ஆகாதுங்கற கவலைதான். அப்பாவுக்கு கல்யாணம்னு கொஞ்சமாவது சந்தோஷப் படறானா பாருங்க? நன்றியில்லாத பசங்கய்யா.

மணி: (அவர் கையிலிருக்கும் ஃபோட்டோவைப் பார்த்து) நிஜமாவே இந்தப் பாட்டி அழகா இருக்காய்யா! நீர் வேடிக்கைக்குச் சொன்னாலும், இதுகூட நல்ல ஐடியாவா தோணுதே!

ஸ்ரீதர்: அல்பக் கிழவா, அலையாதே. எவனோ போக்கத்த பய கம்ப்யூட்டர் கிராஃபிக்ஸ்ல

ஐஸ்வர்யா ராய் அறுபது வயசானா எப்பிடி இருப்பான்னு டிஜிட்டல் ஃபோட்டாவா பண்ணி இ-மெயில் பண்ணியிருந்தான். அதை உமக்கு காமிக்கலாமேன்னு எடுத்துக்கிட்டு வந்தேன்.

மணி: ஐஸ்வர்யா ராய் அறுபது வயசுல இவ்வளவு அழகான பாட்டியா? அதைப் பார்க்கவாவது இன்னும் முப்பது வருஷம் உயிரோட இருக்கணும்யா.

## காட்சி – 12

**மே**டையின் மூலையில் சின்ன ஒளி வட்டத்தில் இருவரும் நிற்கிறார்கள். ஸ்ரீதர் தோளில் பிரயாணப் பை சுமந்துகொண்டு விடைபெறும் தோரணையில் நிற்கிறார்.

மணி: ப்ரொஃபசர் இங்கயே இருந்துடுங்களேன். இங்கே இருந்துண்டே உங்க வேலையெல்லாம் கன்டின்யூ பண்ணலாமே. எனக்கு துணையா யாரு இருக்கா?

ஸ்ரீதர்: உங்க தன்னம்பிக்கைதான் இனி உங்க துணை. எதிர்பார்ப்புகளே இல்லாத வாழ்க்கை வாழறவங்களைதான் தனிமை சங்கடப்படுத்தும். உற்சாகமான சிந்தனைகளோட வருங்காலத்தை எதிர்பார்த்து இருக்கறவங்களுக்கு தனிமையே கிடையாது. உடம்பைப் பாத்துக்கங்க. உற்சாகமா இருங்க. நான் அடுத்த தடவை வரும்போது இன்னும் பத்து வயசு குறைஞ்ச தோரணைல இருக்கணும். மனசை இளமையா வச்சிக்கிட்டாலும் உடம்பு பழசாயிட்டு இருக்கும். அதை மனசுல வச்சிக்கிட்டு தேவையான அளவு மட்டும் வேலை செய்யுங்க. நான் வர்றேன். பை.

(ஸ்ரீதர் விடைபெற்றதும் மணி திரும்பி வீட்டுக்குள் நடக்கிறார். மங்கலான ஒளி. வீடு நிசப்தமாய் இருக்கிறது. அந்த அமைதியில் மணி நிற்கிறார். தொலைபேசி அலறுகிறது. மணி எழுந்து தொலைபேசியை எடுக்கிறார். தொலைபேசியில் ஒரு குரல் உரத்துக் கேட்கிறது.)

குரல்: மணி சார்... டிவில பட்ஜெட் செஷன் லைவ் ரிலே பண்றாங்களே பாக்கலியா?

மணி: மறந்தே போச்சு... இருங்க பாக்கறேன்.

குரல்: நீங்க சொன்னா மாதிரி soft budget தான். Market reaction என்ன தெரியுமா?

மணி: நான்தான் சொன்னேனே? பயப்படாதீங்கன்னு. இருங்க புரோக்கருக்கு ஃபோன் பண்ணி கேட்டுட்டுச் சொல்றேன். இருங்கோ மறுபடி கூப்புடறேன்.

மணி பேசப் பேச வெளிச்சம் கூடுகிறது.

காலிங் பெல் அடிக்கிறது.

மணி: (ஃபோனை வைத்துவிட்டு) சேகர், கதவை கொஞ்சம் தொற.

மறுபடி ஃபோன் அடிக்கிறது.

மணி: ஹலோ, மணி ஐயர் ஸ்பீக்கிங். சொல்லுங்க மணிவண்ணன். உங்க போர்ட்ஃபோலியோ டபுளாகப் போவுது. (டாக்டரும் சேட்டும் வருகிறார்கள்.) வாங்க டாக்டர். வாங்க சேட்ஜி.

டாக்டர்: மணி ஐயர்... இன்ஃபோசிஸ் ஒரே செஷன்ல அம்பது ரூபா ஏறிடுத்தாமே? பட்ஜெட் செஷன்ல மார்க்கெட் இன்டக்ஸ் கேட்டுச் சொல்லுமே.

மணி: மணிவண்ணன் உங்களை நான் அப்புறம் கூப்படறனே? சேட்ஜி ஆயியே பைட்டோ. டாக்டர் ஒக்காருங்கோ.

இன்னும் இருவர் வருகிறார்கள். டாக்டரும் சேட்ஜியும் மார்க்கெட் பற்றிப் பேசுகிறார்கள்.

மணி: வாங்க ஸ்ரீநிவாசன். என்ன குணாளன் ரிலையன்ஸ் விக்காதீங்கன்னு சொன்னனில்லையா?

(செல்ஃபோன் ஒலிக்கிறது.)

மணி: சேகர்... சேகர்... டாக்டர் அந்த ஃபோனை கொஞ்சம் அட்டெண்ட் பண்ணுங்களேன். டேய் சேகர் க்ளயன்ட்ஸ் வந்திருக்கால்ல?

(மேலும் இருவர் வருகிறார்கள்.)

மணி: ஹலோ... சொல்லுங்க... ஆமா... யாரு தீனதயாளனா? சொல்லுங்க. ஹீரோ ஹோண்டா கொஞ்சம் ஏறும். ஒரு நிமிஷம். (அடுத்த ஃபோனில்) ஸ்ரீநிவாசன் சொல்லுங்க. ஆமா... ஆமா. பண்ணிடலாம். ஒண்ணும் அவசரமில்லை. ஒரு நிமிஷம். சேகர்... சேட்ஜி சாய்தான் சாப்பிடுவார். சாய் போட்டுண்டு வா. சொல்லுங்க ஸ்ரீநிவாசன். சாரி நீங்க தீனதயாளனா? ஸ்ரீநிவாசன்கிட்ட பேசிண்டு இருந்தேன். திடீர்னு நீங்க எப்படி லைன்ல வந்தீங்க? ஓ அது செல்ஃபோனா?

இன்னும் இரண்டு பேர் உள்ளே வருகிறார்கள். ஃபோன் இன்னும் அடிக்கிறது. குழப்பமான ஓசைகள். மணி ஒரு ஃபோனை ஒரு காதிலும் செல்ஃபோனை மறுகாதிலும் வைத்துக் கொண்டு இரண்டு பேரிடமும் பேசுகிறார். டாக்டர் அவருடைய செல்ஃபோனை எடுத்து அவர் வாயருகில் வைத்து, 'சுந்தர்ராஜன் பேசறார்' என்கிறார். பேச்சுக் குரல்கள். ஃபோன் மணி அடிக்கிறது.

*மணி:* சுந்தர்ராஜன் சொல்லுங்க. செஞ்சிடலாம். சாந்தி கியர்ஸ்தான? ஹோல்ட் பண்ணுங்கோ. டேய் கடங்காரா... சாரி சுந்தர்ராஜன் உங்களை இல்ல. இந்த சேகரை. டேய் சேகர் கடங்காரா... வாசல்ல யாரோ வந்திருக்கா பாரேன். சுந்தர்ராஜன் பட்ஜெட் செஷன் பாத்துட்டு கூப்பிடறேனே?

அவர்களின் பேச்சுக்குரல்கள் குழப்பமாய் ஒலிக்கின்றன. ஆளாளுக்குப் பேசிக் கொண்டிருக்கிறார்கள். ஒரே களேபரமாய் இருக்கிறது.

*மணி:* (பெரிசாய்க் கத்துகிறார்.) ஐயோ... ஒரு அஞ்சி நிமிஷம் தனியா விடமாட்டீங்களாய்யா?

**திரை**

●

www.ingramcontent.com/pod-product-compliance
Ingram Content Group UK Ltd.
Pitfield, Milton Keynes, MK11 3LW, UK
UKHW042137021026
15589UKWH00003B/877

9 789386 737397